രണ്ട് നോവലുകൾ

അലഞ്ഞവരുടെ മൊഴി

മുക്തിയുടെ തീരം

Randu Novelukal

John Samuel

CHINTHA PUBLISHERS
Thiruvananthapuram

First Edition
July 2022

Published & Typesetting
Chintha Publishers, Thiruvananthapuram

Printed at
Akshara offset, Thiruvananthapuram

Cover Design
Vinod Mangoes

ISBN - 978-93-93468-59-8

CO - 3129 / 6049

₹ 200

Email: chinthapublishers@gmail.com
Website: www.chinthapublishers.com

A version is available at National Libraries
Kolkata, Mumbai, Chennai and Delhi

Distribution
DESHABHIMANI BOOKHOUSE
H O Thiruvananthapuram 695035

Branch
Head Office Kunnukuzhi • Statue Thiruvananthapuram
KSRTC Bus Terminal Thampanoor • Saphalyam Complex Thiruvananthapuram
KSRTC Bus Station Alappuzha • KSRTC Bus Station Ernakulam
Machingal Lane Thrissur • IG Road Kozhikode
Mavoor Road Kozhikode • NGO Union Building Kannur
Central Bus Terminal Complex Thavakkara Kannur

രണ്ട് നോവലുകൾ

അലഞ്ഞവരുടെ മൊഴി

മുക്തിയുടെ തീരം

ജോൺ സാമുവൽ

ചിന്ത പബ്ലിഷേഴ്സ്
തിരുവനന്തപുരം-695 035
വില : ₹ 200

ജോൺ സാമുവൽ

മാവേലിക്കരയിൽ ജനനം. മാവേലിക്കര ഗവ. ഹൈസ്കൂൾ, ശാസ്താംകോട്ട ദേവസ്വം ബോർഡ് കോളേജ്, തിരുവനന്തപുരം യൂണിവേഴ്സിറ്റി കോളേജ് എന്നിവിടങ്ങളിൽ വിദ്യാഭ്യാസം. പത്രം, റേഡിയോ, ടെലിവിഷൻ എന്നീ മേഖലകളിലായി 35 വർഷത്തെ മാധ്യമപ്രവർത്തനം. കഥാകൃത്ത്, നടൻ, കമന്റേറ്റർ, കായിക ലേഖകൻ എന്നീ നിലകളിലും ശ്രദ്ധേയൻ.

പി കേശവദേവ് സാഹിത്യ പുരസ്കാരം, എസ് ബി ടി ചെറുകഥാ-ബാലസാഹിത്യ പുരസ്കാരങ്ങൾ, ദുബായ് ഗാല കഥാപുരസ്കാരം, ഫൊക്കാന കഥാപുരസ്കാരം, രചന-കൈരളി കഥാപുരസ്കാരം, ജേസി ഫൗണ്ടേഷൻ കഥാപുരസ്കാരം, കള്ളിക്കാട് ഫൗണ്ടേഷൻ പുരസ്കാരം, എൻ വി വിജ്ഞാനസാഹിത്യപുരസ്കാരം എന്നിവ ലഭിച്ചു. *ആതൻസ് മുതൽ ആതൻസ് വരെ* എന്ന കായിക ഗ്രന്ഥത്തിന് മികച്ച സ്പോർട്സ് രചനയ്ക്കുള്ള സംസ്ഥാന പുരസ്കാരവും, *വിശ്വോത്തര നാടോടിക്കഥകൾക്ക്* സംസ്ഥാന ബാലസാഹിത്യ ഇൻസ്റ്റിറ്റ്യൂട്ട് പുരസ്കാരവും ലഭിച്ചു.

കേരള സാഹിത്യ അക്കാദമി അംഗമായിരുന്നു. *ആകൽക്കറുസ, ആചാരവെടി, അ-തിഥി, ജോൺ സാമുവലിന്റെ നോവല്ലകൾ, തഥാസ്തു (കഥാസമാഹാരങ്ങൾ), മുക്തിയുടെ തീരം, അലഞ്ഞവരുടെ മൊഴി (നോവൽ), വിശ്വോത്തര നാടോടിക്കഥകൾ, കുറേ നാടോടിക്കഥകൾ, പണ്ട് പണ്ട്, കഥോത്സവം: 100 രാജ്യം, 100 കഥ (ബാലസാഹിത്യം), ആതൻസ് മുതൽ മോസ്കോ വരെ, കാലിപ്സോക്രിക്കറ്റ് – 2007, ലോകകപ്പ് ക്രിക്കറ്റ്, ആതൻസ് മുതൽ ആതൻസ് വരെ, ലോകകപ്പിന്റെ 500 ദിനങ്ങൾ (കായികം) റിപ്‌വാൻ വിങ്കിൾ (വിവർത്തനം)* എന്നിവ പ്രധാന കൃതികൾ.

ഭാര്യ : രാജമ്മ ജോൺ
മക്കൾ : സൂരജ്, സെറിൻ
വിലാസം : മേടയിൽ
16/454/2, കൊച്ചാർ റോഡ്
തിരുവനന്തപുരം – 695 014
ഫോൺ : 9400591919

പ്രസാധകക്കുറിപ്പ്

ജോൺ സാമുവലിന്റെ രണ്ടു നോവലുകളാണ് ഒറ്റപ്പുസ്തകമായി പുറത്തിറങ്ങുന്നത്. *അലഞ്ഞവരുടെ മൊഴിയും മുക്തിയുടെ തീരവും*. ജോൺ സാമുവലിന്റെ രചനാ സവിശേഷതകൾ ഈ കൃതികളിൽ ദർശിക്കാം. വിമോചനത്തെ സംബന്ധിക്കുന്ന കാലദേശങ്ങൾക്കതീതമായ സങ്കല്പനങ്ങളാണ് *അലഞ്ഞവരുടെ മൊഴി*. അമൂർത്തതയുടെ സൗന്ദര്യവും കരുത്തും ഈ കൃതിയിൽ അന്തർല്ലീനമാണ്. മനുഷ്യരാശിയുടെ അതിജീവനക്കരുത്തിന്റെ ആഖ്യാനമാണീ നോവൽ. മനുഷ്യൻ ചെന്നുപെടുന്ന ജീവിതാവസ്ഥകളുടെ സങ്കീർണ്ണതയാണ് *മുക്തിയുടെ തീരം* എന്ന നോവലിന്റെ കഥാപരിസരം. അനാഥത്വത്തിലേക്ക് നിപതിക്കുന്ന ഒരു യുവതി. അവൾക്ക് വഴിതെളിക്കേണ്ടവർ തന്നെ സൃഷ്ടിക്കുന്ന തടസ്സങ്ങളെ അതിജീവിക്കുന്നത് കരുത്തുറ്റ ഭാഷയിൽ അവതരിപ്പിക്കുകയാണ് ജോൺ സാമുവൽ ഈ കൃതിയിൽ. വായനയുടെ ദ്വന്ദാനുഭവങ്ങൾ പ്രദാനം ചെയ്യുന്ന നോവലുകൾ വായനക്കാർക്കു മുന്നിൽ അവതരിപ്പിക്കുന്നു.

ചിന്ത പബ്ലിഷേഴ്സ്

അലഞ്ഞവരുടെ മൊഴി

ഒന്ന്

ഞങ്ങൾ തിരികെയെത്തുമ്പോൾ ഗ്രാമത്തിന്റെ മുഖം ഒരുത്സവ ഛായയുടെ തിമിർപ്പിൽ പാടേ മാറിയിരുന്നു. ഗ്രാമത്തിന്റെ ഈ മാറ്റം അവിശ്വസനീയതയോടെ മാത്രമേ ഞങ്ങൾക്ക് ഉൾക്കൊള്ളുവാൻ കഴിഞ്ഞുള്ളൂ. കാരണം, നാളുകൾക്കുമുൻപ് ഞങ്ങൾ ഇവിടെനിന്ന് യാത്രയാകുമ്പോൾ ഇവിടം ഒരു ശ്മശാനഭൂമിയുടെ ഭീകരതയോടെ ഞങ്ങൾക്ക് യാത്രാമംഗളം നേർന്നത് ഓർമ്മയിൽനിന്ന് മാഞ്ഞിരുന്നില്ല.

അന്ന് ഗ്രാമവാസികളുടെ മുഖമാകെ കരുവാളിച്ച് വിളർത്തിരുന്നു. അജ്ഞാതമായ ഭയാശങ്കകൾ അവരുടെ ഉള്ളിൽ തിളച്ചുമറിയുന്നുണ്ടെന്നു തോന്നിച്ചു. തൃപ്തിയോടെയുള്ള ചിരി പോയകാല സൗഭാഗ്യമെന്നോണം രഹസ്യമായ ചെപ്പുകളിൽ അവർ സൂക്ഷിച്ചുവെച്ചിരിക്കുകയാണെന്ന് ഞങ്ങൾ മനസ്സിലാക്കി. കൃത്യമായി ഓർമ്മിക്കാൻ കഴിയാത്ത ആ ദിവസം ഞങ്ങൾ ഗ്രാമത്തിലെത്തിയത് വാഴുന്നവരുടെ ക്ഷണപ്രകാരമായിരുന്നു. ഞങ്ങളുടെ ഗ്രാമത്തോടു തൊട്ടുകിടക്കുന്നതാണെങ്കിലും അതിന്റെ സ്പന്ദനങ്ങളിൽ അനുഭവം കണ്ടെത്തുവാൻ ഞങ്ങൾക്കു കഴിഞ്ഞിരുന്നില്ല. ഒരു ദുഃസ്വപ്നം കണക്കെ ഈ ഗ്രാമം എപ്പോഴും ഞങ്ങളെ ഭയപ്പെടുത്തിയിരുന്നതാണ് കാരണം. ഗ്രാമം എന്ന പേരിനുതന്നെ ഈ പ്രദേശം അർഹമായിരുന്നില്ല. കൊടുങ്കാടിന്റെ മടിത്തട്ടിലെ, കരിമ്പനകളും മുളങ്കാടുകളും പാറക്കെട്ടുകളും നിറഞ്ഞ പ്രദേശം! ഇവിടെ ജനജീവിതം ഒരു തടങ്കലിലെന്നവണ്ണം ദുഷ്കരമാണ്. സാമൂഹ്യവും സാംസ്കാരികവുമായ വികസനം ഇവിടെ നാമമാത്രമായിപ്പോലും എത്തിയിരുന്നില്ല.

എങ്കിലും സവിശേഷമായ ഒരു പ്രത്യേകത ഈ ഗ്രാമത്തിനുണ്ട്. ഗ്രാമത്തിന്റെ ചൈതന്യമായ, ഒത്ത നടുവിലൂടെ ഒഴുകുന്ന നദിയുടെ തീരത്ത് ഉയർന്നു പരന്ന വലിയ കുന്നിൻപുറത്ത് ഒരു കോട്ടയുണ്ട്. കന

ത്ത മതിലുകൾ കൊണ്ട് ചുറ്റപ്പെട്ടിരിക്കുന്ന കോട്ടയ്ക്കുള്ളിൽ ഒരു കൊച്ചു നഗരം പണിതുയർത്തിയിരുന്നു. കോട്ടയുടെ അധിപനാണ് വാഴുന്നവർ. കോട്ട സ്ഥിതി ചെയ്തിരുന്നതിനാൽ ഗ്രാമത്തിന്റെ പേരും കാലക്രമേണ കോട്ട എന്നായി മാറി.

കോട്ടയുടെ ചുറ്റുമായി ഗ്രാമങ്ങളുടെ ശൃംഖല തന്നെയുണ്ട്. തൊട്ടുതൊട്ടുകിടക്കുന്ന ഗ്രാമങ്ങളുടെ കേന്ദ്രമായി കോട്ടയെ വളർത്തിയെടുക്കുന്നതിൽ വാഴുന്നവർ വളരെയേറെ ശ്രദ്ധിച്ചിട്ടുണ്ടെന്ന് ഞങ്ങളുടെ മുതിർന്നവർ വേദം ഓതുന്നതുപോലെ ഞങ്ങളോടു പറഞ്ഞിരുന്നു. അതൊരു നദീതട സംസ്കാരത്തിന്റെ വേലിയേറ്റം സൃഷ്ടിക്കുവാൻ സഹായിക്കുമെന്ന് ഒരുപക്ഷേ, വാഴുന്നവർ വിശ്വസിച്ചിരിക്കണം. കോട്ടയുടെ ഭരണത്തിൻകീഴിലുള്ള ഞങ്ങളുടെ ഗ്രാമവും അവികസിതമായി തന്നെ നിലനിന്നിരുന്നു.

എന്നാൽ ഞങ്ങൾ മൂന്നുപേർ ആ ഗ്രാമത്തിൽനിന്ന് ഒരിക്കൽ രക്ഷപ്പെട്ടു. അന്ന്, മലമ്പനിയുടെ പിടിയിലമർന്ന് ഞങ്ങളുടെ രക്ഷിതാക്കൾ വിറച്ചുതുള്ളുകയായിരുന്നു. വൈദ്യസഹായം ലഭ്യമല്ലാതിരുന്നതു കാരണം ഞങ്ങൾ രക്ഷപ്പെട്ടുകൊള്ളാൻ അവർ അപേക്ഷിക്കുകയാണുണ്ടായത്.

ഞങ്ങൾ ഓടി....

കുന്നുകളും നദികളും താണ്ടി, അകലെ ഞങ്ങളുടെ രക്ഷിതാക്കൾ വിറച്ചു വിറങ്ങലിച്ച് ജഡങ്ങളായി വീഴുന്നതിന്റെ ദുഃഖവും പേറിക്കൊണ്ട് ഞങ്ങളോടി....

അങ്ങനെ ഞങ്ങൾ മറ്റൊരു സ്ഥലത്തെത്തി. വഴിവിളക്കുകൾ കൊളുത്തിവെച്ചിരുന്ന അവിടത്തെ വീഥിയുടെ ഓരത്തിരുന്ന് ഞങ്ങൾ ഞങ്ങളെ നോക്കി.... ഞങ്ങൾ ബാലന്മാരായിരുന്നു!

കൂട്ടത്തിൽ മുതിർന്നയാൾ ആവേശത്തോടെ പറഞ്ഞു:

"നമ്മുടെ ഗ്രാമത്തിന്റെ രക്ഷ നമ്മുടെ ആദർശമായിരിക്കണം.... എന്താ?"

ഏതോ ഒരു ചെറിയ നഗരത്തിലെ തെരുവുവിളക്കിനു ചുവട്ടിൽ കൂനിക്കൂടിയിരുന്ന് ഞങ്ങളുടെ ഗ്രാമത്തിന്റെയും തലസ്ഥാനമായ കോട്ടയുടെയും ഉയർച്ച മനസ്സിൽ കണ്ട് തളർന്നു മയങ്ങി ഞങ്ങളുറങ്ങിപ്പോയി.

പ്രഭാതത്തിൽ ഞങ്ങൾ നഗരവീഥികളിലൂടെ അലക്ഷ്യമായി നടന്നു. ഞങ്ങളുടെ ഗ്രാമത്തിന്റെ ഉയർച്ച എന്ന ലക്ഷ്യം മനസ്സിൽ കാത്തുസൂക്ഷിച്ചുകൊണ്ട് ഞങ്ങൾ കൈകോർത്തു പിടിച്ചുനടന്നു. സുഹൃത്തുക്കളായി തീർന്നപ്പോൾ മുതൽ തുടങ്ങിയതായിരുന്നു കൈകോർത്തു പിടിച്ചു നടക്കുന്ന ഈ സ്വഭാവം. ഒരേ ചിന്താഗതിയുള്ള, ഒരേ സ്വഭാവവിശേഷങ്ങളുള്ള, ഒരേ സ്വപ്നങ്ങളുള്ള ഞങ്ങൾ കോട്ടയുടെ കീഴിലുള്ള ഗ്രാമത്തിൽ അടിമകളായി, പുഴുക്കളായി പിറന്നുവീണപ്പോൾ മുതൽ കരഞ്ഞതും കൈകാലുകളടിച്ച് കീറി നിലവിളിച്ചതും ഗ്രാമത്തിന്റെ ഉന്നമനത്തിനുവേണ്ടിയായിരുന്നുവെന്ന് വിശ്വസിച്ചു.

പക്ഷേ, അതൊരു അസംബന്ധ ചിന്താഗതിയാണെന്നായിരുന്നു ഞങ്ങളുടെ രക്ഷിതാക്കളുടെ മതം. കരിമ്പനയുടെ താഴ്ന്ന വേരുകളിളക്കി മറിച്ച്, അവിടെ ധാന്യം വിളയിച്ച്, കോട്ടയെന്ന നഗരത്തിലെത്തിച്ച്, തുച്ഛമായ പ്രതിഫലം വാങ്ങി തൊഴുതു പിൻവാങ്ങുന്നവരായിരുന്നു ഞങ്ങളുടെ രക്ഷിതാക്കൾ. അവർ ഞങ്ങളെ പഠിപ്പിച്ചത് വാഴുന്നവർ അന്നദാതാവായ പൊന്നുതമ്പുരാനാണെന്നാണ്. നിലങ്ങളിൽ വിളയിക്കുന്ന ധാന്യം ആവശ്യത്തിനെടുത്ത് ബാക്കിനല്കിയാൽപ്പോരേ എന്ന് ചോദിച്ചപ്പോൾ അവർ ഞങ്ങളുടെ തുടകളിൽ ചെറിയ മുളങ്കമ്പുകൊണ്ടടിച്ച് ഭയപ്പെടുത്തി.

വാഴുന്നവരെ ഞങ്ങൾ ശത്രുവായി പ്രഖ്യാപിച്ചത് അന്നാണ്. കറുത്ത പാറകളുടെ നിഴലുകളിലും, അരുവിയുടെ തീരത്തും ഒന്നിച്ചിരുന്ന് ഞങ്ങൾ ചിന്തിച്ചു. പക്ഷേ, പ്രവർത്തിക്കുന്ന കാര്യത്തിൽ ഞങ്ങൾ അജ്ഞരും അബലരുമായിരുന്നു. എങ്കിലും വാഴുന്നവരെ ഞങ്ങൾ ശത്രുവായിത്തന്നെ എണ്ണി. കോട്ടയ്ക്കുള്ളിൽനിന്ന് കറുത്തു മെല്ലിച്ച മനുഷ്യർ ചുമക്കുന്ന സ്വർണ്ണപ്പല്ലക്ക് പുറത്തേക്കുവരുമ്പോൾ ഞങ്ങൾ പല്ലിറുമ്മി നോക്കിനിന്നു. കോട്ട വാതില്ക്കൽ ഞങ്ങളെത്തിയത് പ്രതികാര നിർവ്വഹണത്തിനു വേണ്ടിയായിരുന്നില്ല. ബാലന്മാരായ ഞങ്ങൾക്ക് അതിന് കഴിവുമില്ലായിരുന്നു. വാഴുന്നവരെ ഒന്നു കാണണമെന്നേ ഉണ്ടായിരുന്നുള്ളൂ.

പല്ലക്കുമായി കറുത്ത മനുഷ്യർ കോട്ടവാതിൽ കടന്നപ്പോൾ അതിന്റെ കിളിവാതിലിലൂടെ വാഴുന്നവരുടെ മുഖം നിമിഷനേരത്തേക്ക് ഞങ്ങൾ കണ്ടു. ഞങ്ങൾ സ്തംഭിച്ചുപോയി. വാഴുന്നവർക്ക് തൂവെള്ള നിറമായിരുന്നു. കോട്ട എന്ന ഗ്രാമത്തിലോ അതിന്റെ കീഴ്ഗ്രാമങ്ങളിലോ അത്രയും നിറമുള്ളവരെ ഞങ്ങൾ കണ്ടിരുന്നില്ല.

വാഴുന്നവരുടെ നിറം ഞങ്ങളുടെ ചിന്തയെ വല്ലാതെ ദണ്ഡിപ്പിച്ചു. വാഴുന്നവർക്ക് ഞങ്ങളുടെ വർഗ്ഗവുമായി ഒരു ബന്ധവുമില്ലെന്നത് തീർച്ചയായിരുന്നു. അപ്പോൾ ഞങ്ങളെ ഭരിക്കുവാനും, ഞങ്ങളുടെ രക്ഷിതാക്കളുടെ ധാന്യം നാമമാത്രമായ വിലയ്ക്ക് വാങ്ങുവാനും വാഴുന്നവർക്ക് എവിടെനിന്ന് അവകാശം ലഭിച്ചു? ആ ചോദ്യം ഞങ്ങളെ കൊണ്ടെത്തിച്ചത് വാഴുന്നവരോടുള്ള കടുത്ത വിരോധത്തിലും ഞങ്ങളുടെ രക്ഷിതാക്കളുടെ വാഴുന്നവരോടുള്ള അന്ധമായ ബഹുമാനത്തിന്റെ സാധുതയിലും ആയിരുന്നു.

അന്ന് നദീതീരത്തെ മുളങ്കാടിനുതൊട്ടുള്ള പാറയുടെ നിഴലിൽ ഞങ്ങൾ സമ്മേളിച്ചു. ഞങ്ങളുടെ മുഖം ദൈന്യതയിൽനിന്നുളവായ കോപം കാരണം തുടുത്തു വീർത്തിരുന്നു. ഏറെനേരം രക്ഷിതാക്കളുടെ നീതീകരണമില്ലാത്ത നിലപാടിനെപ്പറ്റി ഞങ്ങൾ ചർച്ച ചെയ്തു. ഒടുവിൽ അവരോട് ചോദിക്കാൻ തീരുമാനിച്ചു.

ഞങ്ങൾ ചോദിച്ചു:

"വാഴുന്നവരുടെ നിറമെന്താണ്?"

അവർ ചിരിച്ചു. ഞങ്ങളുടെ ചോദ്യം ബാലിശമെന്ന് അവർക്ക് തോന്നിയിരിക്കണം. അവർ ഉത്തരം നല്കി:

"ചെമ്പഴുക്കായുടെ."

എന്നിട്ട് അവർ പൊട്ടിച്ചിരിച്ചു. ഞങ്ങളുടെ ആവേശം തണുത്തുറഞ്ഞുപോയി. വർഗ്ഗബോധത്തിന്റെ അഗ്നി അവരിൽ ആളിക്കത്തിക്കാം എന്ന് വ്യാമോഹിച്ച്, പാറയുടെ നിഴലിൽ കഴിച്ചുകൂട്ടിയ വ്യർത്ഥമായിത്തീർന്ന നിമിഷങ്ങളെക്കുറിച്ചോർത്ത് ഞങ്ങൾ ദുഃഖിതരായി.

പിൻവാങ്ങലിനെപ്പറ്റി ഞങ്ങൾ ചിന്തിച്ചു. വർഗ്ഗബോധത്തെപ്പറ്റിയുള്ള ചിന്ത എവിടെനിന്നാണ് കിട്ടിയതെന്ന് ഞങ്ങൾ അത്ഭുതപ്പെട്ടു. വർഗ്ഗബോധത്തെപ്പറ്റി അജ്ഞരായ രക്ഷിതാക്കളോട് സംസാരിക്കാനുള്ള സമയമായില്ലെന്ന് തീരുമാനിച്ച് ഞങ്ങൾ സമാധാനപ്പെട്ടു. അപ്പോഴാണ് മഴക്കാലമാരംഭിച്ചത്. ശക്തിയായ കാറ്റും കോളുംകൊണ്ട് ആകാശം കലുഷിതമായപ്പോൾ ഞങ്ങളുടെ രക്ഷിതാക്കൾ പതിവുപോലെ മാടൻ പ്രതിഷ്ഠകളുടെ മുൻപിൽ കുരുതി നടത്തി. സമതല ഭൂമികൾക്കു മുകളിലെ മലനിരകളിൽ ഇടതൂർന്നു നില്ക്കുന്ന വൻവൃക്ഷങ്ങളുടെ ശിഖരങ്ങൾ കാറ്റിൽപ്പെട്ട്, തമ്മിലിടഞ്ഞ് തകർന്നുവീണു.

മലവെള്ളം ഗ്രാമത്തിൽ ഞങ്ങളുടെ കൂരകൾക്കു മുകളിലൂടെ കുത്തിയൊഴുകി. കൂരകൾ തകർന്നു മണ്ണടിഞ്ഞപ്പോൾ അതിൽപ്പെട്ട് ഞങ്ങളുടെ കൂടപ്പിറപ്പുകളും രക്ഷിതാക്കളും ചതഞ്ഞരഞ്ഞു മരിച്ചു. നദിയിൽക്കൂടി ശക്തമായ പ്രവാഹമുണ്ടായി. വെള്ളം സമതലഭൂമിയുടെ അതിർത്തികൾ കടന്ന് ഗ്രാമത്തെയാകെ വിഴുങ്ങി. ഉയർന്ന മരച്ചില്ലകളിലും പാറക്കൂട്ടങ്ങളിലും പറ്റിക്കൂടിയവർ മാത്രം രക്ഷപ്പെട്ടു. കോട്ടയ്ക്കു ചുറ്റുമുള്ള പ്രദേശം ഒരു പീഠഭൂമിപോലെയായിത്തീർന്നു.

അപ്പോൾ ഉയർന്നുനില്ക്കുന്ന, പ്രളയത്തിന്റെ നാവുകൾക്ക് അപ്രാപ്യമായ കോട്ടയ്ക്കുള്ളിൽനിന്ന് വാഴുന്നവരുടെ കരുണ, പെയ്യാത്തമേഘമായി കാർമേഘക്കീറുകൾക്കിടയിലൂടെ അകന്നു പോകുന്നത് ഈറനണിഞ്ഞ കണ്ണുകളോടെ ഞങ്ങൾ കണ്ടുനിന്നു....

മഴയുടെ ശക്തി കുറഞ്ഞപ്പോൾ വെള്ളം ഇറങ്ങിത്തുടങ്ങി. പാറപ്പുറങ്ങളിൽനിന്നും വൃക്ഷത്തലപ്പുകളിൽനിന്നും താഴെയിറങ്ങി ഞങ്ങൾ കൃഷിഭൂമികളിലേക്കു പോയി. ഒരു യുദ്ധക്കളത്തിന്റെ പ്രതീതി ജനിപ്പിച്ച കൃഷിഭൂമികൾ കണ്ടപ്പോൾ ഞങ്ങളുടെ രക്ഷിതാക്കൾ വാവിട്ടു നിലവിളിച്ചു. പക്ഷേ, അവർ കർത്തവ്യബോധമുള്ളവരായിരുന്നു. ചിതയിൽ ജീവിതം പടുത്തുയർത്താൻ തക്ക ശേഷിയുള്ളവരായിരുന്നു.

ശൂന്യമായിത്തീർന്ന ഭൂമിയിൽ വീണ്ടും അവർ കൂരകൾ പണിതു. അവരെ സഹായിക്കുന്നതിനിടയിൽ തരം കിട്ടുമ്പോഴൊക്കെ മുളങ്കാടിനടുത്തുള്ള പാറയുടെ നിഴലിൽ പോയിരുന്ന് വലിയ വലിയ കാര്യങ്ങളെപ്പറ്റി ഞങ്ങൾ ചിന്തിച്ചു. തീരുമാനങ്ങൾ കൈക്കൊള്ളാൻ തല്ക്കാലം അശക്തരായിരുന്നെങ്കിലും ഒരിക്കൽ ശക്തി ഞങ്ങളിൽ കത്തിജ്വലിക്കുമെന്ന് ഞങ്ങൾ ആശ്വസിച്ചു.

തിരികെ കൂരകളിൽ എത്തിയപ്പോൾ ഞങ്ങളുടെ രക്ഷിതാക്കൾ വിറയ്ക്കുന്നുണ്ടായിരുന്നു. അവരുടെ ശരീരത്തിന്റെ താപനില വളരെ ഉയർന്നിരുന്നു. വിറച്ചു മലച്ചുകൊണ്ടിരുന്നപ്പോൾ അവർ ഞങ്ങളോട് പറഞ്ഞു:

"ഓടിപ്പോകൂ.... രക്ഷപ്പെടൂ...."

അതനുസരിച്ചവർ ഞങ്ങൾ മൂന്നുപേർ മാത്രമായിരുന്നു. ഇളംതലമുറക്കാരിൽ വിറയൽ ബാധിക്കാതിരുന്ന മറ്റുള്ളവർ രക്ഷിതാക്കൾക്കു നല്കാൻ പച്ചമരുന്നുകൾ തേടി കാട്ടിനുള്ളിലേക്കു പാഞ്ഞു.

പക്ഷേ, ഞങ്ങൾ ചിന്തിച്ചത് അവരുടെ താല്ക്കാലികമായ രക്ഷയെപ്പറ്റിയല്ല. നിത്യമായ മോചനത്തിന് എന്താണ് മാർഗ്ഗം? അങ്ങനെ ചിന്തിക്കുമ്പോഴാണ് രക്ഷപ്പെടാൻ അവർ ഞങ്ങളോടാവശ്യപ്പെട്ടത്.

തെരുവുവിളക്കുകൾ കത്തുന്ന നഗരത്തിൽ ഞങ്ങളെത്തിച്ചേർന്നതിന്റെ പശ്ചാത്തലമിതായിരുന്നു. നഗരം പടുത്തുയർത്തപ്പെടുന്നതേയുണ്ടായിരുന്നുള്ളു. റോഡുകളും, ഉദ്യാനങ്ങളും, തടാകങ്ങളും എല്ലാം അടുക്കോടും ചിട്ടയോടും ക്രമീകരിച്ചുകൊണ്ടുള്ള നഗരത്തിന്റെ ആസൂത്രണ വൈദഗ്ദ്ധ്യം കണ്ടപ്പോൾ ഞങ്ങൾ കണ്ണുമിഴിച്ചു നിന്നുപോയി. കണ്ണുനിറയെ ഞങ്ങളുടെ ഗ്രാമത്തിന്റെ ചിത്രമായിരുന്നു. നഗരത്തിന്റെ പുത്തൻവീഥികളിൽ അലഞ്ഞു നടന്നപ്പോൾ വിശപ്പും ദാഹവും ഞങ്ങളെ ഏശിയില്ല. ശാന്തമായി ഒഴുകുന്ന നദിയും, നദിയുടെ തീരത്തെ ഞങ്ങളുടെ ഗ്രാമവും, ഗ്രാമത്തിന്റെ കേന്ദ്രസ്ഥാനമായ കോട്ടയും എല്ലാം നിമിഷനേരം കൊണ്ട് പുതിയ മുഖം നേടിയെടുത്തു എന്ന് ഞങ്ങൾക്കു തോന്നി.

ഒരു നഗരവാസിയോട് ഞങ്ങൾ ചോദിച്ചു:

"ഇത്ര മനോഹരമായി ഈ നഗരം ആസൂത്രണം ചെയ്തതാരാണ്?"

നഗരവാസി പ്രാകൃത ബാലന്മാരായ ഞങ്ങളെ കണ്ണിമയ്ക്കാതെ നോക്കി. ഞങ്ങളുടെ സൗന്ദര്യബോധത്തെപ്പറ്റി അയാൾ സംശയിക്കയാണോ എന്നു തോന്നിച്ചപ്പോൾ നിസ്സാരമായി ഞങ്ങൾ ചിരിച്ചു.

അയാൾ പറഞ്ഞു:

"നഗരാധിപൻ"

നഗരാധിപനെ കണ്ടാൽ ഞങ്ങളുടെ ഗ്രാമത്തെപ്പറ്റി അദ്ദേഹത്തോട് സംസാരിക്കാൻ കഴിഞ്ഞേക്കും എന്ന ചിന്ത ഞങ്ങളെ ആവേശം കൊള്ളിച്ചു. നദീതട സംസ്കാരങ്ങളുടെ പട്ടികയിൽ കോട്ട എന്ന കേന്ദ്രസ്ഥാനമുള്ള ഞങ്ങളുടെ ഗ്രാമത്തിനും സ്ഥാനം ലഭിച്ചേക്കുമെന്ന സ്വപ്നം അവിശ്വസനീയതയോടെയാണെങ്കിലും അംഗീകരിക്കാൻ ഞങ്ങൾ ശ്രമിച്ചു.

നഗരവാസി ഞങ്ങളെ നഗരാധിപന്റെ സവിധത്തിലെത്തിച്ചു.

* * * * *

നഗരാധിപന്റെ വാസസ്ഥലം ഞങ്ങളെ അത്ഭുതപ്പെടുത്തി. അതിർത്തികൾ നിശ്ചയിച്ചിട്ടില്ലാത്ത ഒരു തുണ്ടുഭൂമിയിൽ ഉയർത്തിക്കെട്ടിയ മണ്ണുകൊണ്ടുള്ള തറയിൽ പനയോല കൊണ്ട് മറച്ചിട്ടുള്ള ഒരു ചെറിയ കുടിലായിരുന്നു അത്. നഗരാധിപന് ഞങ്ങളുടെ നിറമായിരുന്നു. അദ്ദേ

ഹത്തിനു ചുറ്റും കറുത്ത നിറമുള്ള മറ്റനേകം പേർ നിരന്ന് ഇരുന്നിരുന്നു. ഒരൊറ്റമുണ്ടുടുത്ത് അവർക്കിടയിലിരിക്കുന്ന നഗരാധിപനെ കണ്ടപ്പോൾ ഞങ്ങളിൽ ആഹ്ലാദം നുരഞ്ഞുപൊന്തി. ഞങ്ങളെക്കണ്ടപ്പോൾ അപരിചതത്വം പുഞ്ചിരിയിലൊതുക്കി അദ്ദേഹം എഴുന്നേറ്റു. അപ്പോൾ ഒറ്റശ്വാസത്തിൽ ഞങ്ങളൊരുമിച്ചു ചോദിച്ചു:

"ഇത്ര മനോഹരമായി ഈ നഗരം പടുത്തുയർത്തിയത് അങ്ങാണോ?"

നഗരാധിപൻ മൃദുവായി ചിരിച്ചു. എന്നിട്ട് തലയാട്ടി. ഞങ്ങളെ അടുത്തിരുത്തി അദ്ദേഹം ചോദിച്ചു.

"നിങ്ങൾ എവിടെനിന്നു വരുന്നു?"

ഞങ്ങളുടെ ഗ്രാമത്തെപ്പറ്റിയും, ലക്ഷ്യത്തെപ്പറ്റിയും, കോട്ടയെപ്പറ്റിയും നഗരാധിപനോട് പറഞ്ഞു. ബാലന്മാരായ ഞങ്ങളുടെ ആവേശം കണ്ടിട്ടാവണം അദ്ദേഹം പറഞ്ഞു:

"എന്നോടൊപ്പം ഇവിടെ താമസിച്ചുകൊള്ളൂ. നഗരത്തിന്റെ പണി പൂർത്തിയാവുന്നതേയുള്ളു. ഇതിനുമുൻപ് ഇവിടം കാട്ടുപ്രദേശമായിരുന്നു. ഒരു വാഴുന്നവരുടെ അധീനത്തിലിരുന്ന ഇവിടം മോചിപ്പിച്ചത് ഞങ്ങളാണ്. ഇവിടെ ഞങ്ങളുയർത്തുന്ന സംസ്കാരം പോലെ ഒന്ന് നിങ്ങൾക്കും കരുപ്പിടിപ്പിക്കാം. ഞങ്ങളോടൊത്ത് നഗരവല്ക്കരണം കണ്ടുകൊള്ളുക."

ഞങ്ങൾ ഉന്മാദംകൊണ്ട് തുള്ളിച്ചാടി. അപ്പോഴേക്കും സന്ധ്യയായിക്കഴിഞ്ഞിരുന്നു. ഒരുകൂട്ടം ആളുകൾ തെരുവുവിളക്കുകൾ പ്രകാശിപ്പിച്ചു തുടങ്ങി. നഗരാധിപന്റെ കുടിലിനുള്ളിലെ ദീപത്തിനു ചുറ്റുമിരുന്നവർ ഒന്നൊന്നായി എഴുന്നേറ്റു. അവർ പറഞ്ഞു.

"ഞങ്ങൾ പോയ് വരട്ടെ."

അദ്ദേഹം തലകുലുക്കി. അവർ കുടിലിന്റെ മൂലയിൽ വെച്ചിരുന്ന സാമാന്യം ഭാരമുള്ള ഭാണ്ഡങ്ങളെടുത്ത് പുറത്തിറങ്ങി.

നഗരം പണിയുവാനുള്ള പുറപ്പാടാണോ? ഞങ്ങൾ സംശയിച്ചു. എല്ലാവരും പൊയ്ക്കഴിഞ്ഞപ്പോൾ നഗരാധിപൻ ഞങ്ങളെ അടുത്തിരുത്തി, ഞങ്ങളുടെ തലയിൽ തടവിക്കൊണ്ട് പറഞ്ഞു.

"അവർ നഗരം പണിയുവാൻവേണ്ടി സ്വരൂപിച്ച ഖജനാവിലേക്ക് മുതൽക്കൂട്ടുവാൻ പോയിരിക്കയാണ്."

അത് ഞങ്ങൾക്ക് പുതിയ അറിവായിരുന്നു. നഗരം പണിയാൻ ഒരു ഖജനാവിന്റെ ആവശ്യകതയെപ്പറ്റി ഞങ്ങൾക്ക് ലേശവും ബോധമുണ്ടായിരുന്നില്ല. ഞങ്ങൾ ചോദിച്ചു.

"എവിടെ നിന്നാണ് പണം ലഭിക്കുക?"

"മുൻപ് ഈ ഗ്രാമത്തിന്റെ അധിപനായിരുന്ന വാഴുന്നവരുടെ കോട്ടയ്ക്കുള്ളിലെ ഖജനാവിൽ നിന്ന്. അവിടെ കണക്കില്ലാത്ത പൊൻനാണയങ്ങളുണ്ട്."

"എങ്ങനെയാണ് കോട്ടയിൽ കടക്കുക?"

നഗരാധിപൻ ഒന്നു സംശയിച്ചു. എന്നിട്ട് പറഞ്ഞു.

"ഒരിക്കൽ നിങ്ങളെക്കൂടി വിടാം. അവസാനത്തെ നാണയംവരെ സ്വന്തമാക്കിയിട്ടേ ഞങ്ങൾ നിർത്തുകയുള്ളൂ."

പൊടുന്നനെ ഞങ്ങൾ വളർന്നു വലുതായെന്നും, ഞങ്ങളാണ് അതു പറയുന്നതെന്നും തോന്നിച്ചു.

നഗരാധിപന്റെ കുടിലിനു പുറത്ത് ഞങ്ങൾ ഒത്തുകൂടി. ഞങ്ങളുടെ ലക്ഷ്യത്തെപ്പറ്റിയും അതിന്റെ സാദ്ധ്യതകളെക്കുറിച്ചും പലവട്ടം ചർച്ച ചെയ്തു. അങ്ങനെ ഞങ്ങൾ വലുതായി. ബാലന്മാരായ ഞങ്ങൾ എന്തിനും പോന്ന യുവാക്കളായി. വളർച്ചയോടൊപ്പം ഞങ്ങളുടെ ചിന്താഗതിക്കും കരുത്ത് ലഭിച്ചു. വാഴുന്നവരുടെ ഖജനാവിന്റെ പിൻബലമില്ലാതെ, കൈയൂക്കുകൊണ്ട് ഗ്രാമത്തെ ഉദ്ധരിക്കാമെന്നുവരെ ഞങ്ങൾ അഹങ്കാരം പൂണ്ടു.

"നഗരത്തിന്റെ ആസൂത്രണവും വികസനരീതികളും വ്യക്തമായി മനസ്സിലാക്കാൻ നിങ്ങൾ മുഴുവൻ സമയവും വിനിയോഗിക്കണം. പക്ഷേ, അതേക്കാളുപരി, ഗ്രാമത്തിലെ ആൾക്കാരെ നിങ്ങളുടെ അണിയിലേക്കു കൊണ്ടുവരിക എന്നതാണ് പ്രധാനം...." മോചനത്തിന്റെ ആദ്യപാഠം ചിന്തിക്കാനായി വിട്ടുതന്നുകൊണ്ട് കുടിലിന്റെ തറയിൽ വിരിച്ചിരുന്ന പായിൽ നഗരാധിപൻ മലർക്കെ കിടന്നു. ഒരു ഗ്രാമത്തിന്റെ മുഴുവൻ മക്കളേയും ഒരേ ചിന്താഗതിയിൽ കൊരുത്ത്, പുതിയ സംസ്കാരവും പുതിയ ആദർശങ്ങളും കരുപ്പിടുപ്പിച്ച ആ വലിയ മനുഷ്യനെ ഞങ്ങൾ കണ്ണുനിറയെ കണ്ടു.

മലഞ്ചരിവുകളിൽ കൊടികൾ നട്ടുപിടിപ്പിച്ച്, ഇളംനാമ്പുകൾ തായ്ത്തടിയിൽ കെട്ടിവെച്ച് സ്വപ്നം കാണുന്ന രക്ഷിതാക്കളാണ് ഞങ്ങളുടെ ലക്ഷ്യത്തിനു മുൻപിലെ ഏറ്റവും ദുർഘടവും വഴങ്ങാത്തതുമായ കണ്ണി എന്ന് ഞങ്ങൾക്ക് തീർച്ചയായിരുന്നു. അവരെ ഒന്നിപ്പിച്ച് മോചനത്തിന്റെ വഴിതെളിക്കുക എന്ന അസാദ്ധ്യമായ ലക്ഷ്യം കടന്നലുകളെപ്പോലെ ഞങ്ങളെ കുത്തി നോവിച്ചുകൊണ്ടിരുന്നു. പക്ഷേ, നേടിയാലല്ലേ പറ്റൂ. അതിനുവേണ്ടിയല്ലേ ഞങ്ങൾ ജന്മമെടുത്തതുതന്നെ....

നഗരാധിപൻ നിദ്രയിൽനിന്നുണരുന്നതും നോക്കി ഞങ്ങളിരുന്നു. അദ്ദേഹത്തിന് ഞങ്ങളുടെ പ്രശ്നം നിസ്സാരമായിരിക്കുമെന്ന് തീർച്ചയുണ്ടായിരുന്നു. ഒരു കുഗ്രാമത്തെ കൊച്ചു നഗരമാക്കി മാറ്റിയ അദ്ദേഹത്തിന് ഞങ്ങളെ സഹായിക്കാൻ കഴിയുമെന്ന് ഞങ്ങൾ വിശ്വസിച്ചു.

വെയിലിന് കാഠിന്യം വിട്ടുതുടങ്ങിയപ്പോഴാണ് നഗരാധിപൻ ഉണർന്നത്. ഞങ്ങൾ അദ്ദേഹത്തിന്റെ കാല്ക്കീഴെ ശിലാവിഗ്രഹങ്ങളെപ്പോലെ ഇരിക്കുകയായിരുന്നു. മെല്ലെ ചിരിച്ചുകൊണ്ട് അദ്ദേഹം ചോദിച്ചു:

"ആളുകളെ എങ്ങനെയാണ് സ്വന്തം അണിയിലേക്ക് ആകർഷിക്കാൻ കഴിയുക എന്ന് ആലോചിച്ചുവോ?"

നിറഞ്ഞുനിന്നിരുന്ന ഞങ്ങളുടെ കണ്ണുകൾ തുളുമ്പി. അതോടൊപ്പം ശക്തമായ ഗദ്ഗദവും കൂടിയായപ്പോൾ ഞങ്ങൾ പരസ്പരം ആശ്ലേഷിക്കുകയും അപരന്റെ തോളിൽ തലചായ്ച് കരച്ചിലടക്കാൻ ശ്രമിക്കുകയും ചെയ്തു.

"വഴുതിപ്പോയേക്കാവുന്ന കാര്യസാദ്ധ്യത്തെച്ചൊല്ലി കണ്ണീരൊഴുക്കുന്നത് വിഡ്ഢിത്തമാണ്. അറിയാമോ?" അദ്ദേഹം ചോദിച്ചു. പക്ഷേ, ഉത്തരം നല്കാൻ ഞങ്ങളശക്തരാണല്ലൊ.

ഒരുനിമിഷത്തെ മൗനത്തിനുശേഷം നഗരാധിപൻ പറഞ്ഞു:

"ആളുകളെ ലക്ഷ്യത്തിനുള്ള കരുക്കളാക്കി മാറ്റുന്നതെങ്ങനെയെന്ന് ഞാൻ പറഞ്ഞുതരാം...."

ഇത് ഞങ്ങളുടെ മനസ്സിൽ ആഹ്ലാദത്തിന്റെ പൂത്തിരി കത്തിച്ചു. ഞങ്ങളറിയാതെ ഞങ്ങൾ ചിരിച്ചു. കൈകൾ കണ്ണീരു തുടച്ചു. സന്തോഷാശ്രുക്കളോടെ ഞങ്ങൾ നഗരാധിപന്റെ വാക്കുകൾക്ക് ചെവി കൊടുത്തു.

"അണിയിലേക്കു കൊണ്ടുവരാൻ ശ്രമിക്കുന്ന ആളിനെ ഒരിക്കലും സംസാരിക്കുവാൻ അനുവദിക്കരുത്. നിങ്ങൾ മാത്രമേ സംസാരിക്കാവൂ. എന്തിന് എന്ന ചോദ്യം ഉന്നയിക്കുവാനുള്ള അവസരവും സാവകാശവും കൊടുക്കരുത്. നിങ്ങൾ എന്താണ് ചെയ്യുവാൻ പോകുന്നതെന്ന് ശ്രവണേന്ദ്രിയത്തെ തകർക്കുമാറ് ഉച്ചത്തിൽ അവരോട് പറയുക. അവരുടെ ഇന്ദ്രിയങ്ങൾ നശിക്കണം. അവരെ ബോധംകെടുംവരെ മദ്യപിപ്പിക്കണം. കാട്ടുതേനിനൊപ്പം കറപ്പുകലർത്തി അവരെ കുടിപ്പിക്കണം. അവരുടെ പ്രജ്ഞ ആകാശത്തിനും ഭൂമിക്കും ഇടയ്ക്ക് തത്തിക്കളിക്കുമ്പോൾ നിങ്ങളുടെ വേദം അവരുടെ ശ്രവണേന്ദ്രിയനാഴിയിലൂടെയും, നാസാരന്ധ്രങ്ങളിലൂടെയും, അന്നനാളത്തിലൂടെയും ഒഴിച്ചുകൊടുക്കണം. അവർ നിങ്ങളുടെ അനുയായികളായിത്തീരും...."

നഗരാധിപന്റെ കാൽതൊട്ടു വന്ദിച്ച്, അദ്ദേഹത്തെ തോളിലേറ്റി നൃത്തം ചവുട്ടി, കൂടാരത്തിനുള്ളിൽ കൊണ്ടിരുത്തി ആവർത്തിച്ചാവർത്തിച്ച് വിട പറഞ്ഞ് ഞങ്ങൾ ഞങ്ങളുടെ ഗ്രാമത്തിലേക്ക് മടങ്ങി.

രണ്ട്

ഗ്രാമത്തിൽ തിരികെ ചെല്ലുമ്പോൾ അവിടെയുള്ളവർക്ക് ഞങ്ങൾ അപരിചിതരായിത്തീർന്നിരുന്നു. എന്നാൽ ബാല്യത്തിന്റെ ഓർമ്മിക്കാൻ കഴിയാത്ത ഒരു ദിനത്തിൽ ഗ്രാമത്തിൽനിന്ന് ഓടിയകന്ന ഞങ്ങൾക്കു അവിടം തികച്ചും പരിചിതമായിരുന്നു. മാറ്റങ്ങളൊന്നുമില്ലാത്ത ഗ്രാമത്തിന്റെ ചലനമറ്റമുഖം ഞങ്ങളെ ബാല്യത്തിലേക്കു മടക്കിക്കൊണ്ടുപോയി.

നദീതീരത്തെ പാറക്കെട്ടുകളുടെ നിഴലിൽ ഞങ്ങൾ സമ്മേളിക്കാറുണ്ടായിരുന്ന സ്ഥലം മുൾപ്പടർപ്പുകൾ മൂടിക്കിടക്കുകയായിരുന്നു. നദിയുടെ തീരങ്ങൾ അങ്ങിങ്ങായി ഇടിഞ്ഞു തകർന്നിരിക്കുന്നു. വളരെ അകലത്തിൽ ഉയർന്നു നില്ക്കുന്ന കോട്ടയുടെ എടുപ്പുകളുടെ പഴയ ഗാംഭീര്യം അതുപോലെയുണ്ടായിരുന്നു.

വിളവെടുപ്പിന്റെ കാലമായിരുന്നു അത്. പലരും ഞങ്ങളുടെ വരവിനെ അവഗണിക്കുവാൻ ഇതു കാരണമായി. ഞങ്ങളുടെ രക്ഷിതാക്ക

ളിൽ ഏറിയ പങ്കും ഇതിനോടകം ഗ്രാമത്തോട് എന്നെന്നേക്കുമായി വിട പറഞ്ഞിരുന്നു. മലമ്പനിയും കാട്ടുമൃഗങ്ങളും പ്രകൃതിക്ഷോഭങ്ങളും അവരെ നിഷ്കരുണം വിഴുങ്ങിക്കളഞ്ഞു. വിളവെടുപ്പു തുടങ്ങിയ കൃഷിസ്ഥലങ്ങളിൽ ഉയർത്തിക്കെട്ടിയ കോലങ്ങൾക്കു താഴെയിരുന്ന് തമ്പേറടിക്കുന്ന വൃദ്ധരിൽ ചിലർ ഞങ്ങളെ തിരിച്ചറിഞ്ഞു. അവരുടെ മുഖങ്ങളിൽ ആഹ്ലാദം തിരതല്ലിയപ്പോൾ ഞങ്ങൾ പറഞ്ഞു.

"അതെ. ഞങ്ങൾ തന്നെ. വർഷങ്ങൾക്കുശേഷം തിരിച്ചെത്തിയിരിക്കുന്നു. ശക്തിയാർജ്ജിച്ചുകൊണ്ട്. കരുത്തു നേടിക്കൊണ്ട്. മോചനത്തിനുവേണ്ട എല്ലാ കരുക്കളും ഞങ്ങൾക്ക് ഹൃദിസ്ഥമാണ്."

അവർ നെറ്റി ചുളിച്ചു നോക്കിയതേയുള്ളു. ഞങ്ങളുടെ ഭാഷ അവർക്കു മനസ്സിലായിട്ടുണ്ടാവില്ല. ഞങ്ങൾ വളർന്നു വലുതായി യുവാക്കളായതും നോക്കി അവർ നിന്നു. പിന്നീട് മറ്റുള്ളവരെ വിളിച്ചു വരുത്തി അവരോടായി പറഞ്ഞു.

"ഇവർ ആരെന്നറിയാമോ?"

അവരിൽ ചിലർ ഞങ്ങളെ അവ്യക്തമായെങ്കിലും ഓർക്കുന്നുണ്ടായിരുന്നു. മലമ്പനി ബാധയേറ്റ് ഞങ്ങളുടെ രക്ഷിതാക്കൾ തുള്ളി വിറച്ച് അബോധാവസ്ഥയിൽ വീഴുമ്പോൾ, പച്ചമരുന്നുകൾക്കായി അവർ കാട്ടിലേക്ക് ഓടിയപ്പോൾ, ഞങ്ങൾ ഗ്രാമത്തിൽനിന്നും രക്ഷപ്പെട്ടത് അവർക്ക് ഓർമ്മിക്കുവാൻ കഴിഞ്ഞു. ഞങ്ങളുടെ പരിഷ്കൃത വേഷങ്ങളിലേക്ക് അവർ സാകൂതം നോക്കി. വേഷവിധാനത്തിലുള്ള പരിഷ്കൃതത്വം ഞങ്ങളെ അവരിൽനിന്ന് അകറ്റുന്നുവെന്ന തോന്നൽ അവരുടെ മുഖത്ത് തെളിഞ്ഞുനിന്നപ്പോൾ അവരുടെ തോളിൽ കൈയിട്ടുകൊണ്ട് ഞങ്ങൾ പറഞ്ഞു.

"വരൂ.... ഞങ്ങൾക്ക് ധാരാളം സംസാരിക്കാനുണ്ട്."

അവർ ഞങ്ങളുടെ പിറകേ വന്നു. നദീതീരത്തെ പാറക്കെട്ടുകളുടെ മറവിലേക്കാണ് ഞങ്ങൾ പോയത്. പാറക്കെട്ടിന്റെ നിഴലിലുള്ള സ്ഥലത്ത് പടർന്നുകിടന്ന മുൾച്ചെടികൾ നിമിഷനേരത്തിനുള്ളിൽ വെട്ടിമാറ്റി അവിടം നിരപ്പാക്കി ഞങ്ങൾ നിലത്തിരുന്നു. ഞങ്ങൾക്കു ചുറ്റുമായി അവർ ഇരിപ്പുറപ്പിച്ചപ്പോൾ ആത്മവിശ്വാസം മുറ്റിനില്ക്കുന്ന സ്വരത്തിൽ ഞങ്ങൾ പറഞ്ഞു:

"നമ്മൾ സോദരങ്ങളാണ്. വർഷങ്ങൾക്കു മുൻപേ ഇവിടെനിന്ന് ഓടിപ്പോയി എന്നൊരു വ്യത്യാസമേയുള്ളു. ഞങ്ങളുടെ മാതാപിതാക്കളും കൂടപ്പിറപ്പുകളും ഇവിടെ ജനിച്ചവരാണ്. അവരിൽ ആരൊക്കെ ജീവിച്ചിരിപ്പുണ്ടെന്നോ, അവർ എവിടെയാണെന്നോ ഞങ്ങൾക്കറിയില്ല. അന്ന് ഞങ്ങൾ രക്ഷപ്പെട്ടതെന്തിനാണെന്നറിയാമോ?"

അവർ കണ്ണിമയ്ക്കാതെ ഞങ്ങളെ നോക്കിയിരുന്നു. അവരെ ഒന്നൊന്നായി പഠിക്കാൻ ശ്രമിക്കയായിരുന്നു ഞങ്ങൾ. അവർ കാഴ്ചയിൽ ഞങ്ങളേക്കാൾ കരുത്തരായിരുന്നു. എന്തിനും കൊള്ളിക്കാവുന്നവർ. ഈ നദീതീരത്ത് ഞങ്ങളുടെ തലമുറയിൽ പിറന്നുവീണവർ. മണ്ണിന്റെ മക്കളുടെ വീരസന്താനങ്ങൾ. അവരിൽ ഞങ്ങൾക്കു പൂർണ്ണവിശ്വാസമുണ്ടായിരുന്നതുകൊണ്ട് പറഞ്ഞു:

"നമ്മുടെ ഗ്രാമത്തിന്റെ രക്ഷയ്ക്കുവേണ്ടിയാണ് അന്ന് ഞങ്ങൾ ഓടിപ്പോയത്. ഗ്രാമത്തിന്റെ കേന്ദ്രമായ കോട്ടയെ രക്ഷിക്കാൻ.... ഞങ്ങളുടെയും നിങ്ങളുടെയും ജീവനെ രക്ഷിക്കാൻ.... നമ്മൾക്ക് സ്വതന്ത്രമായ, സ്വഛമായ വായു ശ്വസിക്കാൻ...."

ഞങ്ങളുടെ വാക്കുകൾ ഗ്രഹിക്കാൻ തക്ക ശേഷി അവർക്കുണ്ടെന്നു തോന്നിയില്ല. ഭക്ത്യാദരവുകളോടെ, ചെവി കൂർപ്പിച്ചുപിടിച്ച് അവർ ഞങ്ങളുടെ വാക്കുകൾ ശ്രദ്ധിക്കുന്നത് ഞങ്ങളിൽ ആവേശമുണർത്തി. ഞങ്ങൾ തുടർന്നു:

"സ്വതന്ത്രമായ വായു ശ്വസിക്കണമെങ്കിൽ, ഗ്രാമത്തെ രക്ഷിക്കണമെങ്കിൽ എന്താണ് ചെയ്യേണ്ടതെന്ന് അറിയാമോ?"

അവർ നിഷേധാർത്ഥത്തിൽ തലകുലുക്കി.

"നമ്മുടെ ഗ്രാമത്തിന്റെ മുഖഛായ മാറ്റണം. ഇവിടെ ഒരു നാഗരിക സംസ്കാരം ഉടലെടുക്കണം. അതിനുവേണ്ടി ഒന്നിച്ചു യത്നിക്കുവാൻ നിങ്ങൾ തയ്യാറാണോ?"

അവരുടെ മുഖത്ത് സംശയം അവശേഷിച്ചിരുന്നു. ഗ്രാമത്തിന്റെ രക്ഷയെപ്പറ്റിയും വികസനത്തെപ്പറ്റിയും വിശദമായി അവർക്കു വിവരിച്ചു കൊടുത്തു. ഓരോന്നും കേട്ടപ്പോൾ അവർ അവിശ്വസനീയതയോടെ ചോദിച്ചുകൊണ്ടിരുന്നു;

"നമ്മൾക്കു ലഭിക്കുമോ ഇതൊക്കെ?"

"ലഭിക്കും. ഒന്നിച്ചു നില്ക്കണമെന്നു മാത്രം. യജ്ഞത്തിന്റെ തുടക്കം മുതൽ പൂർത്തിയാകുന്നതുവരെ. രക്തം ചൊരിയേണ്ടി വന്നാൽ അതിനും തയ്യാറാവണം. മുന്നേറ്റത്തിൽ ഒരുവൻ കാലിടറി വീണാൽ പിൻകാൽ കൊണ്ട് തള്ളിയകറ്റി മുന്നേറണം...."

എന്തിനും തയ്യാറെന്ന് അവർ ഒറ്റ സ്വരത്തിൽ പ്രഖ്യാപിച്ചു. പ്രത്യാശയോടെ അവർ ഞങ്ങളുടെ മുഖത്തുനോക്കി.

"നിങ്ങളുടെ കൃഷിഭൂമികൾ ആരുടേയാണെന്നറിയാമോ?" ഞങ്ങൾ ചോദിച്ചു.

"വാഴുന്നവരുടെ."

"അല്ല. നമ്മെ അങ്ങനെ പഠിപ്പിച്ചത് വാഴുന്നവർ തന്നെയാണ്. നിങ്ങൾ വിളയിച്ചെടുക്കുന്ന ധാന്യങ്ങൾ എവിടേക്കാണ് പോകുന്നതെന്നറിയാമോ?"

"വാഴുന്നവർക്ക്...."

"അല്ല." ഞങ്ങൾ പറഞ്ഞത് അവരെ ഞെട്ടിച്ചു. ഞെട്ടൽ അവസാനിക്കുന്നതിനു മുൻപ് ഞങ്ങൾ പറഞ്ഞു.

"നിങ്ങൾ വെട്ടിത്തെളിച്ചെടുത്ത കൃഷിഭൂമികളിൽ, നിങ്ങൾ വിയർപ്പുതൂകി വിളയിച്ചെടുത്ത ധാന്യങ്ങൾ തുച്ഛമായ വിലയ്ക്ക് നിങ്ങളിൽ നിന്നു വാങ്ങി അന്യനാടുകളിൽ വില്ക്കുകയാണ് വാഴുന്നവർ ചെയ്യുന്നത്. പൊൻനാണയങ്ങൾ പകരം വാങ്ങി ഖജനാവ് നിറയ്ക്കുകയാണ് അയാളുടെ ഏറ്റവും വലിയ വിനോദം."

അതൊരു പൊട്ടിത്തെറിക്കലായിരുന്നു. ക്രൂരത നിഴലിക്കുന്ന നോട്ടങ്ങളുമായി അവർ പരസ്പരം ചീറിയപ്പോൾ ഞങ്ങൾ പറഞ്ഞു.

"നമ്മുടെ ധാന്യങ്ങൾ കൊടുത്ത് വാഴുന്നവർ വാങ്ങിയ സ്വർണ്ണനാണയങ്ങൾകൊണ്ടു വേണം നമ്മൾക്ക് നമ്മുടെ നഗരം പണിതുയർത്തുവാൻ...."

അവർ പരിക്ഷീണരായിത്തീർന്നിരുന്നു. തങ്ങളുടെ അദ്ധ്വാനഫലത്തെപ്പറ്റി അവർ ആദ്യമായി ചിന്തിക്കുകയാണെന്നു തോന്നിച്ചു. ലോഹക്കട്ടികളായി രൂപഭേദം പ്രാപിച്ച് വാഴുന്നവരുടെ ഖജനാവിലിരിക്കുന്ന ധാന്യശേഖരത്തെപ്പറ്റി നഷ്ടബോധത്തോടെ ഓർത്തപ്പോൾ അവർ ക്ഷുഭിതരായി.

"ഞങ്ങളെന്താണ് ചെയ്യേണ്ടത്?"

പക്ഷേ, അതിനപ്പുറം കടക്കുവാൻ ഞങ്ങൾ തയ്യാറായിരുന്നില്ല. അനുഭവങ്ങളേറെയില്ലാത്ത അവരോട് അതിനപ്പുറം പറയുന്നത് അപകടകരമാണ്. ആദ്യത്തെ കാൽവെയ്പ് വമ്പിച്ച വിജയമായിത്തീർന്നതിൽ ഞങ്ങൾ സന്തുഷ്ടരായിരുന്നു. ഗ്രാമത്തിലെ യുവതലമുറ എന്തിനും തയ്യാറായിരിക്കുന്നു.....

* * * * *

ഞങ്ങൾ ഒരു യജ്ഞശാല പണിതുയർത്തി. നദീതീരത്തെ പാറക്കെട്ടിനു സമീപമായിരുന്നു അത്. നാലുതൂണിന്മേൽ കെട്ടിനിർത്തിയ മോന്തായം പനയോലകൊണ്ടു മറച്ച് അതിനു കീഴിലിരുന്ന് ഞങ്ങൾ വിജയത്തെക്കുറിച്ചും, പിന്നീട് ലഭിക്കുന്ന സൗഭാഗ്യങ്ങളെക്കുറിച്ചും ഏറെ ചിന്തിച്ചു. ഒരു കാരണവശാലും രക്ഷിതാക്കളോട് യജ്ഞശാലയെക്കുറിച്ചോ ഞങ്ങളുടെ ലക്ഷ്യത്തെപ്പറ്റിയോ ഒരക്ഷരം ഉരിയാടരുതെന്ന് അനുയായികളെ വിലക്കിയിരുന്നു. അപ്പോൾ യുവാക്കൾ അവരുടെ വീടുകളിൽ പോകാതെയായി. പകൽ സമയങ്ങളിൽ അവർ കൃഷിസ്ഥലങ്ങളിൽ അദ്ധ്വാനിച്ചു. പിന്നീട് യജ്ഞശാലയിലെത്തി അവിടെ അന്തിയുറങ്ങുക സ്വഭാവമാക്കി മാറ്റുകയും ചെയ്തു അവർ.

മുതിർന്ന തലമുറയ്ക്ക് ഇതിന്റെ പിന്നിലെ രഹസ്യം മനസ്സിലായിരുന്നില്ല. ഇതിന്റെ പേരിൽ കൃഷിസ്ഥലത്തുവെച്ച് രക്ഷിതാക്കളും അവരുടെ പുത്രന്മാരും തമ്മിൽ ശണ്ഠകൂടി. വീട്ടുകാര്യങ്ങളും സ്വന്തക്കാരുടെ പ്രശ്നങ്ങളും അവഗണിച്ചുകൊണ്ട് സമയം പോകാനായി യജ്ഞശാലയിലേക്ക് എന്തിനാണ് പോകുന്നതെന്ന് ആവർത്തിച്ചു ചോദിച്ചിട്ടും യുവാക്കൾ രഹസ്യം പുറത്തുവിട്ടില്ല. അങ്ങനെ വാക്കുതർക്കങ്ങളിൽ പകലുകൾ എരിഞ്ഞടങ്ങി.

ഞങ്ങളുടെ ലക്ഷ്യവും ഏറക്കുറെ അതുതന്നെയായിരുന്നു. തലമുറകൾ തമ്മിലുള്ള ഏറ്റുമുട്ടൽ അനിവാര്യമാണെന്നും അതിൽ വിജയം നേടേണ്ടതുണ്ടെന്നും തുടക്കത്തിലേ ഞങ്ങൾ മനസ്സിലാക്കിയിരുന്നുവല്ലോ. ലക്ഷ്യപ്രാപ്തിക്ക് മുതിർന്ന തലമുറയെ കൂടെ കൂട്ടാനാവില്ലെന്ന സത്യം നിഷേധിച്ചിട്ടു കാര്യമില്ല. പണ്ട്, ഓർമ്മവെച്ചനാൾ, അവർ വിളയിച്ച ധാന്യത്തിന്റെ ഏറിയ പങ്കും സ്വന്തമാക്കിക്കൂടേ എന്ന് ചോദിച്ചപ്പോൾ മുളങ്കമ്പുകൾകൊണ്ട് കിട്ടിയിട്ടുള്ള അടിയുടെ തരിപ്പ് ഇപ്പോഴും

ഞങ്ങളുടെ തുടകളിലുണ്ട്. അദ്ധ്വാനിച്ചും അനുഭവിച്ചും മടുത്ത അവരുടെ ബുദ്ധി വാഴുന്നവരുടെ കോട്ടയിലെ തടങ്കൽപാളയത്തിൽ ബന്ധിതമാണ് എന്നറിയാവുന്നതുകൊണ്ടു തന്നെയാണ് അവരെ യജ്ഞശാലയിലേക്ക് കടത്താഞ്ഞത്.

പോയ തലമുറ ചിന്തിയ രക്തത്തെക്കുറിച്ച് ഓർക്കുമ്പോൾ ചൂടുപിടിക്കുന്ന ചോര യുവാക്കളുടെ സിരകളിലാണെന്നതു ഞങ്ങളെ പഠിപ്പിച്ചത് നഗരാധിപനായിരുന്നു. ഞങ്ങളുടെ ഗ്രാമത്തിലെ യുവാക്കളുടെ സിരകളുടെ ചൂടളക്കുവാൻ ഞങ്ങൾക്ക് കഴിയുകയും ചെയ്തു. കോട്ട എന്ന ഗ്രാമത്തിലേക്കും ലക്ഷ്യത്തിന്റെ വിത്തുകൾ എത്തിക്കണമെന്ന് ഞങ്ങളാഗ്രഹിച്ചു. യജ്ഞശാലയിൽ അതിനുവേണ്ട തയ്യാറെടുപ്പുകൾ നടന്നു. വിവിധ തരത്തിലുള്ള ആയുധ പ്രയോഗമുറകൾ കരുത്തരായ യുവാക്കളെ അഭ്യസിപ്പിച്ചു. ഒരു വിസ്ഫോടനത്തിന്റെ വക്കിലെത്തിയതുപോലെ അസ്വസ്ഥരായിരുന്നു അവർ. പ്രവർത്തിക്കുവാൻ അവസരം കിട്ടിയില്ലെന്നത് അവരിൽ നിരാശ പടർത്തി.

എവിടെയോ എന്തിന്റെയോ കുറവുണ്ടെന്ന് ചിലർ അഭിപ്രായപ്പെട്ടു. മടിച്ചാണെങ്കിലും അവരിലൊരാൾ പറഞ്ഞു.

“കുരുതിയോടെ തുടങ്ങാഞ്ഞിട്ടാ....”

മാമൂലുകളിലുള്ള വിശ്വാസം നശിച്ചിട്ടില്ലാത്ത പലരും അയാളെ അനുകൂലിച്ചു. എന്തിന് ഞങ്ങൾപോലും തുടക്കത്തിൽ അതേപ്പറ്റി ചിന്തിച്ചിരുന്നുവല്ലോ. പക്ഷേ, ഗ്രാമത്തിലെ മനുഷ്യന്റെ മോചനത്തിനുവേണ്ടി പടുത്തുയർത്തിയ യജ്ഞശാലയിൽ അവന്റെതന്നെ ചോര വീഴ്ത്തുന്നതിൽ ഞങ്ങൾ മൂവരും വിശ്വസിച്ചിരുന്നില്ല. അവരുടെ വിശ്വാസത്തെ സാധൂകരിക്കാൻ വിസമ്മതിച്ചതുകാരണം ചെറിയതോതിലുള്ള അഭിപ്രായഭിന്നതയുണ്ടായി. പക്ഷേ, ഞങ്ങൾ ശബ്ദമുയർത്തി പറഞ്ഞു.

“മോചനമാണ് നമ്മുടെ ലക്ഷ്യം, മരണമല്ല. കുരുതിയില്ലാതെ ആരംഭിച്ച യജ്ഞം വിജയംവരെ തുടരും. ഞങ്ങളും നിങ്ങളും തകർന്നടിഞ്ഞാലും നമ്മൾക്കു പുറമേ നൂറായിരംപേർ വരും. അവർ ലക്ഷ്യം പൂർത്തിയാക്കും.”

അവർ നിശ്ശബ്ദരായി. കോട്ടയിലേക്കു പുറപ്പെടാൻ ഞങ്ങൾ തയ്യാറെടുത്തു. പക്ഷേ, ഞങ്ങളെ നിഷ്ക്രിയരാക്കാൻ പോന്ന ആ വാർത്ത അറിഞ്ഞത് അപ്പോഴാണ്. ഒരർത്ഥത്തിൽ ഞങ്ങളെ അതു സംഭീതരാക്കുകയും ചെയ്തു.

ഞങ്ങളുടെ സംഘംചേരലിനെപ്പറ്റിയും നീക്കങ്ങളെപ്പറ്റിയും വാഴുന്നവർക്ക് അറിവു ലഭിച്ചിരിക്കുന്നു. എന്തും നേരിടാൻ തയ്യാറായിരുന്ന ഞങ്ങളെ ആ വാർത്ത അടിമുടി തളർത്തി. മുളയിലേ നുള്ളിയെടുക്കപ്പെട്ട ഞങ്ങളുടെ സ്വപ്നത്തിന്റെ ഗതിയോർത്ത് ഞങ്ങൾ ഗദ്ഗദപരവശരായി. പക്ഷേ, നഗരാധിപന്റെ മുൻപിൽ നിസ്സഹായതയോടെ പൊട്ടിക്കരഞ്ഞ രംഗത്തിന്റെ ഒരാവർത്തനം യജ്ഞശാലയിൽ ഉണ്ടാകാൻ പാടില്ലല്ലോ. സ്വയം കരുത്തുനേടാൻ ഞങ്ങൾ ശ്രമിച്ചു.

അതിനോടകം ഗ്രാമമാകെ വിവരം കാട്ടുതീപോലെ പടർന്നു പിടിച്ചിരുന്നു. മുതിർന്ന തലമുറയിൽപെട്ടവർ ഞങ്ങളുടെ യജ്ഞശാലയ്ക്ക്

തീകൊളുത്തുമെന്ന് അട്ടഹസിച്ചു, പ്രായപൂർത്തിയെത്തിയിട്ടില്ലാത്തവർ പേടിച്ചരണ്ടു. എന്തൊക്കെയോ അനിഷ്ടമായത് സംഭവിക്കുകയാണെന്നു കരുതിയ സ്ത്രീജനങ്ങൾ അലമുറയിട്ടു കരഞ്ഞു.

യജ്ഞശാലയ്ക്കു പുറത്തെത്തി എന്താണ് ഞങ്ങളുടെ ഉദ്ദേശ്യമെന്ന് അവർ അലറിവിളിച്ചു ചോദിച്ചു. ആഭ്യന്തരകലാപം സൃഷ്ടിച്ച് അതിൽനിന്ന് മുതലെടുപ്പുനടത്തുവാനുള്ള ഒരടവാണ് യജ്ഞശാലയ്ക്കുള്ളിൽ അരങ്ങേറിയിട്ടുള്ളതെന്ന് അവർ പ്രഖ്യാപിച്ചു. യുവജനങ്ങളെ ഞങ്ങളിൽനിന്ന് വീണ്ടെടുക്കാമെന്നുള്ള ധാരണയിലാണവർ അത് പറഞ്ഞത്. പക്ഷേ, ഞങ്ങൾക്ക് ശക്തിയായി ഗ്രാമത്തിലെ പുത്തൻതലമുറ യജ്ഞശാലയ്ക്കു മുൻപിൽ പ്രതിജ്ഞയുടേതായ ഒരു കോട്ട പണിതുയർത്തി. അവർ ഒരേ ശബ്ദത്തിൽ മുതിർന്നവർക്ക് മറുപടി നല്കി:

"ഗ്രാമത്തിന്റെ രക്ഷയാണ് ഞങ്ങളുടെ ലക്ഷ്യം."

മുതിർന്നവർ പരിഹാസച്ചുവയോടെ ഉറക്കെ ചിരിച്ചുകൊണ്ടു ചോദിച്ചു:

"ഇപ്പോൾ ഗ്രാമം മുങ്ങുകയാണോ?"

"അതെ. നമ്മുടെ മോചനംകൊണ്ടേ രക്ഷിക്കാൻ കഴിയൂ...."

"മോചനമോ? എന്തു മോചനം?"

"ഫലശൂന്യമായ അദ്ധ്വാനത്തിൽനിന്നുള്ള മോചനം. ചൂഷണത്തിൽനിന്നും തടങ്കലിൽനിന്നുമുള്ള മോചനം! ചങ്ങലകൾ അറുത്തെറിഞ്ഞ് സ്വതന്ത്രവായു ശ്വസിക്കുന്നതിലൂടെയുള്ള മോചനം!"

തുളുമ്പിയ ആഹ്ലാദം ഞങ്ങളെ ഉന്മാദാവസ്ഥയിലെത്തിച്ചു. അവർ എത്ര കൃത്യമായി ലക്ഷ്യം ഹൃദിസ്ഥമാക്കിയിരിക്കുന്നു. പ്രഹരങ്ങൾക്ക് മറുപടി നല്കാൻ തക്ക കരുത്ത് അവർ നേടിയിരിക്കുന്നു. മുതിർന്നവരുടെ ഇടയിലെ അട്ടഹാസം നിലച്ചു. അവർ ഓരോരുത്തരായി പിരിഞ്ഞുപോയി. പുത്തൻ തലമുറയുടെ, തങ്ങൾക്കു ദഹിക്കാത്ത ചിന്താധാരകളെ അവർക്കായി വിട്ടുകൊടുത്തുകൊണ്ട് മുതിർന്നവർ പരസ്പരം പറഞ്ഞു:

"കാലം മാറുകയാണ്. പിടിച്ചുകെട്ടാൻ തക്ക കരുത്ത് നമ്മൾക്ക് നഷ്ടപ്പെട്ടിരിക്കുന്നു."

യജ്ഞശാലയിൽ പൂർവ്വാധികം ഉണർവ്വും ആവേശവും അനുഭവപ്പെട്ടു. കോട്ടയിലേക്ക് പുത്തൻ ലക്ഷ്യത്തിന്റെ പ്രചാരകരെ അയക്കുന്ന കാര്യത്തെപ്പറ്റിയായിരുന്നു ഞങ്ങൾക്ക് അടിയന്തരമായി ആലോചിക്കേണ്ടിയിരുന്നത്. യജ്ഞശാലയിൽ കർമ്മോത്സുകരായി ഇരിപ്പുറപ്പിച്ചിരുന്നവരോട് ഞങ്ങൾ പറഞ്ഞു:

"നമ്മുടെ ലക്ഷ്യപ്രാപ്തിക്കുള്ള പ്രവർത്തനത്തിന്റെ ആദ്യഘട്ടം നാളെ ആരംഭിക്കുകയാണ്. കോട്ടയിലെ ജനങ്ങളെ നമ്മുടെ ചേരിയിലേക്ക് വരുത്തുന്നതോടൊപ്പം അത്യന്തം ഗൗരവമായ മറ്റൊരു കാര്യം ചെയ്യേണ്ടതുണ്ട്. നഗരത്തിന്റെ പണിക്ക് അദ്ധ്വാനഭാരം കൂടാതെ പണം ഉണ്ടാക്കുക എന്നതാണത്. അതിനായി ഒരു പ്രത്യേക പദ്ധതിയാണ് ആസൂത്രണം ചെയ്തിട്ടുള്ളത്. അതിന്റെ നടത്തിപ്പിലേക്ക് കുറേപ്പേർ സ്വയം അർപ്പിക്കാൻ തയ്യാറാവണം."

യജ്ഞശാലയിലുണ്ടായിരുന്നവർ മുഴുവനും അതിനു തയ്യാറായിരുന്നു. അപ്പോഴാണ് ഗ്രാമവാസികൾക്കാകെ അപരിചിതനായ ഒരുവൻ യജ്ഞശാലയിലേക്കു വന്നത്. അയാൾ തൊഴുതുകൊണ്ട് സ്വയം പരിചയപ്പെടുത്തി:

"വാഴുന്നവരുടെ ദൂതനാണ്!"

ആരുടേയും നാവു ചലിച്ചില്ല. യജ്ഞശാലയ്ക്കു ചുറ്റും ഇളം കാറ്റിലാടിക്കൊണ്ടിരുന്ന മരച്ചില്ലകളുടെ ചലനമറ്റു. സമതലഭൂമിയിൽ കിളി ചിലച്ചില്ല. ശ്മശാനമൂകതയായിരുന്നു യജ്ഞശാലയിൽ. മരവിച്ചിരുന്നുപോയ ഞങ്ങളുടെ മുഖങ്ങളിൽ മാറിമാറി നോക്കിക്കൊണ്ട് ദൂതൻ പറഞ്ഞു:

"വാഴുന്നവരുടെ ഉത്തരവനുസരിച്ചാണ് വന്നത്."

ദൂതൻ ഒരു എഴുത്തോല ഞങ്ങളെ ഏല്പിച്ചു. ഞങ്ങൾ അതുവായിച്ചു. വിശദമായ ഒരു കുറിപ്പായിരുന്നു അത്. സൗമ്യമായ സ്വരത്തിലുള്ള ഒരു ക്ഷണം. ഞങ്ങളുമായി സംസാരിക്കാൻ വാഴുന്നവർ ആഗ്രഹിക്കുന്നുവത്രെ. ഞങ്ങൾ കൈകോർത്തുപിടിച്ച് യജ്ഞശാലയ്ക്കു പുറത്തുകടന്നു. ഒഴിഞ്ഞ കോണിൽ പോയിരുന്ന് വാഴുന്നവരുടെ എഴുത്തോലയെപ്പറ്റി ചർച്ച ചെയ്തു.

ഒരു കെണിയായിരിക്കുമോ ഇത്? ഞങ്ങളുടെ ലക്ഷ്യം വാഴുന്നവരുടെ പതനമാണെന്നത് അയാൾ മനസ്സിലാക്കിയിരിക്കുമോ? അതിനു മുൻപേ ഞങ്ങളെ നശിപ്പിക്കുവാൻവേണ്ടി സൗമ്യസ്വരത്തിൽ അയാൾ ക്ഷണിക്കുകയായിരിക്കുമോ? എന്തായിരുന്നാലും വാഴുന്നവരുടെ ക്ഷണം സ്വീകരിക്കുവാൻ ഞങ്ങൾ തീരുമാനിച്ചു. ദൂതനെ വിവരം അറിയിച്ചു. അയാൾ തൊഴുതുപിൻവാങ്ങി അപ്രത്യക്ഷനായി. അപ്പോൾ ജീവച്ഛവങ്ങളെപ്പോലെ ഇരിക്കുന്ന ഞങ്ങളുടെ യുവാക്കളെ കണ്ടു. അതിഭയങ്കരമായ എന്തിനെപ്പറ്റിയോ അവർ ദുഃസ്വപ്നം കാണുകയായിരുന്നു എന്നതുപോലെ തോന്നിച്ചു. അവർ കണ്ണിമയ്ക്കാതെ ഞങ്ങളെ നോക്കിയപ്പോൾ ഞങ്ങൾ പറഞ്ഞു.

"വാഴുന്നവർ ഞങ്ങൾ മൂവരേയും കോട്ടയിലേക്ക് ക്ഷണിച്ചിരിക്കുന്നു."

അവരുടെ ഞെട്ടൽ വിറയലായി മാറി. അവർ പതറിയ സ്വരത്തിൽ ചോദിച്ചു:

"വാഴുന്നവർ?"

"അതെ." തീരെ നിസ്സാരമായി ഞങ്ങൾ മറുപടി കൊടുത്തപ്പോൾ അവർ ആശ്വാസം കൊള്ളുന്നതായി തോന്നിച്ചു. നിലച്ചുപോയ അവരുടെ ശ്വാസോച്ഛ്വാസ പ്രക്രിയ പുനരാരംഭിച്ചു.

"വാഴുന്നവർക്ക് ഞങ്ങളോട് സംസാരിക്കാനുള്ളത് നാട്ടിന്റെ പുരോഗതിയെപ്പറ്റിയാണ്. നാളുകളായി അദ്ദേഹം അതെപ്പറ്റി ആലോചിക്കുകയായിരുന്നത്രെ. കോട്ടയെയും പരിസരപ്രദേശങ്ങളെയും നമ്മളാഗ്രഹിച്ചതുപോലെ ഒരു നഗരമായി വളർത്തിയെടുക്കാൻ അദ്ദേഹത്തിന് ആഗ്രഹമുണ്ടെന്ന്. അതേപ്പറ്റി ഞങ്ങളോട് സംസാരിക്കാൻ അദ്ദേഹം ആഗ്രഹിക്കുന്നു...."

വാഴുന്നവരുടെ കത്തിലെ ഉള്ളടക്കം ഞങ്ങൾ വിശദീകരിച്ചുകൊടുത്തു.

എന്നിട്ടും അവരുടെ മുഖങ്ങൾ പ്രസന്നഭാവം കൈക്കൊണ്ടില്ല. പതർച്ചയോടെ ഒരാൾ ചോദിച്ചു.

"അതൊരു കെണിയായിക്കൂടെ?"

"ആണെങ്കിൽ?"

"എങ്കിൽ നമ്മുടെ ലക്ഷ്യം?" അവരെ കർമ്മോത്സുകരാക്കാൻ പറ്റിയ സന്ദർഭമായിരുന്നു അത്.

"ഒരു കെണിയിലൊതുക്കി വാഴുന്നവർ ഞങ്ങളെ നശിപ്പിച്ചാൽ, കരുത്തും ആവേശവും കൈമുതലുള്ള നിങ്ങൾ അവശേഷിക്കുന്നില്ലേ? കോട്ടമതിൽ ഇടിച്ചുനിരത്തുവാൻ നിങ്ങൾക്കാവില്ലേ....?"

"എന്നാലും."

"ഇല്ല. ഞങ്ങൾ നാളെ വാഴുന്നവരുടെ കോട്ടയിലേക്കു പോകും. ഒരു കാര്യത്തിനു മാത്രം നിങ്ങളെ അനുവദിക്കാം. ഞങ്ങളോടൊപ്പം കോട്ടയുടെ അടുത്തുവരെ നിങ്ങൾക്കു വരാം. ആയുധം എടുത്തുകൊണ്ടാവാം. പക്ഷേ, കോട്ടയുടെ വാതിലിനപ്പുറം ആരും കടക്കരുത്. ഞങ്ങൾ വാഴുന്നവരോട് സംസാരിക്കും. വൈകുന്നേരംവരെ ഞങ്ങളെ കണ്ടില്ലെങ്കിൽ നിങ്ങൾക്ക് ആയുധം പ്രയോഗിക്കാം. കോട്ടയുടെ അടിത്തറയിളക്കി നിങ്ങൾ കോട്ടയ്ക്കുള്ളിൽ പ്രവേശിക്കണം. വാഴുന്നവരുടെ നെഞ്ചിൽ കത്തിയൂന്നി ഞങ്ങളെവിടെ എന്ന് നിങ്ങൾക്കു ചോദിക്കാം...."

യജ്ഞശാലയിൽ അട്ടഹാസമുയർന്നു. പ്രവർത്തിക്കാനുള്ള സന്ദർഭം ലഭിക്കുകയാണെന്നറിഞ്ഞപ്പോൾ അവർ സ്വയം മറന്ന് നൃത്തം ചെയ്തു.

മൂന്ന്

ചിന്തിക്കാനോ പ്രവർത്തിക്കാനോ കഴിവില്ലാത്ത ഒരവസ്ഥയിലേക്ക് ഞങ്ങളെ വലിച്ചെറിയുകയായിരുന്നു വാഴുന്നവരുടെ ഉദ്ദേശ്യം എന്നു തോന്നിപ്പിക്കുന്ന തരത്തിലായിരുന്നു കോട്ടയ്ക്കുള്ളിലെ സ്വീകരണം. കോട്ടവാതിൽവരെ ഗ്രാമത്തിലെ യുവാക്കൾ ഞങ്ങളെ പിന്തുടർന്നു വന്നിരുന്നു. ഞങ്ങൾ കോട്ടയ്ക്കുള്ളിലേക്കു കയറുമ്പോൾ അവർ നെടുവീർപ്പിട്ടു. അവർക്ക് ധൈര്യം നല്കിക്കൊണ്ട് ഞങ്ങൾ അവരുടെ ചെവിയിൽ മന്ത്രിച്ചു.

"ഇന്ന് നമ്മുടെ വിജയദിനമാണ്."

"വാഴുന്നവരെ-?" അവർ അതിൽ ഗൂഢാർത്ഥം കണ്ടെത്തി.

"ഒരിക്കലുമില്ല. നമ്മുടെ ഗ്രാമത്തിന്റെ രക്ഷയും ഉന്നതിയുമാണ് വാഴുന്നവരുടെ ലക്ഷ്യമെങ്കിൽ പിന്നെ എന്തിനാണ് ഒരു രക്തച്ചൊരിച്ചിൽ?"

അവർ ആകാംക്ഷാഭരിതരായി നില്ക്കെ ഞങ്ങൾ കോട്ടയ്ക്കുള്ളിൽ കടന്നു. ഞങ്ങൾക്കു പിറകിൽ കോട്ടവാതിൽ അടഞ്ഞു.

കോട്ടയുടെ ഉൾഭാഗം കണ്ടപ്പോൾ ഞങ്ങൾ മിഴിച്ചുപോയി. നഗരാ

ധിപന്റെ സൗന്ദര്യബോധത്തോട് കിടപിടിക്കുന്ന സജ്ജീകരണങ്ങളായിരുന്നു വാഴുന്നവർ കോട്ടയ്ക്കുള്ളിൽ രൂപപ്പെടുത്തിയിരുന്നത്. കോട്ടയുടെ കനത്ത ഭിത്തിയോടു ചേർന്ന് കിടങ്ങുകൾ കുഴിച്ചിരുന്നു. കിടങ്ങുകളിൽ ആറടി താഴ്ചയിൽ കെട്ടിനിർത്തിയിരിക്കുന്ന വെള്ളത്തിൽ ആകാശത്തേക്കു നോക്കി വാ പൊളിച്ചു കിടക്കുന്ന മുതലകൾ. ഇരുവശവും കൂർത്ത കമ്പികൾ കുത്തിനിർത്തിയിരുന്നതു കണ്ടപ്പോൾ നഗരാധിപൻ പറഞ്ഞു തന്ന അറബിക്കഥകളിലെ കൊട്ടാരങ്ങളുടെയും കോട്ടകളുടെയും കഥകളാണ് ഓർമ്മ വന്നത്.

വാഴുന്നവരുടെ കോവിലകം കോട്ടയുടെ മദ്ധ്യത്തിലായി സ്ഥിതി ചെയ്യുന്നു. കോവിലകത്തിന്റെ താഴികക്കുടം പോലെയുള്ള എടുപ്പിന്റെ മദ്ധ്യഭാഗത്തുനിന്ന് സ്വർണ്ണ അലുക്കിട്ട വലിയ ഒരു നാട കോട്ട വാതില്ക്കലേക്കു വലിച്ചുകെട്ടിയിരുന്നു. അതു പ്രതിഫലിപ്പിച്ച സൂര്യകിരണങ്ങൾ നൂറായിരം മഴവില്ലുകളായി കോട്ടമതിലുകളെ അലങ്കരിച്ചു. കോവിലകത്തിനു ചുറ്റും മനോഹരമായ ഉദ്യാനവും ഉദ്യാനത്തിൽ ചെടികൾ നനയ്ക്കുന്ന കന്യകമാരും ഉണ്ടായിരുന്നു. ഞങ്ങളെ കോവിലകത്തേക്കു നയിച്ചത് കസവു നേര്യതണിഞ്ഞ ഒരു മദ്ധ്യവയസ്കനായിരുന്നു. നെറ്റിയിൽ ചന്ദനക്കൂട്ടണിഞ്ഞ്, ചെവിയിൽ തുളസിക്കതിരുകൾ ചൂടിയ അയാൾ വാഴുന്നവരുടെ കാര്യസ്ഥനായിരിക്കുമെന്ന് ഞങ്ങൾ ഊഹിച്ചു.

രണ്ടു മേഖലകളായി തിരിച്ചിരുന്ന കോവിലകത്തിന്റെ വിശാലമായ പൂമുഖത്ത് കാൽത്താങ്ങികളുള്ള ചാരുകസേരയിൽ അതാ വാഴുന്നവർ ഇരിക്കുന്നു. വെളുത്ത നിറവും ചുവന്ന ചുണ്ടുകളും ഉള്ള വാഴുന്നവർ എന്ന ഞങ്ങളുടെ ആജീവനാന്ത ശത്രു! ഞങ്ങളെ കണ്ടപ്പോൾ വാഴുന്നവർ എഴുന്നേറ്റ് പൂമുഖത്തിന്റെ പടികൾ ഇറങ്ങിയെത്തി. ചെടികൾ നനയ്ക്കുന്ന അർദ്ധനഗ്നരായ കന്യകമാർ ഞങ്ങളെ ഒളികണ്ണിട്ടു നോക്കി.

വാഴുന്നവർ അടുത്തെത്തിയപ്പോൾ ഒരുതരം അപകർഷതാബോധം ഞങ്ങളെ കീഴടക്കുകയാണെന്നു തോന്നിച്ചു. ആജാനുബാഹുവായ വാഴുന്നവർ ഞങ്ങൾക്കു മുൻപിൽ പർവ്വതത്തിന്റെ ഗാംഭീര്യത്തോടെ നിന്നു. ആ രൂപത്തിന് വല്ലാത്ത ആകർഷണശക്തിയുണ്ടായിരുന്നു. അത് ഞങ്ങളിൽ ചിന്താപരമായ ശൂന്യത സൃഷ്ടിച്ചു. ഞങ്ങൾക്ക് ലക്ഷ്യത്തെക്കുറിച്ചും, എന്തിനാണ് കോട്ടയിൽ എത്തിയതെന്നതിനെക്കുറിച്ചും, അപ്പോഴത്തെ അവസ്ഥയെക്കുറിച്ചും ചിന്തിക്കുന്നതിന് അവസരം നിഷേധിക്കപ്പെട്ടു. വാഴുന്നവരുടെ നോട്ടത്തിലടങ്ങിയിരിക്കുന്ന ഭാവമെന്തെന്നറിയാൻ ഞങ്ങൾക്ക് വെമ്പലുണ്ടായിരുന്നു.

അവജ്ഞയാണ് വാഴുന്നവരുടെ മുഖത്തെങ്കിൽ ആക്രമിക്കപ്പെട്ടിരിക്കുന്നു എന്നു തീർച്ചയാക്കാമായിരുന്നു. വിദഗ്ദ്ധമായൊരുക്കിയ കെണിയിൽ വീഴ്ത്തി പത്തി തച്ചുടച്ചുവെന്ന അഹന്തയോടെ വാഴുന്നവർക്ക് അട്ടഹസിക്കാമായിരുന്നു. പക്ഷേ, വാഴുന്നവരുടെ മുഖത്തു തെളിഞ്ഞുനിന്ന സൗഹൃദഭാവം ഞങ്ങളുടെ ചിന്ത അസ്ഥാനത്താണെന്നു തെളിയിച്ചു. തികഞ്ഞ സൗഹൃദത്തോടെ വാഴുന്നവർ പറഞ്ഞു.

"നിങ്ങളുടെ അടുത്തേക്കു വന്നു സംസാരിക്കണമെന്നാണ് കരുതിയത്. പക്ഷേ, ചിന്തിക്കാനും തീരുമാനങ്ങളെടുക്കാനും പറ്റിയ സ്ഥലം ഇതാണെന്നുള്ളതുകൊണ്ടാണ് ഇങ്ങോട്ട് ക്ഷണിച്ചത്. ക്ഷണം സ്വീകരിച്ചതിനും എത്തിയതിനും നന്ദി."

ഞങ്ങളാകെ പതറിപ്പോയിരുന്നു. എന്ത് മറുപടിയാണ് നല്കേണ്ടതെന്നറിയാതെ കൊച്ചുകുട്ടികളെപ്പോലെ ഞങ്ങൾ അന്യോന്യം പകച്ചു നോക്കി. വാഴുന്നവരുടെ പതിഞ്ഞ സ്വരത്തിലുള്ള, സൗമ്യമായ സംസാരം ഞങ്ങളെ വല്ലാത്ത കുഴപ്പത്തിൽ ചാടിച്ചു. കോട്ടയിലേക്ക് ഞങ്ങളെ ക്ഷണിച്ചത് ചിന്തിക്കാനും തീരുമാനങ്ങളെടുക്കാനും ആണെന്ന പ്രസ്താവനയിലേക്ക് ഇറങ്ങിച്ചെല്ലുവാനുള്ള കഴിവ് ഞങ്ങൾക്ക് നഷ്ടപ്പെട്ടിരിക്കുന്നുവെന്ന് തോന്നി.

എന്തിനെപ്പറ്റിയാവും വാഴുന്നവർക്ക് ഞങ്ങളോട് സംസാരിക്കാനുണ്ടാവുക? എന്തു തീരുമാനങ്ങളാവും വാഴുന്നവർ കൈക്കൊള്ളുക? ഞങ്ങളിൽ നിന്നകന്ന് വിശിഷ്ടമായ രൂപം പ്രാപിച്ച് വാഴുന്നവർ ഞങ്ങളിൽ അത്ഭുതം സൃഷ്ടിച്ചതുപോലെ ഈ ചോദ്യങ്ങളും ഞങ്ങൾക്കു മുൻപിൽ വമ്പൻ ആകാരം പൂണ്ട് നിലകൊണ്ടു.

"അകത്തേക്കു കടന്നിരിക്കാം."

പൂമുഖത്തിന്റെ പടികൾ ചവുട്ടിക്കൊണ്ട് വാഴുന്നവർ പറഞ്ഞു. വാഴുന്നവരുടെ കൈതാങ്ങിയുള്ള ചാരുകസേരയ്ക്കു മുൻപിലായി മൂന്നു തടുക്കുകൾ ഇട്ടിരുന്നു.

അപ്പോഴും ശക്തമായ ആശയക്കുഴപ്പത്തിന്റെ ചുഴിയിൽ ഞങ്ങൾ വലിച്ചെറിയപ്പെട്ടു. ഇരിക്കുവാനുള്ള വാഴുന്നവരുടെ ക്ഷണം സ്വീകരിക്കണമോ എന്ന് ഞങ്ങൾക്കു ചിന്തിക്കേണ്ടിവന്നു. പാവനവും ലക്ഷ്യബോധത്തിൽ ശുദ്ധിയുമുള്ള ഒരു പ്രസ്ഥാനത്തിന്റെ മുന്നണിപ്പോരാളികളെന്ന നിലയിലാണ് ഞങ്ങൾ കോട്ടയിൽ വന്നിട്ടുള്ളതെങ്കിലും, അദൃശ്യവും കരുത്തുറ്റതും സത്യവുമായ ഒരു മതിൽ ഞങ്ങൾക്കും വാഴുന്നവർക്കും ഇടയിലുണ്ടെന്നുള്ള സംഗതി ഞങ്ങളെ പുനർവിചിന്തനത്തിന് വിധേയരാക്കി.

കോട്ടയുടെയും പരിസര പ്രദേശങ്ങളുടെയും ഭരണാധിപനാണ് അദ്ദേഹം. വെളുത്ത നിറവും ചെങ്കോലും കിരീടവും ഉള്ള ഭരണാധികാരി! കറുത്തവരായ തങ്ങളുടെ പൂർവ്വികർ അടിമത്തം കാഴ്ചദ്രവ്യമായി അർപ്പിച്ച് ഭക്ത്യാദരവുകളോടെ തൊഴുതു പിൻവാങ്ങുന്ന ന്യായക്രമം സൃഷ്ടിച്ച കോട്ടയുടെ അധിപൻ! അദ്ദേഹത്തിന്റെ വാസസ്ഥലത്താണ് ഞങ്ങൾ അതിഥികളായി എത്തിയിട്ടുള്ളത്. അദ്ദേഹം വീണ്ടും പറഞ്ഞു.

"വരൂ. കയറി ഇരിക്കൂ...."

നിഷേധാർത്ഥത്തിൽ ഞങ്ങൾ തലകുലുക്കി. വാഴുന്നവർ എന്ന വ്യക്തിയെ പഠിക്കുവാനായിരുന്നു ഞങ്ങളുടെ ശ്രമം. ഞങ്ങളുടെ കണക്കുകൂട്ടലുകളെ ആകെ തെറ്റിച്ച ഈ മനുഷ്യൻ ഞങ്ങളിൽ, ഞങ്ങളുടെ പ്രതികാരത്തിനെതിരായ കൊടുങ്കാറ്റു സൃഷ്ടിക്കുവാൻ കഴിവുള്ള ആളാണെന്ന് ഞങ്ങൾ മനസ്സിലാക്കി. ആശയങ്ങൾക്കും വ്യക്തിത്വത്തിനും

തമ്മിൽ പൊരുത്തക്കേട് ഉണ്ടാകാം എന്നത് സംഗതമായി തോന്നി. നൂറ്റാണ്ടുകളായി തുടർന്നുവന്ന അടിമത്തത്തിന് തുടർച്ച നല്കി എന്നതിൽ കവിഞ്ഞ മറ്റെന്തെങ്കിലും തെറ്റ് ഈ വാഴുന്നവരിൽ ഉണ്ടോ എന്നത് ചിന്തിക്കേണ്ട വിഷയമായി തോന്നിച്ചു. അടിമകളായി വേലയെടുത്ത് ധാന്യവും തേനും ശേഖരിച്ചെടുത്ത് കോട്ടവാതില്ക്കൽ കാഴ്ചവെക്കാൻ ഞങ്ങളുടെ പൂർവ്വികർ തയ്യാറായിരുന്നതുകൊണ്ടു മാത്രമല്ലേ ആ കണ്ണി ശക്തി പ്രാപിച്ച് തുടർന്നുപോയത്? അതിനെതിരായി ചിന്തിക്കാൻ ഞങ്ങളുടെ വർഗ്ഗത്തിലാർക്കും കഴിഞ്ഞില്ലെന്നത് വാഴുന്നവരിൽ ചാർത്താവുന്ന കുറ്റമാണോ?

ഈ ചിന്തകളാണ് പൂമുഖത്തേക്കു കയറുന്നതിൽനിന്ന് ഞങ്ങളെ തടഞ്ഞത്. പക്ഷേ, ലക്ഷ്യബോധമുള്ളവരുടെ മുൻപിൽ തടസ്സമായി നില്ക്കുന്ന ഇത്തരം ദൗർബല്യങ്ങൾ തച്ചുടക്കേണ്ടതാണെന്ന് മനസ്സ് മന്ത്രിച്ചു. ഒരുതരം ആവേശത്താലെന്നപോലെ ഞങ്ങൾ പൂമുഖത്തിന്റെ പടികൾ കയറി. വാഴുന്നവരുടെ ചാരുകസേരയ്ക്കു മുൻപിലായി ഇട്ടിരിക്കുന്ന തടുക്കുകളിൽ ചമ്രംപടിഞ്ഞിരിക്കുമ്പോൾ പടിക്കെട്ടുകൾക്കു താഴെ ഓച്ഛാനിച്ചു നില്ക്കുന്ന കാര്യസ്ഥന്റെ അസഹിഷ്ണുത നിറഞ്ഞ മുഖം ഞങ്ങൾ കണ്ടു.

വാഴുന്നവർ തുടങ്ങി:

"കോട്ടയും കോട്ടയുടെ അധീനത്തിലുള്ള പ്രദേശങ്ങളും ഉൾപ്പെടുത്തി ബൃഹത്തായ ഒരു വികസനപദ്ധതി ആസൂത്രണം ചെയ്യുന്നതിനെപ്പറ്റി പലനാളായി ഞാനാലോചിക്കുകയായിരുന്നു. എനിക്കും എന്റെ മുൻഗാമികൾക്കും ഇവിടം ഭരിക്കുവാൻ മാത്രമേ കഴിഞ്ഞുള്ളൂ എന്ന സത്യം ഞാൻ മറച്ചുവെക്കുന്നില്ല. നിങ്ങളുടെ വിളനിലങ്ങളുടെ ഫലം കോട്ടയ്ക്കുള്ളിലെ ധാന്യപ്പുരയിൽ കുമിഞ്ഞുകൂടി കോട്ടയുടെ സമ്പദ് വ്യവസ്ഥയ്ക്ക് ശക്തമായ അടിത്തറയിട്ടുവെന്നതും സത്യമാണ്...."

ഒന്നു നിർത്തിയിട്ട് വാഴുന്നവർ ഞങ്ങളെ നോക്കി. കുറ്റസമ്മതം പോലെയുള്ള വാഴുന്നവരുടെ വാക്കുകൾ ഞങ്ങളെ തകർത്തുകളഞ്ഞു. ഞങ്ങളുടെ പ്രതിനിധിയായി ഞങ്ങൾക്കുവേണ്ടി വാദിക്കുന്ന, കറുത്തു മെല്ലിച്ച ദൃഢപേശികളുള്ള ഒരു മനുഷ്യനെ വാഴുന്നവരിൽ കണ്ടു. അദ്ദേഹം തുടർന്നു:

"എന്റെ പൂർവ്വികരിൽനിന്ന് വ്യത്യസ്തമായി കോട്ടയുടെയും ചുറ്റുപാടിന്റെയും വികസനത്തെക്കുറിച്ചും നാഗരികതയെക്കുറിച്ചും ഞാൻ സ്വപ്നം കാണുന്നു. ഒരു നാഗരിക സംസ്കാരം പടുത്തുയർത്തത്തക്ക ബുദ്ധിപരവും സാമ്പത്തികവുമായ നില എനിക്കില്ല.... കോട്ടയുടെ ഖജനാവ് പണ്ടെന്നത്തേക്കാളും ശൂന്യമാണ്. ഖജനാവിലേക്ക് കൂടുതൽ വരവ് ഉണ്ടാക്കുവാനുള്ള മാർഗ്ഗങ്ങളെപ്പറ്റി നമ്മൾക്ക് ചിന്തിക്കേണ്ടിയിരിക്കുന്നു. അതിനു ശേഷമാവണം പുതിയ സംസ്കാരത്തിന് അടിത്തറയിടേണ്ടത്...."

വാഴുന്നവർ നിർത്തി. അത്ഭുതവും അവിശ്വസനീയതയും ഒരുപോലെ സൃഷ്ടിച്ച വാഴുന്നവരുടെ വാക്കുകൾ ഞങ്ങളെ ചിന്താക്കുഴപ്പ

ത്തിന്റെ നൂലാമാലയിൽ വീണ്ടും കുരുക്കിയതേയുള്ളു. കോട്ടയുടെയും മറ്റും വികസനത്തെക്കാൾ ഖജനാവ് നിറയ്ക്കുന്നതിനാണ് വാഴുന്നവർ പ്രാധാന്യം നല്കിയിരിക്കുന്നത്. ഓരോ വിളവെടുപ്പിനുശേഷവും പെരുകേണ്ട ഖജനാവ് ശുഷ്കമായിത്തീർന്നിരിക്കുന്നുവെന്ന് പറഞ്ഞത് വിശ്വസിക്കാനാവില്ല. കോട്ടയുടെ കവാടത്തിൽ വെച്ച് തുച്ഛമായ, ന്യായരഹിതമായ വിലയ്ക്കുവാങ്ങുന്ന ഞങ്ങളുടെ ധാന്യവിളകൾ ദൂര ദിക്കുകളിൽ വിറ്റ് പൊൻനാണയങ്ങൾ ശേഖരിച്ച് ഖജനാവിന്റെ ഭദ്രത കൂടുതൽ വർദ്ധിപ്പിക്കുകയാണെന്ന സത്യം നിഷേധിക്കുവാൻ വാഴുന്നവർ തുനിഞ്ഞതിന്റെ പിന്നിലെ രഹസ്യമെന്താവും? കോട്ടയ്ക്കുള്ളിലെ വെളുത്ത മനുഷ്യരുടെ ദൈനംദിന ജീവിതത്തിന്റെ വർദ്ധിച്ച ചെലവുകളെപ്പറ്റി പരോക്ഷമായി സൂചിപ്പിക്കുകയാണോ? നഗ്ന കന്യകകൾക്ക് അവരുടെ അവയവഭംഗി കാത്തുസൂക്ഷിക്കുന്ന തരത്തിലുള്ള മികച്ച ഭക്ഷണം നല്കേണ്ടതുണ്ടായിരിക്കാം. എങ്കിലും ഖജനാവിന്റെ ശൂന്യതയ്ക്ക് അമിത പ്രാധാന്യം നല്കിയത് എന്തൊക്കെയോ ആലോചിച്ചുകൊണ്ടാണെന്നതു തീർച്ച.

വാഴുന്നവർ തുടർന്നു.

"എന്റെ മനസ്സിലുള്ള ആശയം ഇതാണ്. നമ്മുടെ അയൽ നാടുകളുമായി ആദ്യം ബന്ധം സ്ഥാപിക്കുക. മലകൾക്ക് കിഴക്കുള്ള ഗ്രാമത്തിന് അവകാശികളോ ഭരണാധികാരികളോ ആയി ആരുമില്ല. തെക്കും വടക്കും ഉള്ള ഗ്രാമങ്ങളുടെ സ്ഥിതിയും അതുതന്നെ. അവർ ഇഷ്ടംപോലെ വിഭവങ്ങൾ കൈകാര്യം ചെയ്യുന്നു. ഏറിയ പങ്ക് വിഭവങ്ങളും ഉപയോഗശൂന്യമായി നഷ്ടപ്പെടുകയാണ്. കിഴക്കൻ ഗ്രാമത്തിന് മറ്റൊരു പ്രത്യേകത കൂടിയുണ്ട്. അവിടുത്തെ പാറയിടുക്കുകളിൽ വിലമതിക്കാനാവാത്തത്ര രത്നശേഖരമുണ്ട്. ഈ മൂന്നു ഗ്രാമങ്ങളേയും കോട്ടയുടെ അധീനത്തിൽ കൊണ്ടുവരാൻ കഴിയുമെങ്കിൽ നമ്മുടെ സ്വപ്നം യാഥാർത്ഥ്യമാകും."

ഞങ്ങൾക്ക് പുതിയ അറിവായിരുന്നു. കോട്ടയുടെ കിഴക്കുഭാഗം ഘോരവനങ്ങൾ നിറഞ്ഞതാണ്. വനത്തിനപ്പുറമുള്ള ഗ്രാമം ഞങ്ങൾക്കജ്ഞാതമായിരുന്നു. അവിടെ രത്നഖനനം നടക്കുന്നുവെന്ന് വാഴുന്നവർ എങ്ങനെ അറിഞ്ഞു? മൂന്നു ഗ്രാമങ്ങളേയുംകൂടി ഉൾപ്പെടുത്തി അവിടെനിന്നുള്ള വരവുകൂടി ഖജനാവിലേക്കു മുതൽക്കൂട്ടാനുള്ള അടവാണ് വാഴുന്നവർക്കുള്ളതെന്ന് ഞങ്ങൾ സംശയിച്ചു. കറുത്തവരുടെ ബുദ്ധിക്ക് വിവേചന ശക്തിയില്ലെന്ന് ധരിച്ചതുകൊണ്ടാവണം രാജ്യസ്നേഹപരമായ ഒരു പ്രസ്ഥാനത്തിനെന്ന വ്യാജേന സ്വന്തം ഖജനാവിന് വലിപ്പം വർദ്ധിപ്പിക്കുവാൻ വാഴുന്നവർ ശ്രമിക്കുന്നത്.

"ഈ മൂന്ന് ഗ്രാമങ്ങളിലേക്കും നിങ്ങൾ പോകണം. മൂന്നു കൂട്ടരേയും നമ്മോടൊപ്പം ചേർക്കണം. നിങ്ങളുടെ സംഘടനാശേഷിയെപ്പറ്റി എനിക്കു മതിപ്പാണ്. നിങ്ങളുടെ ഗ്രാമത്തിന്റെ വികസനം മാത്രമല്ലേ നിങ്ങൾ സ്വപ്നം കണ്ടത്? അതിനുവേണ്ടിയല്ലേ നിങ്ങൾ ചേരി ഉണ്ടാക്കിയത്? എന്നാൽ കുറേക്കൂടി വിശാലമനസ്സോടെ ചിന്തിച്ച് ഈ ഗ്രാമങ്ങളുടെ ഒട്ടാകെയുള്ള വികസനത്തിന് നിങ്ങൾക്കു ശ്രമിച്ചുകൂടെ?"

വാഴുന്നവരുടെ വാക്കുകൾ ഞങ്ങളിൽ ഞെട്ടലുണ്ടാക്കി. ഞങ്ങളുടെ നീക്കം വാഴുന്നവർ സസൂക്ഷ്മം മനസ്സിലാക്കിയിരിക്കുന്നു. വാഴുന്നവർക്കെതിരെയാണ് ഞങ്ങൾ സംഘടിച്ചതെന്നറിഞ്ഞിട്ടും കൂട്ടായ ഒരു പ്രവർത്തനത്തിൽ ഞങ്ങളെക്കൂടി പങ്കെടുപ്പിക്കാൻ തീരുമാനിച്ചതിന്റെ കാരണമെന്തായിരിക്കും? അതേപ്പറ്റി ചിന്തിക്കുവാൻ വാഴുന്നവർ ഞങ്ങൾക്ക് സാവകാശം തന്നില്ല.

"മൂന്നു ഗ്രാമങ്ങളുടേയും നിലപാട് എന്തെന്നറിയുക വളരെ പ്രധാനപ്പെട്ട കാര്യമാണ്. കോട്ടയ്ക്കനുകൂലമായി അഭിപ്രായം സൃഷ്ടിക്കണം എന്നു പറയാൻ എളുപ്പമാണെന്നറിയാം. പ്രവർത്തിക്കുവാൻ നിങ്ങൾക്കേ കഴിയൂ എന്നെനിക്കു ബോദ്ധ്യമുണ്ട്. നിങ്ങൾ ഗ്രാമങ്ങളിലേക്കു പോകണം."

ഒരാജ്ഞയുടെ സ്വരം വാഴുന്നവരുടെ വാക്കുകളിലുണ്ടായിരുന്നത് ഞങ്ങളെ അലോസരപ്പെടുത്തി. ആജ്ഞയിലൂടെ ഞങ്ങളുടെ മേൽ ആധിപത്യം ഉറപ്പിക്കാനുള്ള ഒരടവാണതെന്നു തോന്നിച്ചു. അജ്ഞാതമായ മൂന്നു ഗ്രാമങ്ങളിലും ചെന്ന് നഗരവല്ക്കരണത്തിന്റെ വക്താക്കളായി മാറുവാൻ ഞങ്ങളെ പ്രേരിപ്പിക്കുന്നതിൽ വാഴുന്നവർക്കുള്ള താല്പര്യം തീർത്തും സാമ്പത്തിക ലക്ഷ്യമാണെന്നത് അദ്ദേഹത്തിന്റെ വാക്കുകളിൽനിന്ന് വ്യക്തമായിരുന്നു. വാഴുന്നവരുടെ ഭാവനയിലുള്ള നഗരവല്ക്കരണം എന്ന ആശയം ഒരു തട്ടിപ്പായിരിക്കുകയില്ല എന്നതിന് ഉറപ്പു കാണാൻ ഞങ്ങൾക്കു കഴിഞ്ഞില്ല. അല്ലെങ്കിലും ഗ്രാമങ്ങളെ കോട്ടയുടെ അധീനത്തിലാക്കുവാൻ ശ്രമിക്കുന്നത് ആകാശത്തിന്റെ അറ്റങ്ങളെ കോട്ടയുടെ കിഴക്കും പടിഞ്ഞാറും ബന്ധിപ്പിക്കുന്നതിന് തുല്യമായിരിക്കുമെന്ന് ഞങ്ങൾക്കറിയാമായിരുന്നു.

എങ്കിലും അതിപ്രധാനമായ ഒരാശയം ഞങ്ങളിൽ രൂപംകൊണ്ടു. വാഴുന്നവരുടെ ലക്ഷ്യം ഖജനാവ് വീർപ്പിക്കലാണെന്നത് തീർച്ചയാണ്. വിലപേശലിലൂടെ ഒരു സമാന്തര ഖജനാവിന് അടിസ്ഥാനമിട്ടാൽ വാഴുന്നവരുടെ പദ്ധതി നടക്കുകയില്ലെങ്കിൽകൂടി ഞങ്ങളുടെ ലക്ഷ്യപ്രാപ്തിക്ക് അത് സഹായകമായിത്തീരുമെന്ന് ഞങ്ങൾ കണ്ടെത്തി. ഞങ്ങളുടെ ചിന്ത പരിപൂർണ്ണമാവണമെങ്കിൽ പരസ്പരം കൈകോർത്തുപിടിച്ച് ഒരൊഴിഞ്ഞ കോണിലിരുന്ന് ആലോചിക്കേണ്ടതുണ്ട്. വാഴുന്നവരോട് ഏതാനും നിമിഷത്തെ അനുവാദം ഞങ്ങൾ ചോദിച്ചു.

ചിരിച്ചുകൊണ്ട് വാഴുന്നവർ പറഞ്ഞു:

"ഇതേപ്പറ്റി കൂടുതലൊന്നും ആലോചിക്കാനില്ല. കോട്ടയ്ക്കും എനിക്കും അനുകൂലമായ അഭിപ്രായം സൃഷ്ടിക്കണമെന്ന ആവശ്യം വേണമെങ്കിൽ പിൻവലിക്കാം. നിങ്ങളുടെ ഗ്രാമത്തിന്റെ സിരയായ കോട്ടയുടേയും എന്റേയും പരമാധികാരമുള്ള പ്രതിനിധികൾ എന്ന നിലയിൽ നിങ്ങൾ പോയാൽ മതി. എന്തു തീരുമാനവും കൈക്കൊള്ളാനുള്ള സ്വാതന്ത്ര്യം നിങ്ങൾക്കുണ്ടായിരിക്കും. പുതിയ നഗര സംവിധാനത്തെപ്പറ്റി വിശദമായി സംസാരിക്കണമെന്നുമില്ല. ഒരു സ്വർഗ്ഗീയ ദാനമെന്നോണം പിന്നീട് അതവർക്ക് നല്കാം. പക്ഷേ, ആ ഗ്രാമങ്ങളിലെ വിഭവശേഷിയും, അവരുടെ സമ്പാദ്യങ്ങളും എന്തെന്ന് നിങ്ങൾ അറിയണം."

വീണ്ടും ഗഹനമായ ഒരു പ്രശ്നമാണ് ഞങ്ങളുടെ മുൻപിലേക്ക് വാഴുന്നവർ എറിഞ്ഞത്. ഞങ്ങളല്ലാതെ മറ്റാരും വാഴുന്നവരുടെ പ്രതിനിധികളായി പോകാനില്ലാത്തതിന്റെ കാരണം? വെളുത്ത നിറമുള്ള ആജ്ഞാവാഹകരും നടത്തിപ്പുകാരും വാഴുന്നവർക്ക് വേണ്ടുവോളമുണ്ടല്ലോ. ഗ്രാമങ്ങളിലെ കറുത്ത വർഗ്ഗക്കാർക്കിടയിലേക്ക് വെളുത്തവരെ വിടാൻ കഴിയില്ല എന്നതാവണം കാരണം. വാഴുന്നവരുടെ ബുദ്ധി നിസ്സാര കാര്യങ്ങളിൽപ്പോലും സൂക്ഷ്മമായി പതിയുന്നതിന് ഉദാഹരണമാണ് ഞങ്ങളുടെ തെരഞ്ഞെടുപ്പെന്ന് വ്യക്തമായി.

ഈ അവസരം മുതലെടുക്കപ്പെടേണ്ടതാണ്. ഞങ്ങളുടെ പദ്ധതിക്കുള്ള ഖജനാവിന് തുടക്കമിടാൻ കഴിയത്തക്കവിധം ഒരു വിലപേശൽ നടത്താൻ ഞങ്ങൾ തീരുമാനിച്ചു. അതേക്കുറിച്ച് ആലോചിക്കാൻ വാഴുന്നവരുടെ അനുവാദത്തിനായി കാത്തുനില്ക്കാതെ പൂമുഖത്തിന്റെ പടികളിറങ്ങി പൂന്തോട്ടത്തിലെ പടർന്നു പന്തലിച്ചു കിടക്കുന്ന കിളിമരത്തിന്റെ ചുവട്ടിലേക്കുപോയി. കിളിമരത്തിന്റെ ശാഖകളെ പൊതിഞ്ഞുകിടക്കുന്ന പിച്ചിത്തണ്ടുകൾ. അതിനു താഴെനിന്ന് കൈകൾ പിണച്ചുവെച്ച് ഞങ്ങൾ ആലോചന നടത്തി.

വാഴുന്നവരുമായി യാത്രയെ സംബന്ധിച്ച് വിലപേശൽ നടത്തുവാൻ തന്നെ ഒടുവിൽ ഞങ്ങൾ തീരുമാനിച്ചു. ഞങ്ങൾ പൂമുഖത്തേക്കു കയറിച്ചെന്നു. വാഴുന്നവരുടെ മുഖത്ത് പ്രതീക്ഷ നിറഞ്ഞുനിന്നിരുന്നു. ഞങ്ങളുടെ തീരുമാനം വാഴുന്നവരെ അറിയിച്ചു.

"മൂന്ന് ഗ്രാമങ്ങളിലേക്കും പോകാൻ ഞങ്ങൾ തയ്യാറാണ്. അവരുടെ സംസ്കാരത്തെപ്പറ്റി ഞങ്ങൾ മനസ്സിലാക്കാം. അവരുടെ വിഭവങ്ങളുടെ പട്ടിക തയ്യാറാക്കാം. അവരുടെ ജീവിതരീതി സൂക്ഷ്മമായി പഠിക്കാം. അവരുടെ സമ്പാദ്യത്തിന്റെ തോതെത്രയെന്ന് രഹസ്യമായി അറിയാം. അവരുടെ ദൗർബല്യങ്ങളും സന്തോഷവും ദുഃഖവും എല്ലാം വ്യക്തമായി മനസ്സിലാക്കാം. ഏത് അന്തരീക്ഷം സൃഷ്ടിച്ചാണ് അവരെ മയക്കിയെടുക്കേണ്ടതെന്നു മനസ്സിലാക്കി അതുപോലെ പ്രവർത്തിക്കാം. പക്ഷേ, ഒരു വ്യവസ്ഥയുടെ പേരിലേ അതിനു തയ്യാറുള്ളൂ...."

വാഴുന്നവർ ഞങ്ങളുടെ പ്രസ്താവനയിൽ അത്ഭുതം പൂണ്ടു. അമ്പരപ്പോടെ അദ്ദേഹം ഞങ്ങളെ നോക്കി. ഒരു വ്യവസ്ഥയുടെ ആവശ്യമേ ഇക്കാര്യത്തിലില്ല എന്ന ഭാവമായിരുന്നു ആ മുഖത്ത്. പക്ഷേ, ഞൊടിയിടയ്ക്കുള്ളിൽ പ്രസന്നത വരുത്തിക്കൊണ്ട് വാഴുന്നവർ ചോദിച്ചു.

"എന്തു വ്യവസ്ഥയാണ് ഉദ്ദേശിക്കുന്നത്?"

"ഇവിടുത്തെ ആവശ്യത്തിനായി ഗ്രാമങ്ങളിൽ ചെലവഴിക്കുന്ന ഓരോ ദിവസത്തിനും ഓരോരുത്തർക്കും പത്തു സ്വർണ്ണ നാണയം വീതം പ്രതിഫലം നല്കണം."

വാഴുന്നവർ ഒന്നു ഞെട്ടി. തീരെ പ്രതീക്ഷിച്ചിരിക്കാത്ത വ്യവസ്ഥയാണ് മുന്നോട്ടുവെക്കുന്നതെന്ന് ഞങ്ങൾക്കും അറിയാമായിരുന്നു. വാഴുന്നവർ അതു സമ്മതിച്ചാൽതന്നെ ഞങ്ങൾക്കു നേരിടേണ്ടിവരുന്ന ദുർഘടകങ്ങൾക്ക് പ്രതിഫലമെന്നവണ്ണം അതു തികയുമായിരുന്നില്ല. പക്ഷേ, വാഴുന്നവരുടെ ഖജനാവിന്റെ ചോർച്ച ഞങ്ങളുടെ ലക്ഷ്യങ്ങളിലൊന്നായിരുന്നതു കാരണം നനഞ്ഞ ഭൂമി കുഴിക്കുക മാത്രമാണ് ചെയ്തത്.

വാഴുന്നവർ കാര്യസ്ഥന്റെ മുഖത്തേക്കു നോക്കി അയാളുടെ മുഖത്ത് നിഴലിച്ചിരുന്ന അസഹിഷ്ണുതയ്ക്ക് നിമിഷം കഴിയുന്തോറും കാഠിന്യം ഏറുകയായിരുന്നു. ഞങ്ങളെ ക്ഷണിച്ചതും പൂമുഖത്തിരുത്തിയതും, ഒരു പക്ഷേ, വമ്പിച്ച ഒരു തകർച്ചയ്ക്ക് ഹേതുവായി മാറിയേക്കാവുന്ന ജോലി ഞങ്ങളെ ഏല്പിച്ചതും അയാൾക്ക് തീരെ പിടിച്ചിരുന്നില്ല. അയാളുടെ സാന്നിദ്ധ്യത്തെ ഞങ്ങൾ അംഗീകരിച്ചില്ലെന്നതിന്റെ അസ്വാസ്ഥ്യം അയാളെ വല്ലാതെ മഥിച്ചിരുന്നു.

കാര്യസ്ഥന്റെ മുഖത്തു തറച്ചുനിർത്തിയിരുന്ന നോട്ടം പിൻവലിച്ച് വാഴുന്നവർ ഏതാനും നിമിഷം കണ്ണടച്ചിരുന്നു. പിന്നീട് ഞങ്ങളെ നോക്കിയിട്ടു പറഞ്ഞു:

"ഒരാൾക്ക് പത്തു പൊൻ നാണയം എന്ന വ്യവസ്ഥ അംഗീകരിക്കാൻ ബുദ്ധിമുട്ടുണ്ട്. ഖജനാവിന്റെ സ്ഥിതി നേരത്തെ തന്നെ നിങ്ങളെ അറിയിച്ചതാണ്. മാത്രമല്ല മൂന്ന് ഗ്രാമങ്ങളിലും പോയിവരാൻ എത്ര ദിവസം വേണ്ടിവരുമെന്നാണ് വിചാരം? അത്രയും ദിവസത്തേക്ക് മുപ്പതു പൊൻ നാണയം വീതം ചിലവിടാൻ തക്കശേഷി കോട്ടയ്ക്കില്ല."

വാഴുന്നവരുടെ വാക്കുകളിൽ ലേശമെങ്കിലും ആത്മാർത്ഥതയുണ്ടെന്ന് തോന്നിച്ചില്ല. ഒരു വിലപേശലാണ് വാഴുന്നവർ ഉദ്ദേശിക്കുന്നതെന്നു വ്യക്തമായിരുന്നു. പത്തിനു പകരം ഏഴോ എട്ടോ ആണെങ്കിൽ അംഗീകരിക്കാൻ സാദ്ധ്യതയുണ്ട്. അങ്ങനെയൊരു അയവു കാണിക്കണമോ എന്നതായിരുന്നു പ്രശ്നം. അത് മനഃശാസ്ത്രപരമായ പതനത്തിലേക്ക് വഴിതെളിക്കുമോ എന്ന് ഞങ്ങൾ ഭയപ്പെട്ടു. എങ്കിലും വാഴുന്നവരുടെ പൊൻ നാണയങ്ങൾ ഞങ്ങളുടെ ലക്ഷ്യമായിരുന്നതിനാൽ ചെറിയൊരു അനുരഞ്ജനത്തിന് ഞങ്ങൾ തയ്യാറായി.

"ഒരു വിട്ടുവീഴ്ചയ്ക്ക് തയ്യാറാകണമെന്നാണോ ഉദ്ദേശിക്കുന്നത്?" ഞങ്ങൾ ചോദിച്ചു.

"അതെ. വളരെ ഗൗരവമുള്ള കാര്യമാണ് നിങ്ങൾ ഏല്ക്കുന്നതെന്ന് എനിക്കറിയാം. ഖജനാവ് നിറഞ്ഞാണിരിക്കുന്നതെങ്കിൽ നിങ്ങൾ ചോദിക്കുന്നതിൽ കൂടുതൽ നല്കുമായിരുന്നു. പക്ഷേ, ഇപ്പോഴത്തെ പരിതസ്ഥിതിയിൽ...."

"എത്രത്തോളം കുറയ്ക്കണം?"

"ഇപ്പോഴത്തെ നിലവെച്ചു നോക്കിയാൽ ആവശ്യപ്പെട്ടതിന്റെ പകുതിയോളമേ നല്കാൻ കഴിയുകയുള്ളൂ."

സാരമായ ഒരു തരംതാഴ്ത്തലിന്റെ ഭാവം വാഴുന്നവരുടെ വിലപേശലിൽ അടങ്ങിയിരുന്നു. ഞങ്ങളിൽ അപകർഷതാബോധത്തിന്റെ ഇളംവേരുകൾ പാകി, അതിന് ഓരോ വാക്കിലൂടെയും നോട്ടത്തിലൂടെയും നീർതളിച്ച്, തായ്‌വേരിന്റെ ഘനത്തിൽ വളർത്തിയെടുക്കുക എന്നതായിരുന്നു വാഴുന്നവരുടെ ഉദ്ദേശ്യമെന്ന് തോന്നിച്ചു. പൂമുഖത്തുനിന്ന് ഉടനടി ഇറങ്ങിപ്പോകണമെന്ന് ഞങ്ങൾക്ക് തോന്നി. അയാളുടെ മുഖത്ത് കാർക്കിച്ചു തുപ്പി തലമുടിയിൽ പിടിച്ചു വലിച്ചിഴച്ച് കോട്ടമതിലിനടുത്തുള്ള കിടങ്ങിൽ കൊണ്ട് തള്ളണമെന്ന് ഞങ്ങൾക്ക് തോന്നി. അയാൾ നീചനും, ദയവില്ലാത്തവനും, അത്യാഗ്രഹിയുമാണെന്ന് ഉറക്കെ അലറണമെന്ന് ഞങ്ങൾക്കു തോന്നി.

മഹത്തായ ഒരു ലക്ഷ്യത്തിനുവേണ്ടി സ്വയം അർപ്പിതരായി, അഭിമാനവും ശക്തിയും ആർജ്ജിച്ച് രംഗത്തിറങ്ങിയ ഞങ്ങളുടെ ആവശ്യത്തെ അത്ര നിസ്സാരമാക്കി തള്ളിയ വാഴുന്നവരുടെ ഈ വിലപേശലിൽ ഞങ്ങൾ ക്ഷുഭിതരായി. ഞങ്ങളുടെ മുഖം ചുവന്നു വിറച്ചു. ഞങ്ങളിൽ കോപം ആളിക്കത്തിയേക്കും എന്ന് ഭയന്നിട്ടാവണം വാഴുന്നവർ പറഞ്ഞു:

"ഖജനാവിന്റെ സ്ഥിതിയെപ്പറ്റിയാണ് പറഞ്ഞത്. പക്ഷേ, കുറേ നഷ്ടം സഹിച്ചാലും നമ്മുടെ ലക്ഷ്യപ്രാപ്തിക്കു വേണ്ടി ചെലവിടാൻ ഞാൻ തയ്യാറാണ്. എന്റെയും നിങ്ങളുടെയും മനസ്സിലുള്ളതിന്റെ ഇടയ്ക്കുള്ള ഒരു ഒത്തുതീർപ്പിന് വിധേയമായി ജോലി ഏറ്റെടുക്കാൻ നിങ്ങൾ തയ്യാറാകണം."

അതേപ്പറ്റി ആലോചിക്കേണ്ടതുണ്ടായിരുന്നു. ഞങ്ങൾ കൈകൾ കോർത്തു പിടിച്ചു. വാഴുന്നവരുടെ ഏറ്റവും ഒടുവിലത്തെ വ്യവസ്ഥ അംഗീകരിക്കുവാൻ ഞങ്ങൾ തീരുമാനിച്ചു. തീരുമാനം വാഴുന്നവരെ അറിയിച്ചു.

"ഏഴു സ്വർണ്ണനാണയം വീതം നല്കുമെങ്കിൽ ഞങ്ങൾ തയ്യാറാണ്."

വാഴുന്നവർ ഉടനടി വ്യവസ്ഥ അംഗീകരിച്ചു. അപ്പോൾ, മാറുമറച്ചിട്ടില്ലാത്ത മൂന്നു കന്യകമാർ താലങ്ങളിൽ ചെത്തിയ ഇളനീർക്കുടങ്ങളുമായി എത്തി. അവരുടെ കാൽച്ചുവടുകളെ താളത്തിനൊപ്പിച്ച് മുലകൾ ആടിയുലഞ്ഞപ്പോൾ, അതിന്റെ സവിശേഷത ഗ്രഹിക്കുവാൻ യുവാക്കളായ ഞങ്ങൾ ശ്രമിച്ചു. താലങ്ങളിലുണ്ടായിരുന്ന ഇളനീർക്കുടങ്ങളിൽ ഞങ്ങൾക്ക് താല്പര്യമുണ്ടായിരുന്നില്ല. കന്യകമാർ ഞങ്ങളുടെ മുൻപിലെത്തി കുനിഞ്ഞുനിന്നു. അപ്പോൾ വാഴുന്നവർ ഞങ്ങളെ നോക്കി പുഞ്ചിരിച്ചു.

എന്നാൽ താലങ്ങളിലിരുന്ന ഇളനീർക്കുടങ്ങൾ ഞങ്ങൾ നിരസിച്ചപ്പോൾ അദ്ദേഹം ഞെട്ടി. വാഴുന്നവർ പറഞ്ഞു.

"ക്ഷീണം പോക്കാൻ നന്നാണ്. മാത്രമല്ല, യാത്രയ്ക്കു മുൻപ് അല്പം കുടിച്ചുകൊള്ളൂ.... സൗഹൃദത്തിന്റെ നീരാണ് അതിനുള്ളിൽ."

ഞങ്ങൾ നിഷേധാർത്ഥത്തിൽ തല കുലുക്കിയതേയുള്ളൂ. വെളുത്ത കന്യകമാരുടെ കറുത്ത പൊട്ടുകളുള്ള മുലകളിലേക്ക് ഞങ്ങൾ നോക്കി. ഒടുവിൽ ഞങ്ങൾ സ്വീകരിക്കാഞ്ഞ ഇളനീർക്കുടങ്ങളുമായി കന്യകമാർ പൂമുഖത്തിന്റെ വാതിൽ കടന്ന് അകത്തളത്തിലേക്കു പോയി. കൈതാങ്ങിയുള്ള ചാരുകസേരയിൽ നിന്നെഴുന്നേറ്റുകൊണ്ട് വാഴുന്നവർ ഞങ്ങൾക്ക് യാത്രാമംഗളം നേർന്നു.

നാല്

കിഴക്ക് വെള്ള കീറുന്നതിനുമുൻപ് വാഴുന്നവർക്കുവേണ്ടിയുള്ള യാത്ര ഞങ്ങളാരംഭിച്ചു. കിഴക്കൻ മലകൾക്കപ്പുറമുള്ള ഗ്രാമമായിരുന്നു ഞങ്ങളുടെ ആദ്യ ലക്ഷ്യം, പാറയിടുക്കുകളിൽ രത്നം ഒളിച്ചിരിക്കുന്ന ഗ്രാമം!

യജ്ഞശാലയിൽ ഞങ്ങൾക്ക് ആവേശകരമായ യാത്രയയപ്പാണ് ലഭിച്ചത്. ഞങ്ങളുടെ യുവതലമുറ തുടിക്കുന്ന ഹൃദയങ്ങളുമായി നോക്കിനില്ക്കേ ചെറിയ ഭാണ്ഡങ്ങൾ തോളിലേറ്റി കൈകോർത്തുപിടിച്ച് ഞങ്ങൾ യാത്ര തിരിച്ചു. കിഴക്കൻമലകൾ താണ്ടിയുള്ള യാത്ര തികച്ചും ദുഷ്കരമായിരുന്നു. മുൾപ്പടർപ്പുകൾക്കിടയിലെ ഒറ്റയടിപ്പാതയിലൂടെ നുഴഞ്ഞുകയറി സായാഹ്നമായപ്പോഴേക്ക് ഞങ്ങൾ മലമുകളിലെത്തി. കനത്ത ഇലപ്പടർപ്പിനിടയിലൂടെ കിഴക്കൻ താഴ്‌വര ഒരു മേഘക്കീറു പോലെ കാണപ്പെട്ടു. ഉദ്വേഗത്തോടെ ഞങ്ങൾ താഴ്‌വരയിലേക്ക് കണ്ണു കളയച്ചു. ഞങ്ങൾക്കു കീഴടക്കുവാനുള്ള ഗ്രാമം നീണ്ടുനിവർന്ന് നിശ്ചലമായി കിടക്കുന്നു....

വാഴുന്നവർ പറഞ്ഞ വാഗ്ദത്തഭൂമി!

ഇരുട്ടിന് കനംവെച്ചു തുടങ്ങിയപ്പോഴേക്ക് ഞങ്ങൾ ഗ്രാമത്തിന്റെ അതിർത്തിയിൽ എത്തിയിരുന്നു. മലകളിൽനിന്ന് ഊർന്നിറങ്ങുന്ന ഒറ്റയടിപ്പാതകൾ പുല്ലുമേഞ്ഞ ഒരു പുരയ്ക്കു മുൻപിൽ ഒന്നിക്കുന്നു. അവിടെ മുനിഞ്ഞു കത്തുന്ന എണ്ണ വിളക്കിനു മുൻപിൽ പാതിയടഞ്ഞ കണ്ണുകളോടെ ഒരുവൻ ഇരുന്നു മദ്യപിക്കുകയായിരുന്നു. ഞങ്ങൾ വെളിച്ചത്തിന്റെ മേഖലയിൽ പെട്ടപ്പോൾ അയാൾ ഞങ്ങളെ കണ്ടു. കനത്ത പരുപരുത്ത ശബ്ദത്തിൽ അയാൾ ചോദിച്ചു;

"ആരാണ്? എന്തു വേണം?"

അയാളുടെ ശബ്ദം ഇടിമുഴക്കം പോലെ തോന്നിച്ചു. കട്ടിയുള്ള മേൽമീശയ്ക്കു മുകളിൽ തുറന്നു വികസിച്ച മൂക്കിനുള്ളിൽനിന്ന് രോമം വളർന്നിറങ്ങിയിരുന്നു. ക്രമത്തിലധികം മുഴപ്പുള്ള പുരികം അയാളുടെ മുഖത്തെ കൂടുതൽ രൂക്ഷമാക്കി. ബലത്ത കൈത്തണ്ടകളിൽ ഇടതൂർന്നു വളർന്നു നില്ക്കുന്ന രോമം. നെഞ്ചകത്ത് ഒരു വിരിപ്പുപോലെ തോന്നിച്ച രോമത്തിൽ പറ്റിനിന്നിരുന്ന മദ്യത്തുള്ളികൾ തുടച്ചുകൊണ്ട് അയാൾ ചോദിച്ചു:

"എന്തുവേണം നിങ്ങൾക്ക്?"

"ഇവിടം പരിചയമില്ല. രാത്രി ആയതുകൊണ്ട്?"

"എവിടെനിന്നു വരുന്നു?"

"പടിഞ്ഞാറുനിന്ന്."

അയാൾ നെറ്റി ചുളിച്ചു. തീക്ഷ്ണമായ അയാളുടെ കണ്ണുകൾ ഒന്നുരുണ്ടു മറിഞ്ഞു. സംശയത്തോടെ അയാൾ നോക്കിയപ്പോൾ ഞങ്ങൾ പറഞ്ഞു:

"ഈ രാത്രി കഴിച്ചുകൂട്ടുവാൻ ഇടംതരണം. ഈ പ്രദേശം ഞങ്ങൾക്കപരിചിതമാണ്."

ദൃഷ്ടി ചലിപ്പിക്കാതെ അയാൾ ഞങ്ങളെത്തന്നെ നോക്കുകയായിരുന്നു. അയാളുടെ മുഖത്തേക്ക് ഞങ്ങൾ പ്രതീക്ഷയോടെ നോക്കി. എന്തെങ്കിലും ഉരിയാടുന്നതിനുപകരം അയാൾ ആരെയോ വിളിക്കുകയാണുണ്ടായത്. പുരയുടെ അകത്തുനിന്ന് ഒരു പയ്യൻ പുറത്തേക്കു വന്നു. അവനോടായി അയാൾ പറഞ്ഞു:

"ഇവിടം നോക്കിക്കൊള്ളണം. ഞാനുടൻ മടങ്ങി വരാം."

എന്നിട്ട് പഴയ നോട്ടമാവർത്തിച്ചുകൊണ്ട് അയാൾ പറഞ്ഞു:

"വാ!"

ഇരുട്ട് കനത്ത കരിമ്പടം കണക്കെ നീണ്ടു കിടക്കുന്നു. അയാൾ പുരയുടെ മൂലയ്ക്ക് കുത്തിനിർത്തിയിരുന്ന നീണ്ട വാരി കൈയിലെടുത്തു. മോന്തായത്തിൽ കുടുക്കിവെച്ചിരുന്ന കത്തി ഇടുപ്പിൽ തിരുകി മുറ്റത്തിറങ്ങി വേഗത്തിൽ കിഴക്കോട്ടു നടന്നു. കാലുകൾ നീട്ടി വലിച്ചുവെച്ച് വേഗതയിൽ നടക്കുന്ന അയാളോടൊപ്പം എത്തുവാൻ ഞങ്ങൾക്ക് നന്നേ ബദ്ധപ്പെടേണ്ടിവന്നു. ഞങ്ങൾ നടന്നിരുന്ന ഇടവഴി ഒരു വെളിമ്പ്രദേശത്തെത്തി അവസാനിച്ചു. അല്പം അകലത്തായി ഉയരത്തിൽ തെളിഞ്ഞുകത്തുന്ന പന്തവും പന്തത്തിനുചുറ്റും വൃക്ഷങ്ങളും വൃക്ഷങ്ങൾക്കുതാഴെ ഒരു പുരയും ഉള്ളത് അവ്യക്തമായി കാണുവാൻ കഴിഞ്ഞു. ആ പുരയാണ് അയാളുടെ ലക്ഷ്യമെന്ന് ഞങ്ങൾക്ക് മനസ്സിലായി. അയാൾ നടത്തയ്ക്ക് വേഗത കുറച്ചിരുന്നില്ല. ഞങ്ങളോടെന്തെങ്കിലും പറയുകയാകട്ടെ, നോക്കുകയാകട്ടെ ചെയ്തില്ല.

ഞങ്ങൾ പന്തത്തിനടുത്തെത്തി. അതിർത്തിയിൽ കണ്ട പുല്ലുമേഞ്ഞ വീടിനേക്കാൾ അല്പം വലിയ ഒരു വീടിന്റെ മുറ്റത്ത് ജ്വലിച്ചു നില്ക്കുന്ന പന്തം. പന്തത്തിനുചുറ്റുമായി അഞ്ചുപേർ ഇരുപ്പുറപ്പിച്ചിരുന്നു. അവരിലൊരാൾ നിലത്തുനിന്ന് അല്പം ഉയർന്ന കൽത്തറയിലിരുന്ന് മറ്റുള്ളവരോട് അടക്കത്തിൽ എന്തോ പറയുകയായിരുന്നു. ഞങ്ങളെ നയിച്ചുകൊണ്ടുവന്ന മനുഷ്യൻ കൽത്തറയിൽ ഇരുന്ന ആളിന്റെ അടുത്തുചെന്ന്, അയാളുടെ കഴുത്തിൽ കിടന്നിരുന്ന കാലോളം ഇറക്കമുള്ള അങ്കിയിൽ തൊട്ടുവന്ദിച്ചു. എന്നിട്ട് ഞങ്ങളെ ചൂണ്ടിക്കാട്ടി പറഞ്ഞു:

"അതിക്രമിച്ചു കടന്നവരാണ്. അതിർത്തിയിലെ കാവൽപ്പുരയിൽ വന്ന് രാത്രി ഉറങ്ങാൻ ഇടം വേണമെന്ന് പറഞ്ഞു."

ഞങ്ങൾ ഞെട്ടിപ്പോയി. അതിക്രമിച്ചു കടന്നവരെന്നും, അതിർത്തിയിലെ കാവൽപ്പുരയെന്നും പറഞ്ഞത് ഞങ്ങളെ വല്ലാത്ത ആശയക്കുഴപ്പത്തിലെത്തിച്ചു. അതിക്രമിച്ചു കടന്നവർ എന്നുപറയാൻ തക്കവണ്ണം ഈ പ്രദേശത്തിന് അതിർത്തി രേഖപ്പെടുത്തിയിട്ടുണ്ടോ? ഉണ്ടെങ്കിൽ കൂടി അത് പർവ്വതപ്രദേശത്തിന്റെ അടിവാരത്തിലെ ഒഴിഞ്ഞ കോണായിരുന്നുവല്ലോ, അവിടെ ഒരു കാവൽപ്പുരയുടെ ആവശ്യം?

പന്തത്തിന്റെ വെളിച്ചം മുഖങ്ങളിൽ പൂർണ്ണമായും വീണുകഴിഞ്ഞപ്പോൾ ഭയന്ന കുട്ടികളെപ്പോലെയായിത്തീർന്നിരുന്നു ഞങ്ങൾ. കൽത്തറയിലിരുന്ന, തലമുടി വെളുവെളെ നരച്ച വൃദ്ധൻ ഞങ്ങളെ നോക്കി. വഴികാട്ടിയുടെ നോട്ടത്തിൽനിന്നു വ്യത്യസ്തമായിരുന്നു വൃദ്ധന്റെ നോട്ടം. സൗമനസ്യത്തിന്റേതോ വാത്സല്യത്തിന്റേതോ ആയ ഭാവം അയാളുടെ കണ്ണുകളിൽ തിളങ്ങുന്നുണ്ടായിരുന്നു. അയാളെ ഒരാട്ടിടയനെപ്പോലെ തോന്നിച്ചു. പഞ്ഞിക്കെട്ടിന്റെ നിറമുള്ള രോമക്കുപ്പായം അയാൾ ധരിച്ചിരുന്നു. കുപ്പായത്തിനു പുറത്തുകൂടെ കിടക്കുന്ന നീണ്ട അങ്കിയി

ലാണ് വഴികാട്ടി മുത്തിയത്. അയാൾ ആരെന്നോ, അവിടെ എന്തിന് ഞങ്ങളെ എത്തിച്ചു എന്നോ ഞങ്ങൾക്ക് മനസ്സിലായിരുന്നില്ല. അപ്പോൾ വഴികാട്ടി ചെവിയിൽ മന്ത്രിച്ചു.

"ഗുരുവാണ് വന്ദിക്കൂ...."

വന്ദിക്കുന്നതിനു പകരം ഗുരുവിനെ സൂക്ഷ്മമായി മനസ്സിലാക്കുവാൻ വേണ്ടി കണ്ണിമയ്ക്കാതെ നോക്കുകയാണു ഞങ്ങൾ ചെയ്തത്. വാഴുന്നവരുടെ മറ്റൊരു രൂപമായിരിക്കുമോ ഈ ഗുരു? പക്ഷേ, ഗുരുവിന്റെ നിറം കറുത്തതായിരുന്നു. മാത്രമല്ല വാഴുന്നവരുടെ മുഖത്തെ വങ്കത്തരം ആ മുഖത്തുണ്ടായിരുന്നില്ല. വഴികാട്ടി ഞങ്ങളെ പരിചയപ്പെടുത്തിയത് അതിക്രമിച്ചു കടന്നവരാണെന്നു പറഞ്ഞുകൊണ്ടാണെങ്കിലും ഗുരു അതിന് അത്ര പ്രാധാന്യം കൊടുത്തിട്ടില്ല എന്നു തോന്നിച്ചു. അപ്പോൾ ഗുരു പറഞ്ഞു.

"വരൂ.... ഇരിക്കൂ...."

അനുസരിച്ചുപോയി. മറ്റു നാലുപേരുടെ അടുത്തായി ഞങ്ങളിരുന്നു. തന്റെ ജോലി തീർത്തു എന്ന ഭാവത്തിൽ വഴികാട്ടി ഗുരുവിന്റെ അങ്കിയിൽ മുത്തി പിൻവാങ്ങി ഇരുളിൽ മറഞ്ഞു. കൽത്തറയിൽ ഇരുന്നുകൊണ്ട് ഗുരു പുരയിലേക്കുനോക്കി ഉറക്കെ വിളിച്ചുപറഞ്ഞു.

"മൂന്ന് അതിഥികളുണ്ട്. അത്താഴം അവർക്കുകൂടി പങ്കുവെക്കണം. വിശേഷാൽ എന്തെങ്കിലും തയ്യാറാക്കുന്നുവെങ്കിൽ അധികം വൈകേണ്ട."

പിന്നീട് ഗുരു ഞങ്ങളെ നോക്കി.

"ഇവിടേക്കുള്ള യാത്ര പ്രതീക്ഷിച്ചതിനേക്കാൾ വിഷമം പിടിച്ചതായിരുന്നിരിക്കും. അല്ലേ?'

ഞങ്ങളിൽ അവ്യക്തമായ ഏതോ ഭയത്തിന് ചിറകു മുളച്ചതായി തോന്നി. തികച്ചും അപരിചിതമായ ഈ സ്ഥലത്ത്, അപരിചതരുടെ സങ്കേതത്തിൽ, അപരിചിതനായ ഗുരുവിന്റെ മയപ്പെട്ട വാക്കുകൾ കേൾക്കുമ്പോൾ വേർതിരിച്ചറിയാൻ കഴിയാത്ത ഒരു മാനസികാവസ്ഥയിലേക്ക് വഴുതി വീഴുകയാണെന്നാണ് തോന്നിച്ചത്. ഗുരു ചോദിച്ചു:

"പടിഞ്ഞാറുനിന്നു വരുന്നുവെന്നല്ലേ പറഞ്ഞത്?"

"അതെ."

"എപ്പോൾ തിരിച്ചു?"

"വെളുക്കുന്നതിനു മുൻപ്."

"മല കയറിയിറങ്ങാൻ ഒരു പകൽ മുഴുവനെടുത്തു. അല്ലേ?"

"അതെ."

"അപ്പോൾ കോട്ടയിൽ നിന്നായിരിക്കണമല്ലോ തുടക്കം?"

ഞങ്ങൾ തരിച്ചിരുന്നു പോയി. ഗുരുവിന് വാഴുന്നവരും കോട്ടയും പരിചിതമാണെന്ന യാഥാർത്ഥ്യം ഞങ്ങളെ അമ്പരപ്പിച്ചു. ഞങ്ങളുടെ ഞെട്ടൽ അവസാനിക്കുന്നതിനു മുൻപ് ഗുരു ചോദിച്ചു:

"നിങ്ങൾ വാഴുന്നവരുടെ പ്രജകളാവും. അല്ലേ?"

ഞങ്ങളുടെ നാവു ചലിച്ചില്ല. എന്താണ് പറയുവാൻ കഴിയുക? വാഴുന്നവരുടെ പൊൻനാണയങ്ങൾ കൈനീട്ടിവാങ്ങി, അതേ കൈയിൽ തന്നെ

കൊത്താൻ ശ്രമിക്കുന്ന കരിനാഗങ്ങളാണ് ഞങ്ങൾ എന്നു പറയണോ? ശ്രേഷ്ഠമായ ലക്ഷ്യമുള്ള വിപ്ലവകാരികളെന്നു പറയണോ? രത്നം ഖനനം ചെയ്തെടുക്കുന്നതിന്റെ രഹസ്യം ചോർത്താനെത്തിയ ചാരന്മാരാണെന്നു പറയണോ? അതോ വെറും നാടോടികളെന്ന്! അല്ലെങ്കിൽ നാടുകാണാൻവന്ന സഞ്ചാരികളെന്ന്. അതുമല്ലെങ്കിൽ കൂറ്റൻ മലകൾ ഇടിച്ചുനിരത്തി പടിഞ്ഞാറും കിഴക്കും തമ്മിൽ യോജിപ്പിച്ച് ഒരു വൻനഗരം കെട്ടിയുയർത്തുന്നതിന് കച്ചകെട്ടിയിറങ്ങിയ സാഹസികരെന്നു പറയണോ?

ഗുരുവിന് വാഴുന്നവർ പരിചിതനാണെന്ന വസ്തുത ഞങ്ങളിൽ പല സംശയങ്ങളും ഉദിപ്പിച്ചു. കിഴക്കൻ ഗ്രാമവുമായി യാതൊരുവിധ ഇടപാടും ഉണ്ടായിരുന്നില്ല എന്നാണ് വാഴുന്നവർ ഞങ്ങളെ ധരിപ്പിച്ചിരിക്കുന്നത്. അതിന് വാഴുന്നവരെ പ്രേരിപ്പിച്ച സംഗതി എന്തായിരിക്കും? അതോ ഗുരുവിന് വാഴുന്നവരെക്കുറിച്ച് കേട്ടറിവു മാത്രമേ ഉണ്ടായിരിക്കുകയുള്ളോ? നഗരവല്ക്കരണം എന്ന തന്റെ ലക്ഷ്യത്തിന് സാമ്പത്തികമായ അടിത്തറ ഉറപ്പിക്കാൻ കിഴക്കൻ ഗ്രാമത്തെ കോട്ടയ്ക്കനുകൂലമായി തിരിക്കുക എന്ന ഉദ്ദേശ്യശുദ്ധിയാണോ ഞങ്ങളെ ഈ ഗ്രാമത്തിലേക്ക് അയക്കുന്നതിന് വാഴുന്നവരെ പ്രേരിപ്പിച്ചത് എന്നതിനെപ്പറ്റി വീണ്ടും ഞങ്ങൾക്ക് സംശയമുണ്ടായി.

പക്ഷേ, ഞങ്ങളുടെ സംശയങ്ങളെപ്പറ്റി ചിന്തിച്ച് ഉത്തരം കണ്ടുപിടിക്കുക എന്നതല്ല ഇപ്പോഴത്തെ ആവശ്യം. ഞങ്ങളുടെ ലക്ഷ്യത്തെപ്പറ്റിയും ഈ ഗ്രാമത്തിലേക്കു വന്നതിന്റെ ഉദ്ദേശ്യത്തെപ്പറ്റിയും ഗുരുവിനെ പറഞ്ഞു മനസ്സിലാക്കേണ്ടതുണ്ട്. ഞങ്ങൾക്കു മുൻപിൽ ഒരു പുരോഹിതന്റെ കരുണാമസൃണമായ നോട്ടവുമായി ഗുരു ഇരിക്കുകയാണ്.

"ഗ്രാമത്തിന്റെ അതിർത്തിയിലുള്ള കാവൽപ്പുര ഗ്രാമത്തിന്റെ രക്ഷയ്ക്കുവേണ്ടി പണി കഴിപ്പിച്ചതാണ്. ഞങ്ങളെപ്പറ്റിയും ഞങ്ങളുടെ മുതലിനെപ്പറ്റിയും അത്രയേറെ ചിന്തിക്കാൻ പോയ കാലങ്ങളിൽ മിനക്കെടാഞ്ഞതു കാരണം ഞങ്ങളുടെ നൂറുകണക്കിന് സഹോദരങ്ങളാണ് പാറയിടുക്കുകളിൽ ചതഞ്ഞരഞ്ഞ് മരിച്ചുവീണത്. ഒരർത്ഥത്തിൽ അവർ കൊല്ലപ്പെടുകയായിരുന്നു. ഞങ്ങളുടെ മുതൽ അന്യർ അപഹരിച്ചുകൊണ്ടുപോയി. ഒരു ചില്ലിയുടെ പ്രതിഫലം പോലും ഞങ്ങൾക്കു ലഭിച്ചില്ല." ഗുരു ഒറ്റ ശ്വാസത്തിൽ പറഞ്ഞുനിർത്തി.

പീഡനങ്ങളുടെ നടുവിൽക്കിടന്ന് അനുഭവിച്ചുമടുത്ത ഒരുവന്റെ ശബ്ദമായിരുന്നു അത്. അതു പറയുമ്പോൾ ഗുരുവിന്റെ മുഖത്തെ മാംസപേശികൾ വലിഞ്ഞുമുറുകുകയും, മുഖം വിയർക്കുകയും ചെയ്തിരുന്നു. മറ്റൊരു നഗരാധിപനെയാണ് ഞങ്ങൾ ഗുരുവിൽ ദർശിച്ചത്. ഗുരു തുടർന്നു:

"അനുഭവങ്ങൾ ഞങ്ങളെ പഠിപ്പിച്ചു. ഞങ്ങളെ ആക്രമിച്ചവരെ ഞങ്ങളെതിർത്തു. ദുർബ്ബലരായിരുന്ന ഞങ്ങൾ ആദ്യമൊക്കെ പരാജയപ്പെട്ടുവെങ്കിലും പിന്നീട് തിരിച്ചടിക്കാൻ തക്ക കരുത്തുനേടി. ഒടുവിൽ ഞങ്ങൾ ശത്രുവിന്റെ ചോര രുചിച്ചു. അത് ഞങ്ങൾക്കൊരനുഭവമായി

രുന്നു. പിന്നീട് ഞങ്ങൾ തോറ്റിട്ടില്ല. പാറയിടുക്കുകളിൽ അതിനുശേഷം വീണത് ശത്രുവിന്റെ ജഡം മാത്രമാണ്."

ഒരു ഭയപ്പെടുത്തലിന്റെ ചുവ ആ വാക്കുകൾക്കുണ്ടായിരുന്നു. ഞങ്ങളുടെ വരവിന്റെ ഉദ്ദേശ്യത്തെപ്പറ്റിയും, ഗ്രാമത്തിലെത്തിയതിന്റെ ചരിത്രത്തെക്കുറിച്ചും, ഞങ്ങളുടെ ഉള്ളിന്റെയുള്ളിലെ സ്വപ്നത്തെക്കുറിച്ചും ഗുരുവിനോട് പറയാൻ കാലമായിരിക്കുന്നുവെന്നു ഞങ്ങൾ മനസ്സിലാക്കി.

തെളിഞ്ഞുകത്തുന്ന പന്തത്തിനു ചുറ്റുമിരിക്കുന്നവർ ഞങ്ങളുടെ നിശ്ശബ്ദതയെ സംശയിക്കുന്നുണ്ടെന്ന് തോന്നിച്ചു. അവർ ഗുരുവിന്റെയും ഞങ്ങളുടെയും മുഖങ്ങളിൽ മാറിമാറി നോക്കി. കറുത്തു ദീർഘിച്ച അവരുടെ ശരീരം കടഞ്ഞെടുത്തതുപോലെയിരുന്നു. കൈകൾ ബലത്തതും മാറിടം ഉന്തിയതുമായിരുന്നു. തീക്ഷ്ണമായ കുഴിഞ്ഞ കണ്ണുകൾകൊണ്ട് അവർ ഞങ്ങളെ സസൂക്ഷ്മം ശ്രദ്ധിച്ചു. ഞങ്ങളെത്തുന്നതിന് മുൻപ് ഗുരുവുമായി അവർ സംസാരിച്ചുകൊണ്ടിരുന്ന വിഷയത്തിന് പ്രത്യേക പ്രാധാന്യമുണ്ടായിരുന്നുവെന്ന് അവരുടെ മുഖങ്ങൾ തെളിയിച്ചു. സംഭാഷണത്തിന് ഞങ്ങൾ തടസ്സം സൃഷ്ടിച്ചതിലുള്ള നീരസം അവരുടെ മുഖങ്ങളിൽ തെളിഞ്ഞു കിടന്നിരുന്നു.

"ഞങ്ങളുടെ ഗ്രാമം സമ്പന്നമാണ്. പടിഞ്ഞാറൻ പ്രദേശങ്ങൾക്കോ അയൽഗ്രാമങ്ങൾക്കോ ഇല്ലാത്ത സാമ്പത്തികഭദ്രത ഞങ്ങൾക്കുണ്ട്. എന്നാൽ ഞങ്ങളെ ചൂഷണം ചെയ്യാനാണ് എല്ലാവരും ശ്രമിച്ചത്.... നിങ്ങളുടെ വാഴുന്നവർവരെ."

ഞങ്ങൾക്കു മുൻപിൽ അവിശ്വസനീയതയുടെ ജാലകം തുറന്നിടുകയായിരുന്നു ഗുരു. ഈ ഗ്രാമത്തെ ചൂഷണം ചെയ്യാൻ വാഴുന്നവർ തുനിഞ്ഞുപോലും! ഗുരുവും കൂട്ടരും നിശ്ചയമായും വാഴുന്നവരെ ശത്രുവായിട്ടായിരിക്കും കാണുക. ഞങ്ങൾ വാഴുന്നവരുടെ ചാരന്മാരാണെന്ന് അവർ ധരിക്കുന്നുണ്ടാവും. ശത്രുസങ്കേതത്തിലാണ് ഞങ്ങളിരിക്കുന്നതെന്നും, ഞങ്ങളുടെ ലക്ഷ്യത്തിന് പൂർണ്ണവിരാമം സംഭവിക്കുവാൻ പോവുകയാണെന്നും ഞങ്ങൾക്ക് വിശ്വസിക്കേണ്ടിവന്നു.

ഒരു ഗിരിപ്രഭാഷണത്തിലെന്നവണ്ണം ഗുരു തുടർന്നു.

"ഗ്രാമത്തിന്റെ അതിർത്തികളിൽ കാവൽപ്പുരകൾ നിർമ്മിച്ചതിനും, കാവൽ ഏർപ്പെടുത്തിയതിനും കാരണമതാണ്. അതിർത്തി ലംഘിച്ചെത്തുന്നവരെ പൊതുവേദിയിൽ നിർത്തി വിചാരണ ചെയ്ത് ശിക്ഷ നല്കുക എന്ന നിയമത്തിനും ഞങ്ങൾ രൂപം നല്കി."

കത്തുന്ന പന്തത്തെയും മറ്റു നാലുപേരേയും നോക്കിയിട്ട് ഗുരു പറഞ്ഞു.

"നിങ്ങൾ എത്തിയിരിക്കുന്നത് ഞങ്ങളുടെ നിയമപീഠത്തിനു മുൻപിലാണ്. ഈ പന്തം സൂര്യന്റെ വെളിച്ചത്തിലും കത്തിക്കൊണ്ടു നില്ക്കും. അണയാത്ത ദീപമായി, ആദർശമായി ഞങ്ങളിതിനെ കാത്തുസൂക്ഷിക്കുന്നു. ദീപത്തിനു മുൻപിൽ നിർത്തി വിചാരണ നടത്തിക്കഴിയുമ്പോൾ ഇവർ വിധി പ്രസ്താവിക്കും. അത് നടപ്പിലാക്കുന്നതിന് പിന്നെ നിമിഷങ്ങളേ വേണ്ടിവരികയുള്ളൂ."

സമർത്ഥമായ രീതിയിൽ ഞങ്ങളുടെ ആത്മബലത്തെ പിടിച്ചുലയ്ക്കുകയായിരുന്നു ഗുരുവിന്റെ ലക്ഷ്യം. അതിക്രമിച്ചു കടക്കുന്നവർക്ക് ശിക്ഷ ലഭിക്കുമെന്ന് സ്ഥാപിക്കുക വഴി ഞങ്ങളിൽ മാനസികാഘാതം സൃഷ്ടിക്കാമെന്നുള്ള ഗുരുവിന്റെ കണക്കുകൂട്ടൽ പൂർണ്ണമായും വിജയിക്കുകയുണ്ടായില്ല. അതിക്രമിച്ചു കടന്നവരാണെന്നുള്ള വഴികാട്ടിയുടെ വ്യാഖ്യാനത്തെ ഖണ്ഡിക്കണമെന്ന് അപ്പോഴേ ഞങ്ങൾ വിചാരിച്ചതാണ്. ഗുരു അതിന് അത്ര പ്രാധാന്യം നല്കിയില്ലെന്ന തോന്നലാണ് അതിൽനിന്ന് ഞങ്ങളെ പിന്തിരിപ്പിച്ചത്. എന്നാൽ ഇപ്പോൾ, നീതിപീഠത്തിനു മുകളിലിരുന്ന് അതിക്രമിച്ചു കടന്നവരാണ് ഞങ്ങളെന്നു സ്ഥാപിക്കുവാൻ ശ്രമിക്കുകയാണ് ഗുരു. ഗുരുതരവും ശിക്ഷാർഹവുമായ ആരോപണം! നീതിപീഠത്തിനു മുൻപിൽ കൈകൾ ബന്ധിതരായി ഞങ്ങൾ നില്ക്കേണ്ടിവരുമെന്നും, വിസ്തരിക്കപ്പെടുമെന്നും, ശിക്ഷിക്കപ്പെടുമെന്നും സൂചിപ്പിക്കുകയാണ് ഗുരു ചെയ്തതെന്ന് ഞങ്ങൾക്കു തോന്നി.

ഞങ്ങളുടെ ലക്ഷ്യമെന്തെന്ന് വെളിപ്പെടുത്തുവാനുള്ള സമയമായിരിക്കുന്നു. ഗുരുവിന്റെ പിന്തുണ ലഭിക്കേണ്ടത് ആവശ്യമാണെന്ന വിശ്വാസം ഇതിനകം ഞങ്ങളിൽ പ്രബലപ്പെട്ടിരുന്നു. ഞങ്ങൾ ഗുരുവിനോട് സത്യം വെളിപ്പെടുത്താൻ തുനിഞ്ഞു.

അപ്പോഴേക്കും അത്താഴം തയ്യാറായതായി അറിയിപ്പു വന്നു. ഗുരുവിനോടൊപ്പം മറ്റു നാലുപേരും ഞങ്ങളും എഴുന്നേറ്റപ്പോൾ അദ്ദേഹം പറഞ്ഞു.

“ഞങ്ങളുടെ ആതിഥ്യം പരിശുദ്ധമാണ്. ഞങ്ങളുടെ നീതിപീഠം ന്യായമാണെന്നതുപോലെ.”

ഗുരുവിന്റെ വാക്കുകൾ ഞങ്ങൾക്ക് വ്യക്തമായിരുന്നില്ല. ഗുരു ഞങ്ങൾക്കു മുൻപിൽ എത്തിപ്പിടിക്കാനാവാത്ത വ്യക്തിത്വമുള്ളവനായി ഓരോ നിമിഷവും വളരുകയായിരുന്നു. ഞങ്ങളുടെ മുഖത്തെ സംശയഭാവം കണ്ടിട്ടാവണം ഗുരു പറഞ്ഞു:

“നിങ്ങൾക്ക് ഞങ്ങളെ വിശ്വസിക്കാം. നിങ്ങളുടെ വീട്ടിലെന്നപോലെ ഇവിടെ കിടന്നുറങ്ങാം. നിങ്ങളുടെ അമ്മ ഉരുട്ടിത്തരുന്ന ചോറ്റുരുളപോലെ ഇവിടുത്തെ ഭക്ഷണം നിങ്ങൾക്കു കഴിക്കാം.”

ഞങ്ങൾ ആശ്വാസംകൊണ്ടു. ആ ആശ്വാസം ഞങ്ങളുടെ മസ്തിഷ്കത്തേയും ഇന്ദ്രിയങ്ങളേയും തഴുകിയപ്പോൾ ഞങ്ങൾ അന്യോന്യം നോക്കി ചിരിച്ചു. തോളിൽ കിടന്ന ഭാണ്ഡം പുരയുടെ ഇറയത്തുവെച്ച് ഗുരുവിനെ അനുഗമിച്ച് ഞങ്ങൾ അകത്തു കടന്നു. എണ്ണത്തിരികൾ കത്തുന്ന ദീപത്തിനു മുൻപിൽ ഇരുന്നപ്പോൾ ഞങ്ങളുടെ പാത്രങ്ങളിൽ വിഭവങ്ങൾ നിരന്നു.

“മദ്യപിക്കുമോ?” ഗുരു ചോദിച്ചു.

“ഇല്ല.”

“നല്ലത്. ലക്ഷ്യബോധമുള്ളവരുടെ തലച്ചോറിനെ തളർത്തി അവിവേകം കാട്ടാൻ പ്രേരിപ്പിക്കുന്ന ആയുധമാണ് മദ്യം. പക്ഷേ, ഒന്നുണ്ട്, എന്തും ചെയ്യാനുള്ള അജ്ഞാതമായ ധൈര്യം അതു നിങ്ങൾക്കു

നല്കും. അതിന്റെ പ്രത്യാഘാതം അനുകൂലമോ പ്രതികൂലമോ ആകാം.... പക്ഷേ, നിങ്ങൾക്ക് ധൈര്യം ലഭിക്കും...."

ഗുരുവിന്റെ ഓരോ വാക്കുകളും, വാക്കുകളുപയോഗിക്കുമ്പോൾ സൃഷ്ടിക്കപ്പെടുന്ന ചുണ്ടുകളുടെ ചലനങ്ങളും ഞങ്ങളെ മഥിക്കുകയും ഞങ്ങളിൽ ഗുരുവിന് അനുകൂലമായ ആരാധനാഭാവം വളർത്തുകയും ചെയ്തു. ഞങ്ങൾ കൊച്ചുകുട്ടികളായി മാറിയതുപോലെ തോന്നി. അത്താഴത്തിനുണ്ടായിരുന്ന വിഭവങ്ങളിലും അത്താഴമുറിയിൽ വീശിയടിച്ച സുഗന്ധത്തിലും അത്താഴം വിളമ്പിത്തന്ന കന്യകമാരിലും ഞങ്ങളുടെ ശ്രദ്ധ പതിഞ്ഞില്ല.

"ഞങ്ങൾ ലക്ഷ്യബോധമുള്ള ഒരു തലമുറയെ വളർത്തിയെടുത്തു. അവർക്ക് ഞങ്ങൾ നല്കിയ ഉപദേശമെന്തായിരുന്നെന്നോ... പ്രവർത്തിക്കുക. തുടക്കത്തിൽ അതിനൊരർത്ഥമേ ഉണ്ടായിരുന്നുള്ളൂ, എതിർക്കുക എന്ന്. ഞങ്ങളുടെ മുതൽ സൂക്ഷിക്കാൻവേണ്ടി നല്കിയ പ്രത്യേക വ്യാഖ്യാനം."

ഗുരു ചിരിച്ചു. എന്നിട്ട് ഞങ്ങളോട് അത്താഴം കഴിക്കുവാൻ ആവശ്യപ്പെട്ടു. ഞങ്ങൾക്ക് ആഹാരത്തിൽ താല്പര്യം തോന്നിയിരുന്നില്ല. ഒരത്ഭുതമായി ഞങ്ങൾക്കു മുൻപിൽ വളരുന്ന വെളുത്ത തലമുടിയുള്ള ഗുരുവിനെ അണിയിലേക്കു കൊണ്ടുവരേണ്ടതെങ്ങനെയെന്ന് ആലോചിക്കുകയായിരുന്നു ഞങ്ങൾ.

ഞങ്ങളുടെ വരവിന്റെ ലക്ഷ്യം ഗുരുവിനെ അറിയിക്കുക, അതിനുശേഷം വാഴുന്നവരുടെ പരിപാടിയും. വാഴുന്നവരെ തകർക്കുക എന്നതാണ് ഞങ്ങളുടെ പരമമായ ലക്ഷ്യമെന്ന വസ്തുതയും ഗുരുവിനെ ബോധിപ്പിക്കേണ്ടതുണ്ട്. എന്നിട്ട് ഗുരുവിന്റെ പിന്തുണ തേടുക. ഒരുപക്ഷേ, രത്നഖനികൾ ഞങ്ങളുടെ ആവശ്യത്തിനുവേണ്ടി അദ്ദേഹം തുറന്നുതരും. ഞങ്ങൾ വീണ്ടും കഥ പറയാനാഞ്ഞു. പക്ഷേ, അതിനുമുൻപ് ഗുരു പറഞ്ഞു.

"നിങ്ങൾക്കായി കിടക്ക ഒരുക്കിയിട്ടുണ്ട്. വളരെ അത്യാവശ്യമായ ചില കാര്യങ്ങളിൽ ഞങ്ങൾക്ക് തീരുമാനമെടുക്കേണ്ടതായുണ്ട്. നാളെ രാവിലെ വരെ ദയവായി ക്ഷമിക്കുക. സുഖമായി ഉറങ്ങിയിട്ട് നാളെ നിങ്ങളെക്കുറിച്ച് പറയുക. ഇതുവരെ ഞാൻ മാത്രമല്ലേ സംസാരിച്ചുള്ളൂ...."

ഗുരു മറ്റുള്ളവരോടൊപ്പം പുറത്തേക്കു പോയി. അവിടുത്തെ അന്തേവാസികളിലൊരാൾ ഞങ്ങൾക്ക് കിടക്കമുറി കാട്ടിത്തന്നു. അവിടെ മൂന്നു കിടക്കകൾ തയ്യാറാക്കിയിരുന്നു. ഞങ്ങൾ കിടക്കകൾ അടുപ്പിച്ചിട്ടു. പാളികൾ തുറന്നിട്ട ജനാലയിലൂടെ പുറത്തെ അരണ്ട വെളിച്ചവും, വെളിച്ചത്തിനുള്ളിൽ വാരിവിതറിയ നുറുങ്ങുകൾ പോലെയുള്ള നക്ഷത്രങ്ങളും കണ്ടു. ഞങ്ങൾ കിടക്കകളിൽ കുത്തിയിരുന്നു. ഉറക്കം അറച്ചു നില്ക്കുകയായിരുന്നു. പുറത്തു വീശുന്ന നേർമയുള്ള തണുത്ത കാറ്റ് ജനാലയിലൂടെ അരിച്ചിറങ്ങി ഞങ്ങളെ പുല്കിയപ്പോൾ നാളെയെക്കുറിച്ച് ചിന്തിക്കുകയായിരുന്നു ഞങ്ങൾ. ഉറക്കം ഞങ്ങളെ വെറുതെ വിട്ടത് നാളെയെപ്പറ്റി ആഴത്തിൽ ചിന്തിക്കാനാണെന്നു തോന്നിച്ചു.

ഗുരുവിനോട് എല്ലാം തുറന്നുപറഞ്ഞ് പിന്തുണ നേടണമെന്ന് തീരുമാനിച്ചുറച്ച് ഒടുവിൽ ഞങ്ങളുറങ്ങാൻ കിടന്നു. പരസ്പരം പുണർന്ന് ഉറങ്ങുന്ന ഞങ്ങളെ ഗുരുവിന്റെ കാവല്ക്കാർ നിരീക്ഷിക്കുന്നുണ്ടാവും എന്ന് ഞങ്ങൾക്കറിയാമായിരുന്നു. പക്ഷേ, അവർ ഞങ്ങൾക്കൊരു പ്രശ്നമേ ആയിരുന്നില്ല. യജ്ഞശാലയിലെ പൊടിമണലിൽ കിടന്നുറങ്ങുമ്പോൾ ലഭിക്കുന്ന സുഖം ഞങ്ങൾക്ക് ഗുരുവിന്റെ കിടക്കറയിലും ലഭിച്ചു. അദ്ദേഹത്തോടെല്ലാം പറയണമെന്ന് തീരുമാനിച്ചപ്പോൾ അറച്ചുനിന്ന ഉറക്കം ഞങ്ങളെ ഒന്നോടെ അടിപ്പെടുത്തി.

അഞ്ച്

അതിരാവിലെ ഞങ്ങളുണർന്നു. തുറന്നുകിടന്നിരുന്ന ജനാലയിലൂടെ ആകാശം ചുവന്നുവെളുക്കുന്നതും, കിളികൾ ചിലച്ചുകൊണ്ട് പറക്കുന്നതും ഞങ്ങൾ കണ്ടു. തൊട്ടു തൊട്ടു കിടക്കുന്ന മലകൾക്കിടയിലൂടെ വളഞ്ഞുപുളഞ്ഞൊഴുകുന്ന നദിയുടെ തീരങ്ങൾ ചലിച്ചുതുടങ്ങിയിരുന്നു. നെറ്റിയിലും ദേഹമാസകലവും ചന്ദനം പൂശിയെത്തിയ ഗുരുവിനെ ഞങ്ങൾ കണ്ടത് പ്രഭാത ഭക്ഷണത്തിന്റെ സമയത്താണ്. ഒരു സുഗന്ധപ്രളയംതന്നെ സൃഷ്ടിച്ചുകൊണ്ട് ഞങ്ങളോടൊപ്പം പ്രഭാത ഭക്ഷണത്തിനിരുന്ന ഗുരുവിനെ പകൽ വെളിച്ചത്തിൽ ആദ്യമായി കാണുകയായിരുന്നു. ഗുരുവിന്റെ മുഖം കഴിഞ്ഞ രാത്രിയിൽ കണ്ടത്ര ശാന്തമായിരുന്നില്ല. തിളങ്ങുന്ന വട്ടക്കണ്ണുകളുള്ള ഗുരുവിന് തടിച്ച ചുണ്ടുകളും, വിടർന്ന നാസികയും, വലിയ ചെവികളും, നീണ്ടുപരന്ന നെറ്റിത്തടവുമുണ്ടായിരുന്നു. പഞ്ഞിക്കെട്ടിന്റെ നിറമുള്ള തലമുടി ചന്തത്തിൽ പുറകിലേക്ക് ഒതുക്കിവെച്ചിരുന്നു. ഗുരു നേരിയ മന്ദഹാസത്തോടെ ചോദിച്ചു:

"സുഖമായി ഉറങ്ങിയിരിക്കുമല്ലോ. എന്തെങ്കിലും അസൗകര്യമുണ്ടായിരുന്നുവോ?"

ഞങ്ങൾ നിഷേധാർത്ഥത്തിൽ തലകുലുക്കി. ഗുരുവിന്റെ ചോദ്യങ്ങൾക്ക് പെട്ടെന്ന് മറുപടി നല്കാൻ എന്തുകൊണ്ട് കഴിയുന്നില്ല എന്ന പ്രശ്നത്തിന് ഉത്തരം കണ്ടെത്തുവാൻ ഞങ്ങൾ കിണഞ്ഞു ശ്രമിച്ചു. ഗുരുവിനെ കാണുമ്പോഴും, ഗുരുവിന്റെ വാക്കുകൾ കേൾക്കുമ്പോഴും ഒരുതരം മാസ്മരികധൂളി ഞങ്ങളെ ആവരണം ചെയ്ത് അവശരാക്കിയിരുന്നു.

ഗുരു പറഞ്ഞു:

"ഇന്നലെ നിങ്ങളോട് സംസാരിച്ചിരിക്കാൻ കഴിയാത്തതിൽ ഖേദമുണ്ട്."

ഞങ്ങൾ നിശ്ശബ്ദരായി അതു കേട്ടതേയുള്ളു. ഭക്ഷണം കഴിഞ്ഞ് ഗുരു ഞങ്ങളെ പുറത്തേക്കു കൊണ്ടുപോയി. അപ്പോൾ വൃക്ഷത്തലപ്പുകളുടെ അഗ്രഭാഗത്ത് കിങ്ങിണിപോലെ കിടക്കുന്ന മലഞ്ചരിവുകളുടെ ഉന്മാദം നിറഞ്ഞ ഭംഗി ഞങ്ങളിൽ കുളിരു കോരിയിട്ടു. ഞങ്ങൾ ഗുരുഗൃഹത്തിന്റെ പൂമുഖത്തുനിന്ന് വാഴുന്നവർ ചൂണ്ടിക്കാട്ടിയ വാഗ്ദത്തഭൂമിയുടെ നഗ്നസൗന്ദര്യം ഒന്നോടെ ആസ്വദിച്ചു.

ഗുരു ഞങ്ങളെ നീതിപീഠത്തിനടുത്തേക്ക് ആനയിച്ചു. വൃത്താകൃതിയിലുള്ള നീതിപീഠത്തിന്റെ ഉപരിതലം ചെത്തി മിനുസപ്പെടുത്തിയ ഇളം കറുപ്പുനിറത്തിലുള്ള കല്ലുകൾ പാകിയതായിരുന്നു. നീതിപീഠത്തിന് കൃത്രിമമായ മേൽക്കട്ടി ഉണ്ടായിരുന്നില്ല. പടർന്ന് പന്തലിച്ചു കിടക്കുന്ന രണ്ടു മൂന്ന് വൃക്ഷങ്ങളുടെ ശിഖരങ്ങൾ പരസ്പരം ഇടകലർന്ന് കനത്ത മേലാപ്പ് സൃഷ്ടിച്ചിരുന്നു. അതിനിടയിലൂടെ സൂര്യകിരണങ്ങൾക്ക് പഴുതുണ്ടാക്കുവാൻ കഴിഞ്ഞിരുന്നില്ല.

ഗുരു നീതിപീഠത്തിന്മേലിരുന്നു. ഞങ്ങൾ തറയിൽ ഗുരുവിനു മുൻപിലായി ഇരിപ്പുറപ്പിച്ചു. നാലുഭാഗത്തുമുള്ള പച്ചപിടിച്ചു കിടക്കുന്ന താഴ്‌വരകളിലേക്കും, ഇരുണ്ടു കറുത്ത പാറക്കൂട്ടങ്ങളിലേക്കും നോക്കിക്കൊണ്ട് ഗുരു പറഞ്ഞു:

“ഇനി നിങ്ങളുടെ കഥ കേൾക്കട്ടെ.”

ഗുരുവിന്റെ മുൻപിൽ നിശ്ശബ്ദരാക്കപ്പെട്ടിരിക്കുകയാണെന്ന തോന്നൽ ഞങ്ങളിൽ മാനസിക അനിശ്ചിതത്വം സൃഷ്ടിച്ചിരുന്നു. ഞങ്ങളുടെ ഊഴം വന്നെത്തിയിരിക്കുന്നുവെന്നറിഞ്ഞപ്പോൾ നെഞ്ച് ശക്തിയോടെ മിടിക്കുവാൻ തുടങ്ങി. ഞങ്ങൾ വിമ്മിട്ടത്തോടെ പരസ്പരം നോക്കിയപ്പോൾ കാർക്കശ്യത നിറഞ്ഞ സ്വരത്തിൽ ഗുരു പറഞ്ഞു.

“നിങ്ങളെക്കുറിച്ച് വെളിപ്പെടുത്തുവാൻ തയ്യാറല്ലെങ്കിൽ ഞങ്ങളുടെ സൗഹൃദത്തിന്റെ സ്വഭാവത്തെപ്പറ്റി പുനർവിചിന്തനം നടത്തേണ്ടിവരും. അതായത്....”

ബാക്കി ഞങ്ങൾക്ക് ഊഹിക്കുവാനാകും. നീതിപീഠം ഞങ്ങളെ വിചാരണ ചെയ്ത് തൂക്കിലേറ്റും. ഞങ്ങൾ നാളുകളായി താലോലിച്ച സ്വപ്നം അപരിചിതമായ ഒരു ഗ്രാമത്തിൽവെച്ച് അപരിചിതരുടെ കൈകളാൽ തൂക്കിലേറ്റപ്പെടുന്നത് അസ്സഹനീയവും സംഭവിക്കാൻ പാടില്ലാത്തതുമായിരുന്നു. അപ്പോൾ മുഴങ്ങുന്ന ശബ്ദത്തിൽ ഗുരു പറഞ്ഞു.

“നിങ്ങളുടെ കഥ ഞാൻ പറയട്ടേ?”

ഞങ്ങൾ ചെവികൂർപ്പിച്ചു.

“ഞങ്ങളുടെ രത്നങ്ങൾ കവർന്നെടുക്കാൻവന്ന ചാരന്മാരാണ് നിങ്ങൾ! വാഴുന്നവരുടെ ആജ്ഞ ശിരസ്സിലേറ്റി രണ്ടും കല്പിച്ച് ഇറങ്ങിത്തിരിച്ചിരിക്കുന്ന ആത്മഹത്യാസംഘം! എന്താ ശരിയല്ലേ?”

ഞങ്ങളുടെ തൊണ്ട വരണ്ടുപോയിരുന്നു. നാവ് ചലനമറ്റ് തൊണ്ടയിൽ കുരുങ്ങിക്കിടന്നു. പ്രാണവായു ശ്വസിക്കുവാൻ ഞങ്ങൾ കഠിനമായി യത്നിച്ചു. ബോധരഹിതരായി ഞങ്ങൾ തറയിൽ വീണു. അപ്പോൾ ഗുരു ഞങ്ങളുടെ മുഖത്ത് വെള്ളം തളിച്ചിരിക്കണം. വീണ്ടും കണ്ണുതുറന്നപ്പോൾ അവ്യക്തതയിൽനിന്നും വ്യക്തതയിലേക്കു വഴുതിവീണ ഗുരുവിന്റെ മുഖം ജ്വലിക്കുകയാണെന്ന് തോന്നി. കൊള്ളക്കാരല്ലെന്ന് അലറണമെന്ന് ഞങ്ങളാഗ്രഹിച്ചു. എന്നാൽ ഞങ്ങളുടെ ശരീരത്തിലെ ശബ്ദസംവിധാനം ആകെ താറുമാറായിത്തീർന്നിരുന്നു. നീതിപീഠത്തിന് മുകളിലിരിക്കുന്ന ഗുരു ഭീകരരൂപം പ്രാപിച്ച് പച്ചിലത്തഴപ്പിന്റെ മേൽക്കട്ടിയും ഭേദിച്ച് ആകാശത്തിലേക്കും, അവിടെനിന്നും ചക്രവാളങ്ങളിലേക്കും പായുകയാണെന്നു തോന്നി.

സാധാരണ നിലയിലേക്കു മടങ്ങുവാൻ ഞങ്ങളുടെ വിറയ്ക്കുന്ന, ഇടറുന്ന മനസ്സുകൾക്ക് ഏറെസമയം വേണ്ടിവന്നു. മെല്ലെ ചിരിച്ച് ഞങ്ങളെ സസൂക്ഷ്മം നിരീക്ഷിക്കുന്ന ഗുരുവിനെ ഒടുവിൽ ഞങ്ങൾ കണ്ടു. നീതിപീഠത്തിന്റെ മേൽക്കട്ടി ഛേദിക്കപ്പെട്ടിരുന്നില്ല. യജ്ഞശാലയിൽ ഞങ്ങളേകിയ ധൈര്യത്തിന്റെ ഒരംശമെങ്കിലും ഇപ്പോൾ കിട്ടിയിരുന്നെങ്കിലെന്ന് ഞങ്ങളാഗ്രഹിച്ചു.

ഗുരു ചോദിച്ചു:

"നിങ്ങളെപ്പറ്റിയുള്ള എന്റെ അനുമാനം ശരിയാണെന്നതല്ലേ സത്യം? തുറന്നു പറയൂ...."

"അതെ." അതൊരു ശക്തിയായിരുന്നു. ഞങ്ങളെപ്പറ്റിയുള്ള ഗുരുവിന്റെ കണക്കുകൂട്ടൽ ശരിയാണെന്നു സമ്മതിച്ചപ്പോൾ ഇക്കുറി ഗുരുവാണ് ഞെട്ടിയത്. നീതിപീഠത്തിലിരിക്കുന്ന ഗ്രാമനേതാവിന്റെ മുഖത്തു നോക്കി കൈകൾ കോർത്തുപിടിച്ചുകൊണ്ട് ഞങ്ങളാവർത്തിച്ചു:

"അതെ. വാഴുന്നവരുടെ നിർദ്ദേശപ്രകാരമെത്തിയ കൊള്ളക്കാരാണ് ഞങ്ങൾ. ഇവിടുത്തെ പാറയിടുക്കുകളിലെ രത്നം കവർച്ച ചെയ്യാനാണ് ഞങ്ങളെ നിയോഗിച്ചിരിക്കുന്നത്. ഇവിടം ഒരു ശ്മശാനഭൂമിയാക്കി മാറ്റുവാൻ വാഴുന്നവർ ഞങ്ങളോട് ആവശ്യപ്പെട്ടിരിക്കുന്നു."

നീതിപീഠം മഞ്ഞുകട്ടപോലെ ഉരുകുന്നതായും, ആ ഒഴുക്കിൽപ്പെട്ട് ഗുരു താഴ്‌വരയുടെ അടിവാരങ്ങളിലേക്ക് ഒലിച്ചുപോകുന്നതായും തോന്നി. ഗുരു പറഞ്ഞു:

"പുതിയ ശത്രുക്കളുടെ വരവ് ഏതുസമയവും പ്രതീക്ഷിക്കുന്നവരാണ് ഞങ്ങൾ. ഈ നീതിപീഠത്തിന്റെ ജനനം തന്നെ അതിൽ നിന്നാണ്."

ഗുരുവിന്റെ മുഖം വല്ലാതെ വിളറിയിരുന്നു. അവിടെ ശാന്തതയ്ക്കു പകരം അസ്വസ്ഥത രൂപംകൊണ്ടു. ഗുരുവിന്റെ മേൽ മനശ്ശാസ്ത്രപരമായ ആധിപത്യം സ്ഥാപിക്കാൻ കഴിഞ്ഞത് ഒരു നേട്ടമായി ഞങ്ങൾ കരുതി.

"ഞങ്ങൾ നിയുക്തരായത് രത്നങ്ങൾ കടത്തുന്നതിനുവേണ്ടിയാണ്. പക്ഷേ, വാഴുന്നവരുടെ നിർദ്ദേശം ഞങ്ങൾ അംഗീകരിക്കുന്നില്ല...."

ഗുരുവിന്റെ നെറ്റിത്തടം ചുളിഞ്ഞു, അവിശ്വസനീയതയോടെ അദ്ദേഹം ഞങ്ങളുടെ കണ്ണുകളിലേക്കു നോക്കിയപ്പോൾ ഞങ്ങൾ പറഞ്ഞു:

"സത്യമാണ്. ഞങ്ങളുടെ ദൗത്യം അതല്ല. നിങ്ങളുടെ രത്നം ഞങ്ങൾക്ക് വേണമെങ്കിലും, ഞങ്ങൾ വാഴുന്നവരുടെ ആജ്ഞാനുവർത്തികളല്ല."

ഞങ്ങൾ പറയുന്നതു ഗ്രഹിക്കുവാൻ ഗുരുവിന് കഴിഞ്ഞിരുന്നില്ല. അദ്ദേഹം ഞങ്ങളെ ഇമ പൂട്ടാതെ തുറിച്ചുനോക്കുകയായിരുന്നു.

"പടിഞ്ഞാറൻ പ്രദേശങ്ങളുടെ കേന്ദ്രമായ കോട്ടയേയും അയൽ ഗ്രാമങ്ങളെയും ഉൾപ്പെടുത്തി ഒരു വൻ നഗരം സ്ഥാപിക്കുവാൻ വാഴുന്നവർ ആഗ്രഹിക്കുന്നു. അതിനുവേണ്ട പണം സ്വരൂപിക്കുന്നതിലേക്ക് ഇവിടുത്തെ പാറക്കെട്ടുകൾക്കുള്ളിലും പുഴയിലും രത്നം തിരയുവാനാണ് ഞങ്ങളെ അയച്ചിരിക്കുന്നത്."

"നിങ്ങളുടെ ദൗത്യം നിറവേറ്റാൻ കഴിയും എന്ന വിശ്വാസമുണ്ടോ?"

"നിശ്ചയമായും. രത്നം പതിയിരിക്കുന്ന പാറക്കെട്ടുകൾ പൊട്ടിച്ച് അവ ഞങ്ങൾ കൊണ്ടുപോകും."

ഗുരുവിന്റെ മുഖം ചുവന്നു. ശബ്ദമുയർത്തി അദ്ദേഹം പറഞ്ഞു:

"നീതിപീഠത്തിന്റെ മുൻപിലാണ് നിങ്ങൾ നില്ക്കുന്നതെന്നോർക്കണം."

"നീതിപീഠത്തിനു മുൻപിൽനിന്ന്, ഈ ഗ്രാമത്തിന്റെ അധിപനോടാണ് ഞങ്ങൾ സംസാരിക്കുന്നതെന്നറിയാം."

കോപംകൊണ്ടു ചുവന്ന മുഖത്തോടെ ഗുരു നീതിപീഠത്തിൽനിന്നു ചാടിയെണീറ്റു. ഗുരു പതറുകയാണെന്ന് മനസ്സിലാക്കിക്കൊണ്ട് ഞങ്ങൾ തുടർന്നു:

"ഞങ്ങളെത്തിയത് നീതിപീഠത്തെ മുത്താനല്ല. അവഹേളിക്കാനുമല്ല. ഞങ്ങളുടെ ലക്ഷ്യം രത്നങ്ങൾ നേടുകയെന്നതുമാത്രമാണ്."

"പക്ഷേ, വാഴുന്നവരുടെ പ്രതിനിധികളെ അതിന് അനുവദിക്കില്ല. അയാൾ ഞങ്ങളുടെ ശത്രുവാണ്. അതുകാരണം നിങ്ങളും ശത്രുക്കളാണ്. ഈ നീതിപീഠം ഇവിടെയുള്ളവർക്ക് ശിക്ഷ നല്കാൻവേണ്ടി മാത്രമുള്ളതല്ല."

"വാഴുന്നവരുടെ പ്രതിനിധികളായിട്ടല്ല എത്തിയിരിക്കുന്നതെങ്കിൽ നിങ്ങൾ ഞങ്ങൾക്ക് രത്നം നല്കുമോ?"

ഗുരു ചിറി കോട്ടി ഉറക്കെ ചിരിച്ചു. എന്നിട്ട് പറഞ്ഞു:

"വീണിടം വിദ്യയാക്കാനുള്ള വൈദഗ്ദ്ധ്യം വാഴുന്നവരെപ്പോലെ നിങ്ങൾക്കുമുണ്ട്. അല്ലേ? പക്ഷേ, ഞങ്ങൾ പണ്ടത്തേക്കാളും ബുദ്ധിപരമായി വളർച്ച നേടിയിട്ടുണ്ട്."

ഒരു ചെറിയ ഇടവേള ഇവിടെ ആവശ്യമാണെന്നു തോന്നിച്ചു. നേരിയ നിശ്ശബ്ദതയ്ക്കുശേഷം സൗമ്യമായി ഞങ്ങൾ പറഞ്ഞു:

"തുറന്നുപറയാം.... നിങ്ങളേക്കാളധികം ഞങ്ങൾ വാഴുന്നവരെ വെറുക്കുന്നു. ഞങ്ങളുടെ ഏക ശത്രു വാഴുന്നവരാണ്. ഞങ്ങളുടെ വർഗ്ഗശത്രു. കോട്ടമതിലുകൾ ഇടിച്ചു നിരത്തി വാഴുന്നവരുടെ കോവിലകത്തിന്റെ അടിത്തറയിളക്കാൻ കൊതിക്കുന്നവരാണ് ഞങ്ങൾ."

ഞങ്ങൾക്ക് മുഴുമിക്കാൻ കഴിഞ്ഞില്ല. ഗുരുവിന്റെ മുഖത്തെ മുറുകിനിന്ന ഞരമ്പുകൾ മെല്ലെ അയഞ്ഞ് പൂർവ്വരൂപം പ്രാപിച്ചു. അദ്ദേഹം നീതിപീഠത്തിന്മേലിരുന്നു.

"ഞങ്ങൾ അനാഥരാണ്. താമസസ്ഥലമായ കോട്ടയിൽ സുഖസൗകര്യങ്ങളേർപ്പെടുത്തുക മാത്രമാണ് വാഴുന്നവർ ചെയ്തിട്ടുള്ളത്. ഞങ്ങളുടെ നാണ്യവിളകൾ തുച്ഛമായ വിലയ്ക്കുവാങ്ങി പുറംകമ്പോളങ്ങളിൽ വിറ്റ് വൻലാഭമെടുത്ത് ഖജനാവു നിറയ്ക്കാനേ വാഴുന്നവർക്ക് താല്പര്യമുണ്ടായിരുന്നുള്ളൂ. ഞങ്ങളുടെ വർഗ്ഗമൊന്നാകെ മലമ്പനി പിടിച്ച് മരിച്ച് വീണപ്പോഴും കൊടും പട്ടിണിയിൽ വീണ് നിലവിളിച്ചപ്പോഴും വാഴുന്നവർ ഞങ്ങളുടെ അടുത്തെത്തിയില്ല. ഒടുവിൽ ഞങ്ങളതു നിശ്ചയിച്ചു...."

വാഴുന്നവരുമായുള്ള കരാറിന്റെ വിശദാംശം ഗുരുവിനോട് പറഞ്ഞു. വാഴുന്നവരുടെ പതനം ചരിത്രപരമായ ആവശ്യമാണെന്ന് ഞങ്ങൾ സമർത്ഥിച്ചു.

ഗുരു നിശ്ശബ്ദനായിരുന്നു. കൂടെക്കൂടെ ഞങ്ങളുടെ വിടർന്ന കണ്ണുകളിലേക്കു നോക്കി വീണ്ടും ചിന്തയിലാണ്ടു.

ഒടുവിൽ ഗുരു ചോദിച്ചു.

"നഗരവല്ക്കരണം എന്ന ആശയം എവിടെനിന്നാണ് ലഭിച്ചത്?"

"അമ്മയുടെ ഗർഭപാത്രത്തിൽ നിന്ന്. പൊക്കിൾക്കൊടിയിലൂടെ അമ്മയിൽനിന്ന് ആഹാരം സ്വീകരിച്ചപ്പോൾ മുതൽ, അമ്മയുടെ നാസാരന്ധ്രത്തിൽ കൂടി പ്രാണവായു ശ്വസിച്ചതുമുതൽ ഞങ്ങളുടെ ലക്ഷ്യം അതായിരുന്നു. പിറന്നുവീണപ്പോൾ ആദ്യം ചിന്തിച്ചത് ഞങ്ങളുടെ ഗ്രാമത്തിന്റെ ഉന്നതിയെപ്പറ്റിയാണ്. വയലുകളിൽ നിലം ഉഴുതു മറിച്ചപ്പോഴും, നദിയിൽനിന്ന് വെള്ളം കോരിക്കുടിച്ച് ദാഹം ശമിപ്പിച്ചപ്പോഴും ആ ഒരു ചിന്തയേ ഞങ്ങൾക്കുണ്ടായിരുന്നുള്ളൂ. അതിന്റെ പേരിൽ മുതിർന്ന തലമുറയുമായി ഞങ്ങൾ സമരം ചെയ്തു. ഞങ്ങൾ അഹങ്കാരികളാണെന്നും നിഷേധികളാണെന്നും അവർ കുറ്റപ്പെടുത്തി. പുതിയ തലമുറയുടെ പിന്തുണ ഞങ്ങൾക്കു ലഭിച്ചു. അങ്ങനെ ഇവിടെയെത്തി."

ഞങ്ങളുടെ ആശയം തീരെ ദഹിക്കാഞ്ഞ ഗുരു അസ്വസ്ഥതയോടെ പറഞ്ഞു:

"എന്തെല്ലാമായാലും വാഴുന്നവർ ഭരിക്കുന്ന ദേശത്തുനിന്നു വരുന്നവർക്ക് അനർഹമായ സൗഹൃദം നല്കാൻ കഴിയില്ല."

"പക്ഷേ, ഞങ്ങളാവശ്യപ്പെടുന്നത് അതാണ്. അപേക്ഷിക്കുന്നു എന്നതാവും ശരി. കിഴക്കൻ ഗ്രാമത്തിന്റെ തലവനായ അങ്ങയുടെ പരിപൂർണ്ണ പിന്തുണ ഞങ്ങളുടെ സംരംഭത്തിനു വേണം."

"എന്റെയോ?"

"അതെ."

"മനസ്സിലായില്ല."

"മാനസികവും ശാരീരികവും സാമ്പത്തികവുമായ പിന്തുണ തന്ന് സഹായിക്കണം."

"മാനസികമായി അനൈക്യം ഉള്ളപ്പോൾ എങ്ങനെ പിന്തുണ നല്കാനാകും?"

"അതു മറക്കണമെന്നാണ് ഞങ്ങൾക്കു പറയുവാനുള്ളത്. വാഴുന്നവരുമായുള്ള പ്രശ്നത്തെക്കുറിച്ചല്ല; ഞങ്ങളോടുള്ള സമീപനത്തിൽ മാറ്റം വരുത്തണം. കാരണം ഞങ്ങളുടെ ഗ്രാമത്തിലുള്ളവർ ശുദ്ധരാണ്. എല്ലു മുറിയെ പണിചെയ്തിട്ടും അർദ്ധപ്പട്ടിണിമാത്രം കൈമുതലായുള്ളവർ. അവരുടെ ഉന്നമനത്തിനുവേണ്ടിയുള്ള ഞങ്ങളുടെ ശ്രമവുമായി അങ്ങ് യോജിക്കണം."

ഗുരു വീണ്ടും ചിന്താധീനനായി. ഒരുപക്ഷേ, ശക്തിയായ സാമ്പത്തിക അടിത്തറയുള്ള തന്റെ ഗ്രാമത്തെയും ഒരു നഗരമായി കാണാനുള്ള ആഗ്രഹം അദ്ദേഹത്തിൽ മുളച്ചിരിക്കുമോ? ഇലച്ചാർത്തുകൊണ്ട്

മേൽക്കട്ടിയുള്ള ഇപ്പോഴത്തെ നീതിപീഠത്തിനു പകരം ഉരുക്കും സിമന്റും കൂടിച്ചേർന്ന മേലാപ്പുള്ള, നാലു ഭാഗവും മറച്ച ഒരു കൂറ്റൻ കെട്ടിടം അദ്ദേഹം ഭാവനയിൽ കണ്ടിരിക്കും.

ഗുരു ചോദിച്ചു:

"എന്തിനെപ്പറ്റിയാണ് നിങ്ങൾ സൂചിപ്പിക്കുന്നത്?"

"യജ്ഞശാലയിലെ ഞങ്ങളുടെ സമാന്തര ഖജനാവിലേക്ക് ഈ ഗ്രാമത്തിലെ അമൂല്യരത്നങ്ങൾ ദാനം ചെയ്യണം. അതിന്റെ പിൻബലത്തിൽ ലക്ഷ്യത്തോടടുക്കുവാനുള്ള കരുത്ത് ഞങ്ങൾക്കുണ്ടാകും."

"പക്ഷേ, രത്നങ്ങൾ അന്യർക്ക് നല്കാൻ പാടില്ലെന്നതാണ് ഇവിടുത്തെ നിയമം. കരിമ്പാറക്കൂട്ടങ്ങൾ തച്ചുടച്ച് അവയ്ക്കുള്ളിൽ നിന്ന് ഞങ്ങളുടെ ഗ്രാമക്കാർ രത്നങ്ങൾ കൊത്തിയെടുക്കുന്നത് അവരുടെ ക്ഷേമത്തിനു വേണ്ടിയാണ്. അഥവാ ഞങ്ങൾ നിങ്ങൾക്കു രത്നം തരികയാണെങ്കിൽ പകരം ഞങ്ങൾക്ക് എന്താണ് ലഭിക്കുക!"

ഞങ്ങൾ വാഴുന്നവരുമായി നടത്തിയ വിലപേശൽ പോലെ മറ്റൊന്ന്! ഒന്നിന് മറ്റൊന്ന് പകരം നല്കി സാമ്രാജ്യത്തിന് അടിത്തറയിടുക എന്ന പ്രഖ്യാതമായ നയത്തെപ്പറ്റിയാണ് ഗുരു സൂചിപ്പിക്കുന്നത്.

ഞങ്ങൾ ചിന്തിച്ചു. എന്താണ് ഞങ്ങൾക്ക് പ്രതിഫലമായി കൊടുക്കാൻ കഴിയുക? രത്നങ്ങൾക്കുപകരം നാണ്യവിളകൾ നല്കാമെന്നു വെച്ചാൽ കൂടുതൽ കൃഷിസ്ഥലങ്ങൾ ഉണ്ടാക്കേണ്ടതായി വരും. അല്ലെങ്കിലും ധാന്യം ഇവർക്ക് ആവശ്യമില്ലതാനും. ഇവരുടെ ഭണ്ഡാരപ്പുരകൾ ധാന്യംകൊണ്ട് നിറഞ്ഞിരിക്കുകയാണ്.

പിന്നെ അവശേഷിക്കുന്നത് ഒരേ ഒരു സംഗതിയാണ്. ഗുരുവിനെ ആകാംക്ഷാഭരിതനും, അത്ഭുതപരതന്ത്രനും ആക്കിയ ആ സംഗതി നല്കുമെങ്കിൽ ഗുരു ഞങ്ങൾക്ക് രത്നം തരുമെന്നത് തീർച്ച. ഞങ്ങളുടെ സംസാരം ശ്രദ്ധിക്കുമ്പോൾ ഗുരുവിന്റെ മുഖത്ത് ഒന്നൊന്നായി മിന്നിമറഞ്ഞ ഭാവങ്ങൾ ഞങ്ങൾ സസൂക്ഷ്മം മനസ്സിലാക്കിയിരുന്നു. ഞങ്ങളുടെ ലക്ഷ്യം ഒരു സ്വപ്നം പോലെയേ ഗുരുവിന് തോന്നിച്ചുള്ളു. ഒരിക്കലും സംഭവിക്കാനിടയില്ലാത്ത ഒരു സ്വപ്നം.

ഗുരുവിന്റെ മുൻപിലേക്ക് ഇടുന്ന ചൂണ്ടയിലെ ഇരയായി ഞങ്ങളുടെ സ്വപ്നത്തെ കൊരുക്കുവാൻ കഴിഞ്ഞാൽ ഗുരു സംതൃപ്തനാകുമെന്ന് തീർച്ചയായിരുന്നു. കോട്ടയേയും അയൽഗ്രാമങ്ങളേയും ചേർത്ത് നഗരം പണിതുയർത്തുക എന്ന ഞങ്ങളുടെ ലക്ഷ്യത്തിന് കുറേക്കൂടി വിശാലമായ കാഴ്ചപ്പാട് നല്കി കിഴക്കൻ ഗ്രാമത്തെക്കൂടി ഞങ്ങളുടെ പദ്ധതിയിൽ ഉൾപ്പെടുത്താം എന്ന നിർദ്ദേശം ഗുരുവിനെ ഹർഷോന്മാദത്തിലേക്ക് നയിക്കുമെന്ന് ഞങ്ങൾ മനസ്സിലാക്കി.

ഞങ്ങളുടെ പദ്ധതിയിൽ അവിശ്വാസം മാത്രമുള്ള ഗുരുവിനെ ഈ നിർദ്ദേശം വല്ലാത്ത ഒരു മാനസികാവസ്ഥയിലേക്കു നയിക്കുമെന്നതിൽ സംശയമില്ലായിരുന്നെങ്കിലും ഞങ്ങളുടെ വാഗ്ദാനത്തിൽ എത്രത്തോളം വിശ്വാസം അദ്ദേഹത്തിനുണ്ടായിരിക്കും എന്നതിൽ ഞങ്ങൾക്ക് ഭിന്നാഭിപ്രായമുണ്ടായി. ഒരിക്കലും കൈവരിക്കാനാവാത്ത നേട്ടമായി ഇ

തിനെ കണക്കാക്കുവാൻ ഗുരു ശ്രമിച്ചാൽ രത്നം ഞങ്ങൾക്കു നഷ്ടമാകും. ഞങ്ങൾ ഗുരുവിനോടു പറഞ്ഞു:

"രത്നങ്ങൾക്കു പകരമായി എന്താണ് നല്കേണ്ടതെന്ന് അങ്ങ് ആവശ്യപ്പെട്ടാൽ മതി. ഞങ്ങളുടെ ഗ്രാമം അവികസിതമാണ്. സാമ്പത്തികമായി പാപ്പരായതുകൊണ്ടാണ് ഈ ഗ്രാമത്തിന്റെ പിന്തുണ ഞങ്ങളാവശ്യപ്പെട്ടത്."

ഗുരു നിശ്ശബ്ദനായിരുന്നു.

"ഞങ്ങളുടെ പക്കലുള്ള ഒരേ ഒരു വിലപ്പെട്ട സ്വത്ത് സൗമനസ്യമാണ്."

"സൗമനസ്യമോ?" ഗുരു അമ്പരപ്പോടെ ചോദിച്ചു.

"അതെ, നിങ്ങൾ തരുന്ന രത്നങ്ങളെക്കാൾ വിലപ്പെട്ട സൗമനസ്യം! വറ്റാത്ത ഉറവയായി കാത്തുസൂക്ഷിക്കുന്ന ഞങ്ങളുടെ ഏറ്റവും വിലപിടിപ്പുള്ള സ്വത്താണത്."

ഗുരുവിന് ഒന്നും വ്യക്തമായിരുന്നില്ല. നീതിപീഠത്തിൽ നിന്നെഴുന്നേറ്റ് ഗുരു ഞങ്ങളുടെ അടുത്തേക്കുവന്നു.

"ഞങ്ങളെ കൊല്ലാതെ രത്നം കൊണ്ടുപൊയ്ക്കൊള്ളാം എന്നാണോ അർത്ഥമാക്കുന്നത്?"

അഹന്ത നിറഞ്ഞ ആ ചോദ്യം ഞങ്ങളെ ചിന്തിപ്പിച്ചു. ഞങ്ങൾ പറഞ്ഞു:

"വാഴുന്നവർ ഞങ്ങളുടെ ശത്രുവാണെന്നു കരുതി ഞങ്ങളെ ആ ഗണത്തിൽ പെടുത്തരുതെന്ന് നേരത്തേ പറഞ്ഞതാണ്. നിങ്ങളുടെ സമ്പന്നമായ ഈ ഗ്രാമത്തിന്റെ ഗുണകാംക്ഷികളാകാൻ ഞങ്ങളാഗ്രഹിക്കുന്നു."

"സൗമനസ്യത്തിന്റെ അർത്ഥം അതാണോ? ഞങ്ങൾ ദേവീപൂജ കഴിക്കുന്നുണ്ട്. യഥാകാലം ഞങ്ങളുടെ വയലുകൾക്ക് ഈശ്വരൻ ജലം നല്കുന്നുണ്ട്. വെട്ടുക്കിളികളിൽനിന്നും കാട്ടുമൃഗങ്ങളിൽനിന്നും ഞങ്ങളുടെ വിളകൾ പരിരക്ഷിക്കപ്പെടുന്നുണ്ട്. രോഗങ്ങളിൽനിന്നും ഞങ്ങൾ വിമുക്തരാക്കപ്പെട്ടിരിക്കുന്നു. ഞങ്ങളുടെ ഗുണത്തിനുവേണ്ടി പ്രാർത്ഥിക്കുന്നതിന് ഈ നിലയിൽ വലിയ സാംഗത്യമില്ല."

പരിഹാസച്ചുവയോടെ ഗുരു ഇതുപറഞ്ഞു നിർത്തിയപ്പോൾ ഞങ്ങൾക്ക് വേദന തോന്നി. ഈ ഗ്രാമത്തിന്റെ ഉയർച്ചയിൽ ഞങ്ങൾക്കുള്ള താല്പര്യം സ്വാർത്ഥതയിൽനിന്ന് ഉടലെടുത്തതാണെന്ന് ഗുരു സംശയിക്കുന്നുണ്ടാവും. അതീവ ദുഃഖത്തോടെ ഞങ്ങൾ പറഞ്ഞു:

"ഞങ്ങളുടെ സൗമനസ്യത്തിന്റെ വില എത്രത്തോളമെന്ന് അത് ലഭിക്കുമ്പോഴേ മനസ്സിലാകൂ...."

"സൗമനസ്യത്തിന് നിങ്ങൾ നല്കുന്ന അർത്ഥമെന്തെന്ന് ആദ്യം വ്യക്തമാക്കൂ...."

"പ്രവൃത്തിയിലൂടെ, കർമ്മത്തിലൂടെ ഉള്ള സൗമനസ്യം."

"തീരെ ദഹിക്കാത്ത ഭാഷയാണ്. തെളിച്ചു പറയൂ"

അപ്പോഴും ഗുരുവിന്റെ മുഖത്തെ നിസ്സാരഭാവത്തിന് കുറവ് വന്നി

രുന്നില്ല. അദ്ദേഹമെഴുന്നേറ്റ് നീതിപീഠത്തിനടുത്തേക്ക് നടന്നു. ഞങ്ങൾക്ക് പിൻതിരിഞ്ഞുനിന്ന് നീതിപീഠത്തിനു പുറത്തെ മനോഹരമായ ചിത്രപ്പണിയിൽ നോക്കിക്കൊണ്ട് ഗുരു പറഞ്ഞു:

"നിങ്ങൾ ഉദ്ദേശിക്കുന്നതെന്തെന്ന് മനസ്സിലാകുന്ന ഭാഷയിൽ പറഞ്ഞുതരൂ...."

"ഈ കുന്നുകളുടെ താഴ്‌വരകളിൽ, വയലുകളുടെ കരകളിൽ, കുറുകെയും നെടുകെയും ഒഴുകുന്ന നദീതീരങ്ങളിൽ ഒരു പുതിയ സംസ്കാരം പടുത്തുയർത്തുവാൻ ഞങ്ങളുടെ സൗമനസ്യത്തിന്റെ ഉറവ നിങ്ങൾക്കായി തുറന്നുതരാം."

ഗുരുവിന് ഞെട്ടലുണ്ടായി. നാടകീയ ചലനത്തോടെ പിന്നോക്കം തിരിഞ്ഞുകൊണ്ട് ഗുരു ചോദിച്ചു:

"പുതിയ സംസ്കാരമോ?"

"അതെ. നഗരവല്ക്കരണത്തിൽ കൂടിയുള്ള പുത്തൻ സംസ്കാരം."

ഗുരു പൊട്ടിച്ചിരിച്ചു. ഞങ്ങളെ നോക്കാതെ താഴ്‌വരകളിലേക്കും കീറുകളായി ദൃശ്യമായിരിക്കുന്ന ആകാശത്തിലേക്കുംനോക്കി അദ്ദേഹം നിർത്താതെ ചിരിച്ചു. എന്നിട്ട് അവജ്ഞയോടെ ഞങ്ങളെ നോക്കിക്കൊണ്ടു ചോദിച്ചു:

"ഏതെല്ലാം സംസ്കാരങ്ങൾ പടുത്തുയർത്തിയ ചരിത്രം നിങ്ങൾക്കുണ്ട്?"

ഞങ്ങളെ അവഹേളിക്കുകയാണ് ഗുരുവിന്റെ ലക്ഷ്യമെന്ന് വ്യക്തമായിരുന്നു. പക്ഷേ, ഗുരുവിനെ വെറുതെ വിടാൻ ഞങ്ങൾ തയ്യാറായിരുന്നില്ല, പതറാത്ത സ്വരത്തിൽ, വ്യക്തമായി ഞങ്ങൾ പറഞ്ഞു.

"നഗരങ്ങൾ പടുത്തുയർത്തിയ ചരിത്രം ഞങ്ങൾക്കില്ലെങ്കിലും ഒരു വൻ നഗരത്തിന്റെ രൂപവല്ക്കരണത്തിൽ ഞങ്ങൾ ഭാഗഭാക്കുകളായിരുന്നു."

"ഏതു നഗരം?"

"ഞങ്ങളെ നോക്കി അപഹാസ്യമായി ചിരിക്കില്ലെങ്കിൽ, ഞങ്ങളുടെ ലക്ഷ്യത്തേയും ആദർശത്തേയും മാനിക്കുമെങ്കിൽ, ഏതാണാനഗരമെന്നും എങ്ങനെയാണ് ഞങ്ങളതിൽ പങ്കെടുത്തതെന്നും പറയാം." ശാന്തമായ ഒരു പൊട്ടിത്തെറിക്കലായിരുന്നു അത്.

ഗുരുവിന്റെ മുഖം വിളറി. തികച്ചും അപ്രതീക്ഷിതമായിരുന്നതു കാരണം അദ്ദേഹം കുറച്ചുനേരത്തേക്ക് നിശ്ശബ്ദനായിരുന്നു. പിന്നീട് ക്ഷമാപണത്തോടെ പറഞ്ഞു:

"അസംഭാവ്യമായ ഒന്നിനെപ്പറ്റി സ്വപ്നംകണ്ട് മനക്കോട്ട കെട്ടുന്ന വിഡ്ഢിത്തത്തെയോർത്ത് അറിയാതെ ചിരിച്ചുപോയതാണ്. അത് നിങ്ങളുടെ മനസ്സിൽ പോറലേല്പിച്ചുവെങ്കിൽ ക്ഷമിക്കുക."

"എല്ലാ സ്വപ്നങ്ങളും അസംഭാവ്യമാണെന്ന് നമ്മെ പഠിപ്പിച്ചത് പോയ തലമുറയിൽപ്പെട്ടവരാണ്; അവരുടെ ചങ്കുറപ്പില്ലായ്മയാണ്. ഞങ്ങൾ വിശ്വസിക്കുന്നത് സ്വപ്നങ്ങൾക്ക് യാഥാർത്ഥ്യവുമായി ബന്ധമുണ്ടെന്നാണ്. സ്വപ്നം യാഥാർത്ഥ്യത്തിന്റെ ബീജമാണെന്നാണ്."

"പക്ഷേ, ഇത്ര വലിയൊരു സ്വപ്നം മെനഞ്ഞെടുക്കുവാനുള്ള മാ

നസിക ശക്തി എവിടെനിന്നു ലഭിക്കും? ലഭിച്ചുവെന്നു പറഞ്ഞാൽ തന്നെ വിശ്വസിക്കാനാവുമോ?"

"തൊട്ട് വിശ്വസിക്കുക. നാളെ നദീതീരങ്ങളിലുയരുന്ന വമ്പൻ കെട്ടിടങ്ങളുടെ ഗോപുരങ്ങളിൽ സ്പർശിച്ചുനോക്കുക. ഇന്നലെവരെ ശത്രുവിന്റെ ചോര വീഴ്ത്തുവാൻ നിങ്ങൾക്കു കരുത്തുണ്ടായിരുന്നോ? നിങ്ങളുടെ രത്നം സ്വന്തം ഖജനാവിലേക്കു മുതൽക്കൂട്ടുവാൻ കഴിഞ്ഞിരുന്നോ? പാറയിടുക്കുകളിൽ ശത്രുവിന്റെ ജഡം എറിഞ്ഞുതള്ളുവാനുള്ള കരുത്ത് നിങ്ങൾ നേടിയില്ലേ? നിങ്ങളുടെ ഏറ്റവും വലിയ സ്വപ്നമായിരുന്നില്ലേ അത്?"

"ഇവിടം ഒരു നഗരം ആകുമെന്നത് യാഥാർത്ഥ്യമാണെന്നാണോ നിങ്ങൾ സ്ഥാപിക്കുന്നത്?"

"അതെ. നൂറുശതമാനം."

"എനിക്ക് സ്ഥിരത നഷ്ടപ്പെടുകയാണെന്നു തോന്നുന്നു."

"ഞങ്ങൾക്ക് സ്ഥിരത ഉറച്ചത് നഗരവല്ക്കരണം എന്ന ആശയം മനസ്സിൽ അണയാതെ കൊണ്ടു നടന്നതുകൊണ്ടാണ്."

ഗുരു പിന്നീട് ഒന്നും ചോദിച്ചില്ല. നഗരവല്ക്കരണത്തിന്റെ ആസൂത്രണരീതികളെപ്പറ്റി ദിവസങ്ങളോളം ഗുരുവിനോട് സംസാരിച്ചു. സന്ധ്യകളിൽ ഞങ്ങൾ ഗുരുഗൃഹത്തിൽ ഉറങ്ങി. ഗ്രാമത്തിന്റെ താഴ്‌വരകളിൽ ഞങ്ങൾ അലഞ്ഞു നടന്നു. അവിടുത്തെ പുഴയിൽ ഞങ്ങൾ നീന്തിത്തുടിച്ചു. എന്നും വൈകുന്നേരം നീതിപീഠത്തിനു ചുറ്റുമിരുന്ന് നഗരവല്ക്കരണത്തെക്കുറിച്ച് ചർച്ച ചെയ്ത് ഒരു പദ്ധതി തയ്യാറാക്കിയെടുത്തു. ഞങ്ങൾക്ക് രത്നം നല്കുവാനും ഗുരു തയ്യാറായി.

ഒരു സായാഹ്നത്തിലാണത് സംഭവിച്ചത്. നീതിപീഠത്തിനു ചുറ്റുമിരുന്ന് ഞങ്ങൾ ഗുരുവുമായി സംസാരിച്ചുകൊണ്ടിരിക്കെ അകലെ, താഴ്‌വരയിൽ ഒരു ബഹളം കേട്ടു. കുന്നിന്റെ അടിവാരത്തിൽ ഒരുപറ്റം ആളുകൾ നീതിപീഠത്തെ ലക്ഷ്യമാക്കി വരികയായിരുന്നു. കൈകൾ ബന്ധിക്കപ്പെട്ട ഒരുവനെ മുൻപിൽ നടത്തിക്കൊണ്ട് ഒരു ഘോഷയാത്ര പോലെ അവർ കുന്നുകയറുവാൻ തുടങ്ങി. ചിലർ അട്ടഹസിക്കുകയും അലറിവിളിക്കുകയും ചെയ്തു.

ഗുരു പറഞ്ഞു:

"എന്തോ പ്രശ്നമുണ്ട്."

ഞങ്ങൾ ചോദ്യഭാവത്തിൽ ഗുരുവിനെ നോക്കി.

"ഇവിടെ പരിപൂർണ്ണ സമാധാനം എന്നതാണ് നിയമം. ഒരുത്തൻ കുഴിച്ചെടുക്കുന്ന രത്നം പൂർണ്ണമായും അവന്റെ സ്വത്തല്ല. ഒരംശം ഗ്രാമത്തിന്റെ പൊതുഖജനാവിലേക്ക് കൊടുക്കേണ്ടതുണ്ട്."

ഒന്നു നിർത്തിയിട്ട് സംഘത്തെ ശ്രദ്ധിച്ചുകൊണ്ട് ഗുരു തുടർന്നു.

"ആ മുൻപിൽ വരുന്നവൻ കുറ്റവാളിയാണ്. അവന്റെ കൈകൾ ബന്ധിച്ചിരിക്കുന്നതു നോക്കൂ...."

കുറ്റവാളിയെ അനുഗമിച്ചവർ അയാളെ ഉന്തുകയും തള്ളുകയും അടിക്കുകയും ചെയ്തുകൊണ്ടിരുന്നു.

"രത്നം കുഴിച്ചെടുക്കുന്നിടത്ത് എന്തെങ്കിലും അനിഷ്ട സംഭവം ഉണ്ടായിരിക്കും. അന്യന്റെ മുതൽ ആഗ്രഹിക്കുന്നത് ഏറ്റവും വലിയ കുറ്റമായി ഞങ്ങൾ പ്രഖ്യാപിച്ചിട്ടുണ്ട്. ഒരുപക്ഷേ, അവൻ ആരെയെങ്കിലും കൊന്നിട്ടുണ്ടാവും...." ഞങ്ങൾ ചോദിക്കാതെ തന്നെ ഗുരു പറഞ്ഞു കൊണ്ടിരുന്നു.

സംഘം നീതിപീഠത്തിനു മുൻപിലെത്തി. അവർ ഓരോരുത്തരായി ഗുരുവിന്റെ അങ്കിയിൽ മുത്തി കൈകൾ ബന്ധിതനായവനെ നീതിപീഠത്തിനു മുൻപിൽ നിർത്തി അകന്നുനിന്നു. കുറ്റവാളി തലയുയർത്തിപ്പിടിച്ച് ഗുരുവിന്റെയും ഞങ്ങളുടെയും മുഖത്ത് അവജ്ഞയോടെ നോക്കി. അവൻ ഒത്ത ഒരു യുവാവായിരുന്നു. ഇരുണ്ട നിറവും, ശക്തിയുള്ള മാംസപേശികളും, ഉന്തിയ മാറിടവുമുള്ളവൻ. അദ്ധ്വാനിച്ച് മുഴുത്ത കൈകളിലെ മാംസപേശികൾ തെറിച്ചുനില്ക്കുന്നു. ഒരു നിഷേധിയുടെ ഭാവമായിരുന്നു അവന്റേത്. കുറ്റവാളിയെ ഗുരുവിന് അഭിമുഖമായി നിർത്തി ന്യായാധിപന്മാർ അവന്റെ മുൻപിൽ ഇരിപ്പുറപ്പിച്ചു വിസ്താരം ആരംഭിക്കുന്നതിനു മുൻപ് കുറ്റവാളിയുടെ കൈയിലെ കെട്ടഴിച്ചുമാറ്റി. ജനം ഒരു കോട്ടപോലെ നീതിപീഠത്തിനു ചുറ്റും നിരന്നുനിന്നു. ന്യായാധിപസംഘം അവനെ വിസ്തരിക്കുവാനുള്ള തയ്യാറെടുപ്പിലായിരുന്നു. അവർ രഹസ്യമായി തമ്മിൽ തമ്മിൽ എന്തൊക്കെയോ സംസാരിച്ചു. ഒടുവിൽ ഗുരുവിന്റെ സാന്നിദ്ധ്യത്തിൽ, കോപിഷ്ഠരും ഉൽക്കണ്ഠാകുലരുമായ ജനങ്ങൾക്കു മുൻപിൽ, ഞങ്ങളെ മൂകസാക്ഷികളാക്കിക്കൊണ്ട് അവർ വിസ്താരം ആരംഭിച്ചു....

ആറ്

ചിന്നൻ എന്നായിരുന്നു അവന്റെ പേര്. ഗ്രാമത്തിന്റെ ശുഷ്ക കാലത്ത് എവിടെനിന്നോ കുടിയേറിപ്പാർത്ത ആദ്യ സംഘത്തിൽപ്പെട്ട ഒരു കുടുംബത്തിന്റെ ഇങ്ങേയറ്റത്തെ കണ്ണി. ചിന്നന്റെ ബാല്യകാലത്തു തന്നെ അവന് രക്ഷിതാക്കളെ നഷ്ടപ്പെട്ടിരുന്നു. കുടിപ്പകയുടെ പേരിൽ അച്ഛന്റേയും അമ്മയുടേയും തല തല്ലിച്ചതയ്ക്കപ്പെടുന്നതിന് അവന് സാക്ഷിയാകേണ്ടിവന്നു.

പിന്നെ അവൻ ഒറ്റയാനായി ഗ്രാമത്തിലെ പുഴയിലെ വെള്ളം കുടിച്ച്, കാട്ടുതേൻ രുചിച്ച്, കിഴങ്ങുവർഗ്ഗങ്ങൾ കഴിച്ച് സ്വതന്ത്രനായി നടന്നു. അവന്റെ മനസ്സിൽ പുകഞ്ഞുകൊണ്ടിരുന്ന അഗ്നിപർവ്വതം പൊട്ടിത്തെറിക്കുവാനുള്ള പരുവത്തിലെത്തിയിരുന്നില്ല. മാനസികമായും ശാരീരികമായും പരുക്കനായി വളർന്നപ്പോൾ പരിപൂർണ്ണ നിഷേധിയായ ഒരുവനെ ഗ്രാമജനത അവനിൽ ദർശിച്ചു. ചോദ്യം ചെയ്തവരെ അവൻ അന്ധാളിപ്പിച്ചു:

"നിങ്ങളെക്കാൾ ഈ ഗ്രാമത്തിന്റെ അവകാശം എനിക്കാണ്. എന്റെ പൂർവ്വികരാണ് ഇവിടെ ആദ്യമായി കാലുകുത്തിയത്. ഇവിടുത്തെ വയലേലകളിലും കൃഷിത്തോട്ടങ്ങളിലും പുത്തൻവിത്തു മുളച്ചത് അവ

രുടെ വിയർപ്പിന്റെ ഉപ്പുരസം നുകർന്നാണ്. ഞാൻ അവരുടെ ഇങ്ങേയറ്റത്തെ കണ്ണിയാണ്. എന്നെ ചോദ്യം ചെയ്താൽ ഞാനിവിടം തരിശു നിലമാക്കും."

ഒരു വിപ്ലവകാരിയുടെ രോഷത്തോടെ അവൻ മാമൂലുകളെ ചോദ്യം ചെയ്തപ്പോൾ അവനെതിരെ പൊരുതുവാൻ കൊച്ചു കൊച്ചു സംഘങ്ങൾ രൂപം കൊണ്ടു. എല്ലാം കാണുകയും കേൾക്കുകയും ചെയ്തിട്ടും ചിന്നന് കുലുക്കമുണ്ടായിരുന്നില്ല. ചിന്നൻ താഴ്‌വരയിലെ മാവിൻതോട്ടങ്ങളുടെ നിഴലുകളിൽ കിടന്നുറങ്ങി. വിശന്നപ്പോൾ ആദ്യം കണ്ട വിളയിൽ കടന്നുചെന്ന് ആവശ്യത്തിനുമാത്രം കവർന്നെടുത്ത് വിശപ്പടക്കി.

ചിന്നനിലെ മനുഷ്യനെ കണ്ടെത്തുവാൻ ഇതിനിടെ ഒരാൾക്ക് കഴിഞ്ഞിരുന്നു–എണ്ണക്കറുപ്പുനിറമുള്ള ഒരിടയത്തിക്ക്. യൗവനക്കാരിയായ അവളുടെ തുടുത്ത കവിൾത്തടങ്ങളിലും, തടിച്ച ചുണ്ടുകളിലും ഉത്സവം ദർശിച്ച അവൻ മതിമറന്ന് ആഹ്ലാദിച്ചു. പച്ചപ്പുല്ലു തിങ്ങിവളരുന്ന മറവുള്ള താഴ്‌വരകളിൽ ആടിനെ മേയ്ക്കാൻ വന്നിരുന്ന ഇടയത്തിയുമായി അവൻ ലോഹ്യത്തിലായി.

അവൻ ഇടയത്തിയോട് കുടിക്കാൻ വെള്ളം ചോദിച്ചു. അവൾ കുമ്പിളിൽ വെള്ളം നല്കി. ചിന്നൻ ദാഹം തീർത്തപ്പോൾ, അവൾ പകലത്തേക്ക് കരുതിയിരുന്ന ഭക്ഷണപ്പൊതി അവനു നീട്ടി. അപ്പോൾ അവളുടെ മുഖത്ത് നിർവൃതിയുടെ തുടിപ്പുകൾ. അവളുടെ കവിൾത്തടത്തിലെ തുടിപ്പും ചുണ്ടുകളിലെ വികാരവും ഒപ്പിയെടുത്തപ്പോൾ അവൾ അവനെ താഴ്‌വരയിലെ മറവുള്ള ചെറിയമരത്തിന്റെ ചുവട്ടിലേക്ക് കൂട്ടിക്കൊണ്ടുപോയി.

അവൻ അവളുടെ മാറത്തു ഞെക്കി. അവൾ അവനെ കെട്ടിപ്പുണർന്നു. അന്യോന്യം കൈവലയത്തിലൊതുക്കാൻ ഇരുവരും മത്സരിച്ചപ്പോൾ അവർ സ്വയം നഗ്നരായിത്തീർന്നു. അവർ മതിയാവോളം ഇണചേർന്നു. അവൻ അവളേയും അവൾ അവനേയും സംതൃപ്തിയോടെ നോക്കി ഗൂഢമായി ചിരിച്ചു. അപ്പോൾ ഇടയത്തി പറഞ്ഞു:

"ഈ മനസ്സിന് ഇത്രേം കട്ടി മറ്റുള്ളോർ കാണണത് എന്താന്ന് എനിക്കറീല്ല."

അവൻ അവളുടെ ചുണ്ടിലൂടെ വിരലോടിച്ച്, കണ്ണുകളിൽ കൈപരതി നെറ്റിത്തടത്തിലൂടെ മുടിയിഴകളിലേക്ക് പടർത്തിക്കൊണ്ടിരുന്നപ്പോൾ അവൾ പറഞ്ഞു:

"കൊറേക്കൂടി മയം കാട്ടിയാൽ മറ്റുള്ളോർ കുറ്റപ്പെടുത്തില്ലല്ലോ."

അവൻ ഉത്തരം പറയാൻ കൂട്ടാക്കിയില്ല. അവൾ പറയുന്നത് ശ്രദ്ധിക്കുന്നതുപോലുമില്ലെന്ന് ഭാവിച്ചു. പക്ഷേ, ഇടയത്തി വിട്ടില്ല. അവൾ തുടർന്നു:

"എനിക്കേ ഈ മനുഷ്യന്റെ സ്വഭാവം അറിഞ്ഞൂടു. മറ്റുള്ളോർ ധരിച്ചേക്കണത് കാട്ടുമൃഗമാന്നാ...."

അവന്റെ മുഖം ഗൗരവം കൊണ്ടു. ചിന്നൻ ചോദിച്ചു:

"അതിന്?...."

ഒന്നു പതറിയെങ്കിലും ചിരിച്ചുകൊണ്ട് അവൾ അപേക്ഷിച്ചു.

"കുറച്ചൂടെ മയത്തിൽ സംസാരിച്ചൂടെ?"

ചിന്നൻ അവളെ സൂക്ഷിച്ചു നോക്കി. മയങ്ങി അടയുന്ന കണ്ണുകളിലേക്ക് അവൻ ഇമവെട്ടാതെ നോക്കിയപ്പോൾ അവൾക്ക് ദേഹം തളരുന്നതായും ശക്തി ക്ഷയിക്കുന്നതായും തോന്നി. പാതിമയക്കത്തിലെന്നോണം അവൾ ചിന്നന്റെ കൈകളിലേക്കു വീണു. അവളെ അമർത്തി ചുംബിച്ചുകൊണ്ട് ചിന്നൻ പറഞ്ഞു:

"മറ്റുള്ളോർക്കു വേണ്ടിയല്ല, നിനക്കുവേണ്ടി എല്ലാം മറക്കാം.... മറന്നെങ്കിലേ എനിക്ക് മയത്തിൽ സംസാരിക്കാനാവൂ."

എന്താണ് മറക്കാനുള്ളതെന്ന് അവൾ ചോദിച്ചില്ല. മെല്ലെ വീശിയടിക്കുന്ന താഴ്വരയിലെ തണുത്ത കാറ്റിൽ കുളിർത്തുപോയ അവൾ ചിന്നനെ മുറുകെപ്പുണർന്ന് അവന്റെ ചൂടിൽ തളർന്നുറങ്ങി.

തന്റെ ജീവിതത്തിലേക്ക് ഇടയത്തി കടന്നുവന്നത് ചിന്നനെ വളരെയേറെ ചിന്തിപ്പിച്ചു. അന്തിവെയിലിൽ, ശൂന്യതയിൽ താളംപിടിച്ചു നടന്ന അവന് എന്തെല്ലാമോ നേടണമെന്നും കൈക്കലാക്കണമെന്നും തോന്നി. അവൻ പാറയിടുക്കുകളിൽ പണി ചെയ്യുന്നവരുടെ അടുത്തേക്കു ചെന്നു.

"നിങ്ങൾ എന്താണ് ചെയ്യുന്നത്?"

അവന്റെ ചോദ്യത്തിൽ അവർ തമാശ കണ്ടെത്തി. അവർ പണി നിർത്തി ഉറക്കെ ചിരിച്ചു. അവൻ ചോദിച്ചു.

"എന്താ ചിരിക്കുന്നത്?"

അവർക്ക് ചിരിയടക്കുവാൻ കഴിഞ്ഞില്ല. അവരുടെ ചിരി കണ്ടപ്പോൾ അവനും ചിരിക്കുവാൻ തുടങ്ങി. ഒടുവിൽ അവൻ പൊട്ടിച്ചിരിച്ചപ്പോൾ അവർ അത്ഭുതം കൂറുന്ന മിഴികളോടെ അതു നോക്കി നിന്നു. ചിന്നന് ചിരിക്കാനറിഞ്ഞുകൂടെന്നായിരുന്നുവല്ലോ അവരുടെ ധാരണ!

അവൻ ചോദിച്ചു.

"എന്തിനാണ് പാറ പൊട്ടിക്കുന്നതെന്നു പറയുമോ?"

"രത്നം കണ്ടെത്താൻ?"

"രത്നമോ? എന്തിന്?"

"രത്നം കൊണ്ടുള്ള ഉപയോഗം പലതാണ്. ഒരു സ്ത്രീയുടെ കഴുത്തിൽ അലങ്കാരത്തിനുവേണ്ടി ചരടിൽ കൊരുത്തിടാം. ചുറ്റും സ്വർണ്ണം പൊതിഞ്ഞ് മൂക്കുത്തിയുണ്ടാക്കാം. അല്ലെങ്കിൽ മറുനാട്ടിൽ കൊണ്ടുപോയി വിറ്റ് പണം നേടാം."

"എന്തിനാണ് പണം?"

"അടുത്ത തലമുറയുടെ സുഖസൗകര്യങ്ങൾക്കുവേണ്ടി. നമ്മൾക്ക് അനുഭവിക്കാൻ കഴിയാഞ്ഞത് അടുത്ത തലമുറയെ അനുഭവിപ്പിക്കാൻ വേണ്ടി...."

ചിന്നൻ അവരുമായി ഏറെ നേരം സംസാരിച്ചു. അവന് പുത്തൻ അറിവുകൾ ലഭിക്കുകയായിരുന്നു. ഇടയത്തിയുടെ കഴുത്തിൽ ചരടു കെട്ടി അതിലൊരു രത്നം കൊരുത്തിടാൻ അവൻ കൊതിച്ചു. രത്നം കൊരുത്തിടുമ്പോൾ എണ്ണക്കറുമ്പിയുടെ മുഖത്തിന്റെ ഐശ്വര്യം വർ

ദ്ധിക്കുമായിരിക്കും. അവളുടെ മുന്തിയ മാറിടത്തിനു മുകളിൽ ഒരു നക്ഷത്രത്തുണ്ടുപോലെ അതു മിന്നിത്തിളങ്ങുമായിരിക്കും.

അവന് രസംതോന്നി. അവന്റെ നിസ്സാര ചോദ്യങ്ങൾക്കുപോലും അവർ ഉത്തരം കൊടുത്തു. ഒടുവിൽ അവൻ ചോദിച്ചു:

“ഒരു രത്നം എനിക്കു തരുമോ?”

“പാറകളുടെ ചങ്കിൽ രത്നമുണ്ട്. ആയുധങ്ങളുമായി എത്തി പാറ പൊട്ടിച്ച് നിനക്ക് രത്നം സ്വന്തമാക്കാം.”

അവൻ പുഴവക്കിലെ കറുത്ത പാറക്കൂട്ടങ്ങൾക്കുള്ളിൽ രത്നം കണ്ടെത്തുവാൻ ശ്രമിച്ചു. പാറയിൽ നിന്നടർന്നുവീണ തരികൾ പുഴയിൽ വീണപ്പോൾ അവൻ പുഴയിലെ മണൽ വാരിയെടുത്ത് അരിച്ചു നോക്കി. ഒരു തിളങ്ങുന്ന കല്ല്! ഇതായിരിക്കും രത്നം!

അവൻ മറ്റുള്ളവരെ കല്ല് കാണിച്ചു. അവർ ദിവസങ്ങളായി രത്നത്തിനുവേണ്ടി പാറ പൊട്ടിക്കുന്നവരായിരുന്നു. അവർ പറഞ്ഞു:

“അതൊന്നുകൂടി പൊട്ടിക്കുമ്പോൾ യഥാർത്ഥ രത്നം പുറത്തുവരും. സൂക്ഷിച്ചു പൊട്ടിക്കണം.”

അവൻ കല്ല് പൊട്ടിച്ചു. പുറന്തോട് അടർന്നുവീഴുന്നതുപോലെ കല്ലിന്റെ പാളികൾ പൊടിഞ്ഞുവീണു. ആകാശത്ത് നൂറായിരം മഴവില്ല് സൃഷ്ടിക്കുവാൻ പോന്ന മാറ്റുള്ള കല്ല് പുറത്തുവന്നു.

അതു രത്നമായിരുന്നു!

ചിന്നൻ സന്തോഷം കൊണ്ട് തുള്ളിച്ചാടി. താഴ്വരയിലെ പച്ചപ്പുല്ലു നിറഞ്ഞ പ്രദേശത്തേക്ക് ഇടയത്തിയെ തിരക്കി വേഗത്തിൽ പോകുമ്പോൾ രത്നം എന്തു ചെയ്യണമെന്നതിനെക്കുറിച്ചായിരുന്നു അവന്റെ ചിന്ത.

ഇടയത്തി പച്ചപ്പുൽപ്പരപ്പിൽ അർദ്ധനഗ്നയായി കിടക്കുകയായിരുന്നു. നഗ്നമായ അവളുടെ തുടകളിൽ തലോടിക്കൊണ്ട് അവൻ രത്നം അവളെ കാണിച്ചു. അവളുടെ കണ്ണുകളിൽ അത്ഭുതം വിടർന്നു. തുറന്ന നയനങ്ങളോട് അവൾ രത്നത്തിൽ നോക്കുമ്പോൾ അതിന്റെ പ്രഭയിൽ കറുത്തു മഞ്ഞിച്ച അവളുടെ മുഖം അവൻ കണ്ടു. അവൻ അതിൽ വൈകാരികഭാവം ദർശിച്ചു.

“നിനക്കുവേണ്ടി കൊണ്ടുവന്നതാണ്.”

“എവിടെ നിന്ന്?”

“പുഴവക്കിലെ കരിമ്പാറ പൊട്ടിച്ച്!”

ഉടുതുണിയിൽനിന്ന് ഏതാനും ഇഴകൾ വേർപെടുത്തിയെടുത്ത് രത്നം അതിൽ കുരുക്കിക്കെട്ടി അവളുടെ കഴുത്തിൽ അണിയിച്ചു. അവളുടെ മുഴുത്ത മുലകൾക്കിടയിൽ ഒരു പ്രകാശഗോളം കണക്കെ രത്നം തിളങ്ങിയപ്പോൾ അവനിൽ രതിഭാവമുണർന്നു....

എല്ലാം കഴിഞ്ഞപ്പോൾ അവൾ ചോദിച്ചു.

“ഇത് വിറ്റ് നമ്മക്കൊരു വീട് വെച്ചൂടെ?”

അവൻ തലകുലുക്കി.

“എങ്കിൽ ഇതു വില്ക്കാം.”

“വേണ്ട. വില്ക്കാനായി മറ്റൊന്ന് ഞാൻ പൊട്ടിച്ചെടുക്കും.”

ചിന്നന് വീണ്ടും രത്നം ലഭിച്ചു. അവനത് പുറം നാട്ടിൽ വിറ്റ് കൈനിറയെ പണവുമായി എത്തി. താഴ്‌വരയിൽ വളഞ്ഞുപുളഞ്ഞൊഴുകുന്ന കൊച്ചരുവിയുടെ കരയിൽ ചിന്നന്റെ വീട് ഉയർന്നു.

ഇതിനിടെ ഗ്രാമത്തിന്റെ ഖജനാവിലേക്ക് വീതം നിശ്ചയിച്ചുകൊണ്ട് ആൾ ചെന്നു. പുഴയ്ക്കരികിലെ ചുട്ടുപൊള്ളുന്ന പാറക്കൂട്ടത്തിന് പുറത്തുനിന്ന് പാറ തുരന്ന് രത്നം കണ്ടെത്തിയതിന് ഗ്രാമത്തിന്റെ ഖജനാവിലേക്കു വീതം നല്കാനുള്ള ആവശ്യത്തെ ചിന്നൻ ചോദ്യം ചെയ്തു.

"നിയമം അതാണ്" – ദൂതൻ പറഞ്ഞു.

"ആരുടെ നിയമം?"

"ഗുരുവിന്റെ"

"അങ്ങനൊരാളെ എനിക്കറീല്ലല്ലോ."

"അദ്ദേഹമാണീ ഗ്രാമത്തിന്റെ ഭരണാധികാരി."

"എന്താണദ്ദേഹത്തിന്റെ പണി?"

"ദുഃഖിക്കുന്നവർക്ക് ആശ്വാസവും ഭാരം താങ്ങുന്നവർക്ക് താങ്ങും നല്കണമെന്നതാണദ്ദേഹത്തിന്റെ ആഗ്രഹം."

"പക്ഷേ, എന്റെ ദുഃഖത്തിൽ അദ്ദേഹത്തിന് ഒരു താല്പര്യവുമുണ്ടായിരുന്നില്ലല്ലോ."

"അദ്ദേഹം അറിഞ്ഞിട്ടുണ്ടാവില്ല."

"അല്ല, അദ്ദേഹത്തിന്റെ അറിവോടെയാണ് ദുഃഖത്തിന്റെ കയ്പുനീർ എനിക്കു നല്കിയത്."

"അസംബന്ധം."

"അല്ല. തെരുവു നായ്ക്കളെപ്പോലെ എന്റെ അച്ഛനെയും അമ്മയെയും തല്ലിച്ചതച്ചത് നിങ്ങൾ പറയുന്ന ഭരണാധിപന്റെ പിൻബലത്തോടെയാണ്. നാവനക്കാൻ ശക്തിയില്ലാതിരുന്ന ഞാനതിന് മൂകസാക്ഷിയായിരുന്നു. ബാലനായിരുന്ന എന്റെ കരുത്തിനും ബുദ്ധിക്കും നിലനില്പില്ലായിരുന്നു. പക്ഷേ, ഇന്ന് എന്റെ ബുദ്ധിയും കൈകളും പുകയുകയാണ്. രത്നത്തിന്റെ വീതം ആവശ്യപ്പെടാൻ വന്നിരിക്കുന്നു! കുറേ രത്നങ്ങൾ ശേഖരിക്കാൻ കഴിഞ്ഞാൽ നിങ്ങളുടെ ഗുരുവിന്റെ പത്തി തല്ലിച്ചതയ്ക്കാൻ എനിക്കാവുമെന്ന് ചെന്ന് പറഞ്ഞേക്ക്..."

ദൂതൻ ഓടി രക്ഷപ്പെട്ടു. ചിന്നൻ ഉറക്കെ അലറിവിളിച്ചു. അവൻ വൃക്ഷച്ചുവടുകളിലും പാറക്കഷണങ്ങളിലും കൈതല്ലി അരിശമടക്കി. അതുകണ്ട് ഇടയത്തി പേടിച്ചുവിറച്ചു. അവൾ അവനെ വീട്ടിലേക്കു വിളിച്ചുകൊണ്ടുപോയി.

പിറ്റേന്നു കാലത്ത് അവരുണർന്നപ്പോൾ കണ്ടത് വീടിനുചുറ്റും ആയുധമേന്തി നില്ക്കുന്ന ഗ്രാമീണരെയാണ്. കഴിഞ്ഞദിവസം രത്നങ്ങളുടെ വീതം ആവശ്യപ്പെട്ടുവന്ന ദൂതൻ ആ കൂട്ടത്തിലുണ്ടായിരുന്നു. ചിന്നൻ പുറത്തേക്കിറങ്ങാൻ ഭാവിച്ചപ്പോൾ ഇടയത്തി തടഞ്ഞു:

"പോവല്ലെ ഇവിടില്ലെന്ന് ഞാമ്പറയാം...."

ചിന്നൻ ഉത്തരം പറയാതെ പുറത്തേക്കിറങ്ങാനാഞ്ഞു. അവൾ വീണ്ടും തടുത്തു:

"അവര് കരുതിക്കോണ്ടാ വന്നിരിക്കണെത്. പോവല്ലെ.... ഇവിടില്ലെന്ന് ഞാമ്പറയാം..."

"അവരത് കേട്ടോണ്ട് പോകുമെന്നാണോ നീ കരുതുന്നത്?"

ഇടയത്തി തേങ്ങിത്തുടങ്ങിയിരുന്നു. അവൻ പറഞ്ഞു:

"കരേരുത്. പണ്ട് അച്ഛനെ പിടിക്കാൻ വന്നപ്പോ അമ്മ കരേണത് മൂലയ്ക്ക് പതുങ്ങി നിന്നോണ്ട് ഞാൻ കണ്ടു. അമ്മേടെ കണ്ണീരാ അച്ഛന്റെ ധൈര്യം കെടുത്തിയത്. നീ കരേരുത്... പകരം വീട്ടാനുള്ള അവസരമാ ഇത്. എന്നെ തടയരുത്..."

ചിന്നൻ പുറത്തേക്കിറങ്ങിച്ചെന്നു. അതുവരെ നിശ്ശബ്ദരായിരുന്നവർ നെഞ്ചു വിരിച്ചുകൊണ്ട് ചിന്നൻ ചെല്ലുന്നതു കണ്ടപ്പോൾ ആയുധങ്ങളിൽ പിടിമുറക്കി. അപ്പോൾ ദൂതൻ ഉറക്കെ പറഞ്ഞു:

"ഗുരു ഈ ഗ്രാമത്തിന്റെ ദൈവമാണ്. കെടാവിളക്കാണ്. അത് തള്ളിപ്പറയുന്നവനെ നീതിപീഠത്തിന്റെ മുൻപിൽ ഹാജരാക്കണമെന്നാണ് നിയമം. നീ ഇന്നലെ ഗുരുവിനെ അവഹേളിച്ചു. നീതിപീഠത്തിനു മുൻപിൻ ഹാജരാകാൻ ആ ഒരൊറ്റ കാര്യം കൊണ്ട് നിനക്കു ബാദ്ധ്യതയുണ്ട്."

"ഏതു നീതിപീഠം?" ചിന്നൻ പൊട്ടിത്തെറിച്ചു. അത് അവിടെ കൂടിയിരുന്നവരെയാകെ നടുക്കിക്കളഞ്ഞു. ശക്തി സംഭരിച്ചുകൊണ്ട് ദൂതൻ പറഞ്ഞു:

"ഗ്രാമത്തിന്റെ നീതിപീഠം. ഗുരുവിന്റെ വാസസ്ഥലം."

"ഗ്രാമത്തിന്റെ നീതിപീഠമെന്ന് ആരു പറഞ്ഞു? ആര്, എന്തിനു വേണ്ടി സൃഷ്ടിച്ചു ഈ നീതിപീഠം? അവിടെനിന്ന് ആർക്കൊക്കെ നീതി ലഭിച്ചു? ഗുരുവിന്റെ നീതിന്യായ പുസ്തകത്തിലെ പ്രധാന ഖണ്ഡികയിൽ തല തല്ലിച്ചതച്ചും ഭരണം തുടരണമെന്നതിനല്ലേ പ്രാധാന്യം?"

ചിന്നൻ പറഞ്ഞു നിർത്തിയപ്പോൾ പുകയുന്ന രോഷത്തോടെ അവർ മുറ്റത്തേക്ക് ഇരമ്പിച്ചെന്നു. അപ്പോൾ ചിന്നൻ പറഞ്ഞു.

"ഈ വരവുതന്നെ നീതിയുക്തമാണോ? ഈ ഒഴിഞ്ഞ കോണിൽ ഞാനൊറ്റയ്ക്കു മാത്രം. നിങ്ങൾ ആയുധമേന്തിയ സംഘവും. എന്നെ അടിപ്പെടുത്തുവാൻ വളരെ എളുപ്പത്തിൽ സാധിച്ചേക്കും. പക്ഷേ, ഓരോരുത്തരായി വരാനുള്ള ധൈര്യം ആർക്കെങ്കിലുമുണ്ടോ? എങ്കിൽ വാ...."

നിമിഷനേരത്തിനുള്ളിൽ അവർ ചിന്നനെ പൊതിഞ്ഞുകഴിഞ്ഞിരുന്നു. ചിന്നൻ അവശനായി നിലംപതിച്ചു. ഇടയത്തി കൊണ്ടുവന്ന കുടിനീര് അവർ അവന് നിഷേധിച്ചു. ആർത്തലറി അട്ടഹസിച്ച് അവർ ചിന്നനെ നീതിപീഠത്തിലേക്കു കൊണ്ടുപോയി.

* * * * *

ചിന്നന്റെ കരണത്തും ദേഹത്തും തെളിഞ്ഞു കിടന്ന പാടുകൾ അപ്പോഴും മാഞ്ഞിരുന്നില്ല. അവൻ അവശതയോടെ നീതിപീഠത്തിന്റെ മിനുസമുള്ള തറയിൽ നിന്നപ്പോൾ ന്യായാധിപ സംഘത്തിലൊരാൾ ചോദിച്ചു.

"ഇവർ പറഞ്ഞത് സത്യമാണോ?"

ചിന്നൻ ഉത്തരം നല്കിയില്ല. പകരം ക്രുദ്ധനായി അവരെ നോക്കുകയാണുണ്ടായത്.

"അപ്പോൾ നീ എല്ലാം സമ്മതിക്കുന്നു അല്ലേ?"

അവൻ നിശ്ശബ്ദനായിരുന്നു. അവന്റെ കണ്ണുകളിൽ രോഷം കത്തിക്കാളി.

"നീതിപീഠത്തെ അവഹേളിക്കുന്നതിനുള്ള ശിക്ഷ എന്തെന്ന് നിനക്കറിയാമോ?"

"അഞ്ചുപേർ ചേർന്ന് ഒരു കുന്നിന്റെ മുകളിൽ പണിതുയർത്തിയ ഈ സ്ഥലത്തിന് നീതിപീഠമെന്ന പേര് നല്കിയിതംഗീകരിക്കണമെന്നു പറയുന്നത് അധികാരം അടിച്ചേല്പിക്കലല്ലേ?" ചിന്നൻ ആക്രോശിച്ചു.

അത് ഗുരുവിനും ന്യായാധിപ സംഘത്തിനും സഹിക്കാവുന്നതിനപ്പുറമായിരുന്നു. ന്യായാധിപരിലൊരാൾ അവന്റെ കരണത്തടിച്ചു. അടിയുടെ ശക്തിയിൽ അവൻ നീതിപീഠത്തിനുമുന്നിൽ കാലിടറി വീണു. എതിർക്കുവാനുള്ള ശക്തി അവന് പൂർണ്ണമായും നഷ്ടപ്പെട്ടിരുന്നു. പക്ഷേ, അവന്റെ കണ്ണുകൾ ഗുരുവിനെയും ന്യായാധിപ സംഘത്തെയും ഭയപ്പെടുത്തി.

ചിന്നൻ ഞങ്ങൾക്കെതിർവശത്ത് അവശനായി കിടന്നു. അവനെ നോക്കുമ്പോഴൊക്കെ ഞങ്ങളുടെ ഉള്ളിൽ അവ്യക്തമായ അസ്വാസ്ഥ്യം വളർന്നു വലുതാവുകയായിരുന്നു. എന്താണതെന്ന് മനസ്സിലാക്കുവാൻ ഏറെനേരം വേണ്ടി വന്നു. അങ്ങ്, പടിഞ്ഞാറൻ ഗ്രാമത്തിൽ യജ്ഞശാല പണിതുയർത്തുന്നതിനുമുമ്പ് മൂന്ന് ചെറുപ്പക്കാർ വാഴുന്നവരെ ധിക്കരിക്കുവാൻ, പുഴയുടെ തീരത്തുള്ള പാറയുടെ നിഴലിൻകീഴിൽ സംഘടിച്ചത് ഞങ്ങളുടെ ഓർമ്മയിലെത്തി. വാഴുന്നവർക്കെതിരെയുള്ള ആദ്യത്തെ നിഷേധത്തിന്റെ വിത്തുകൾ പാകപ്പെടുകയായിരുന്നുവല്ലോ. ആ യുവാക്കളിലൊരുവന്റെ പ്രതിരൂപമാണ് ചിന്നനെന്ന് ഞെട്ടലോടെ ഞങ്ങൾ മനസ്സിലാക്കി. ഗുരുവിനെതിരെ ഉയർന്ന ആദ്യത്തെ ശബ്ദമായിരിക്കാം ഇത്. ചുറ്റും കൂടിനിന്നിരുന്ന ജനങ്ങളിൽ ചിന്നന്റെ വാക്കുകൾ ഭയവും അമ്പരപ്പും സൃഷ്ടിച്ചതിനുകാരണം അതായിരിക്കും. ഞങ്ങൾക്ക് ചിന്നനോട് അനുകമ്പ തോന്നി.

അപ്പോൾ ഗുരു നീതിപീഠത്തിൽനിന്നും എഴുന്നേറ്റു. രോമക്കുപ്പായത്തിനു മുകളിലൂടെ കിടന്നിരുന്ന അങ്കി നേരെയാക്കി വലിയൊരു പ്രസംഗം ആരംഭിക്കുന്നതുപോലെ ഗുരു തുടങ്ങി:

"ഇവിടെ ഒരു നീതിപീഠം സ്ഥാപിച്ചത് സമാധാനവും സത്യവും നിലനില്ക്കുന്നതിനു വേണ്ടിയാണ്. നമ്മുടെ ഗ്രാമത്തിന്റെ വളർച്ചയിലെ ഒരു പ്രധാന സംഭവമായിരുന്നു ഇതിന്റെ ആവിർഭാവം. നമ്മെ ചൂഷണം ചെയ്തവരിൽ നിന്നുള്ള മോചനവും നമ്മുടെ ഉയർച്ചയും ആയിരുന്നു ഈ നീതിപീഠം സ്ഥാപിക്കുന്നതിന് എന്നെയും നിങ്ങളുടെ ന്യായാധിപന്മാരെയും പ്രേരിപ്പിച്ചത്. നമ്മൾ ലക്ഷ്യത്തിലെത്തുകയും ചെയ്തു. നീതിപീഠം തുടരുന്നത് ആഭ്യന്തര ചൂഷണങ്ങളിൽനിന്നുള്ള വിടുതലിനും

കൂടിയാണ്. ആഭ്യന്തര ചൂഷണവും വെല്ലുവിളിയും പുറത്തുനിന്നുള്ള തിനേക്കാൾ ഗൗരവമായതുകൊണ്ട് തടയേണ്ടത് ആവശ്യമാണ്."

ഗുരു ഒന്നു നിർത്തി. ഗുരുവിന്റെ വാക്കുകൾ ചിന്നനിൽ സൃഷ്ടിച്ച പ്രതികരണമെന്തെന്നതിലായിരുന്നു ഞങ്ങളുടെ ശ്രദ്ധ. ത്രസിച്ചു നില്ക്കുന്ന അവന്റെ മുഖത്ത് ഗുരുവിന്റെ വാക്കുകൾ സൃഷ്ടിച്ചത് പരിഹാസം നിറഞ്ഞ പുഞ്ചിരിയായിരുന്നു. ഗുരു ഞങ്ങളെ നോക്കിയിട്ട് തുടർന്നു:

"ഇപ്പോഴാണെങ്കിൽ നമ്മൾ വളരെ പ്രധാനപ്പെട്ട ഒരു പ്രവർത്തനത്തിന് തയ്യാറെടുക്കുകയാണ്. ഈ ഗ്രാമത്തിന്റെ മുഖഛായ തന്നെ മാറ്റുന്ന ഒരു പ്രസ്ഥാനം ഇവിടെ ഉടനടി ആരംഭിക്കും. അതിനായി പുറം നാട്ടിൽ നിന്ന് ഏതാനും പേർ ഇവിടെയെത്തിയിട്ടുണ്ട്."

ജനം അപരിചിതരായ ഞങ്ങളുടെ മുഖങ്ങളിലേക്കു നോക്കി. എന്നാൽ ചിന്നൻ ഞങ്ങളെ നോക്കാൻ കൂട്ടാക്കിയില്ല. ഒരു ഇരയെ എന്ന വണ്ണം അവൻ ഗുരുവിന്റെ മുഖത്തേക്ക് കലങ്ങിയ കണ്ണുകളോടെ നോക്കി നിന്നു.

"പുതിയ പ്രസ്ഥാനം ഒരു പുതിയ യുഗത്തിന്റെ നാന്ദിയായിരിക്കും. അതു നിങ്ങളെ അത്ഭുതപ്പെടുത്തും. ചുരുക്കത്തിൽ, അത്രയേറെ ഗൗരവമുള്ള ഒരു കാര്യത്തിന് അടിത്തറയിടുന്ന സുപ്രധാന നിമിഷങ്ങളാണ് വരാൻ പോകുന്നത്. ഈ ഘട്ടത്തിൽ നമ്മൾക്കുവേണ്ടത് അച്ചടക്കമാണ്. അച്ചടക്കം ലംഘിക്കുന്ന ആരെയും വെച്ചു പൊറുപ്പിക്കാനാവില്ല."

ഗുരു പെട്ടെന്ന് നിർത്തിയിട്ട് ചിന്നന്റെ മുഖത്തേക്കു നോക്കി. പേടിപ്പെടുത്തുന്ന നിശ്ശബ്ദത അവിടെയാകെ നിറഞ്ഞു. നീതിപീഠത്തിനു പുറകിൽ ആളിക്കത്തുന്ന പന്തത്തിന്റെ തിരിനാളം മാത്രം ആടിയുലഞ്ഞു കൊണ്ടിരുന്നു. ഗുരു ചിന്നന്റെ മുഖത്തു നോക്കിയപ്പോൾ അവൻ അവജ്ഞയോടെ മുഖം വെട്ടിത്തിരിച്ചു.

അപ്പോൾ ഗുരു വിധി പ്രസ്താവിച്ചു:

"അടുത്ത ഉദയത്തിനുമുൻപ് ഇവന്റെ തലവെട്ടുവാൻ പരിശുദ്ധമായ ന്യായപീഠത്തിന്റെയും, ന്യായാധിപസംഘത്തിന്റെയും പേരിൽ ഞാൻ ഉത്തരവിടുന്നു."

പ്രതീക്ഷിച്ചതായിരുന്നെങ്കിലും വിധി അവിടെ കൂടിയിരുന്നവരിൽ ഞെട്ടൽ സൃഷ്ടിച്ചു. ചിന്നൻ മാത്രം ഞെട്ടിയില്ല. അവൻ ക്രൂരതയോടെ ഗുരുവിനെ നോക്കി കാർക്കിച്ചു തുപ്പി. എതിർക്കുവാനുള്ള അവന്റെ ശേഷി ഇനിയും അവശേഷിച്ചിരിക്കുന്നതു കണ്ടപ്പോൾ ഞങ്ങൾക്ക് രോമാഞ്ചമുണ്ടായി. ഒരു ഭാണ്ഡം ചുമക്കുന്ന ലാഘവത്തോടെ ജനം അവനെ തോളിലേറ്റി കുന്നിറങ്ങുവാൻ തുടങ്ങി. അകന്നകന്നു പോകുന്ന ശബ്ദഘോഷം ഞങ്ങളിൽ വേദന സൃഷ്ടിച്ചു. എങ്കിലും അവനെ രക്ഷിക്കുവാൻ ഞങ്ങളെക്കൊണ്ടാകുമായിരുന്നില്ലല്ലോ.

പക്ഷേ, ഒരു കാര്യത്തിൽ ഞങ്ങൾക്ക് ഉറച്ച വിശ്വാസമുണ്ടായിരുന്നു. ചിന്നന്റെ മരണത്തോടെ എതിർപ്പിന്റെ അദ്ധ്യായം അവസാനിക്കുകയില്ല എന്നതായിരുന്നു അത്. ഇടയത്തിയുടെ ആറോ ഏഴോ മാസ

ത്തെ ദൈർഘ്യമുള്ള ചിന്നനുമായുള്ള ബന്ധത്തിൽ നിന്നുരുവായ ചിന്നന്റെ ബീജം അവളുടെ ഉദരത്തിൽ വളർച്ച പ്രാപിക്കുകയായിരുന്നു. എതിർക്കാനാവാതെ, അവശയായി അവൾ ചിന്നന്റെ വേർപാട് അനുഭവിക്കുമ്പോൾ പൊക്കിൾക്കൊടിയിലൂടെ അവളുടെ വേദന ആ ശിശുവിലേക്ക് പകരുകയില്ലേ? പിന്നീട് മുലക്കണ്ണുകളിലൂടെ പ്രതികാരത്തിന്റെ നീര് അവൾ ശിശുവിന്റെ ഉദരത്തിലേക്ക് കടത്തിവിടില്ലേ? അതു ശിശുവിന്റെ മസ്തിഷ്ക്കത്തിലെത്തി അവിടെ ഗുരുവിനെതിരായ ചുവടുവെപ്പുകൾക്ക് രൂപം നല്കുകയില്ലേ? ഞങ്ങൾക്കതു തീർച്ചയായിരുന്നു.

കുന്നിന്റെ താഴ്‌വരയിലൂടെ ചിന്നനെ വഹിച്ചുകൊണ്ടുള്ള ഘോഷയാത്ര അകന്നുപോയി. അവർ ഏന്തിയിരുന്ന പന്തം ഇരുളിലേക്ക് ആഴ്ന്നിറങ്ങിച്ചെന്ന് മെല്ലെ അപ്രത്യക്ഷമായി. ഉദയത്തിനുമുൻപ് ചിന്നന്റെ തല വെട്ടിമാറ്റും.

ഗുരു ഞങ്ങളുടെ അടുത്തേക്കുവന്നു. ഒരു വൻ വിജയം നേടിയതിന്റെ ഭാവം ആ മുഖത്ത് തെളിഞ്ഞു കിടന്നിരുന്നു. അദ്ദേഹം പറഞ്ഞു:

"എനിക്ക് വേദനയുണ്ട്. ഈ നീതിപീഠം ഞാനും നാലഞ്ചുപേരും ചേർന്ന് നിർമ്മിച്ചതാണെന്ന് എത്ര നിസ്സാരമായാണവൻ പറഞ്ഞത്. ഇതിന്റെ പരിശുദ്ധിയും ഗൗരവവും അവൻ നിങ്ങളുടെ മുൻപിൽവെച്ച് ചീന്തിയെറിഞ്ഞില്ലേ? അതു പൊറുക്കുവാൻ ഒരിക്കലും ഞങ്ങളെക്കൊണ്ടാവില്ല."

ന്യായാധിപ സംഘത്തിൽപ്പെട്ടവർ നിശ്ശബ്ദരായിരുന്നു. കത്തുന്ന പന്തത്തിന്റെ വെളിച്ചം അവരുടെ മുഖത്ത് ആടിക്കളിച്ചപ്പോൾ അവർ ക്രൂരരും ഏകാധിപത്യത്തിൽ വിശ്വസിക്കുന്നവരും ആണെന്ന് തോന്നിച്ചു. ഞങ്ങളുടെ ഗ്രാമത്തിലാണ് ഇങ്ങനെയൊരു സംഭവം നടന്നതെങ്കിൽ അതനുവദിച്ചുകൊടുക്കുവാൻ ഞങ്ങൾ തയ്യാറാകുമായിരുന്നോ?

തല വെട്ടിമാറ്റുക എന്ന കടുത്ത ശിക്ഷയ്ക്കു തക്ക തെറ്റ് ചിന്നൻ ചെയ്തുവെന്ന് തോന്നുന്നില്ല. അടിച്ചവശനാക്കി ആത്മവീര്യം കെടുത്തിയ ഒരുവനോട് ആജ്ഞാപിക്കുന്ന സ്വരത്തിൽ അവൻ കുറ്റം ചെയ്തുവെന്ന് സ്ഥാപിക്കുവാൻ ശ്രമിക്കുമ്പോൾ എതിർക്കുന്നതിന് അവന് സാധിച്ചില്ലെന്നു വരാം. രത്നത്തിന്റെ വീതം ഖജനാവിലേക്കു കൊടുക്കാഞ്ഞതിന്റെ പേരിൽ മാത്രമുള്ള ഒരു ശിക്ഷയായിരുന്നില്ല ഇത്. എതിർത്തവനെ അടിച്ചമർത്തുക എന്ന ലക്ഷ്യം മാത്രമേ ഇതിന്റെ പിറകിലുള്ളൂ. നീതിപീഠത്തിന്റെയും ഗ്രാമവികസനത്തിന്റെയും പേരിലുള്ള ചൂഷണം നടത്തലാണ് ഗുരുവും ന്യായാധിപ സംഘവും ചെയ്തതെന്ന് ഞങ്ങൾക്കു ബോദ്ധ്യമായി.

അപ്പോൾ താഴ്‌വരയിൽ ഒരു പന്തം പ്രത്യക്ഷപ്പെട്ടു. ചിന്നനെ കൊലക്കളത്തിലേക്കു കൊണ്ടുപോയ വഴിയിലൂടെ പന്തം കുന്നിനെ ലക്ഷ്യമാക്കി നീങ്ങുകയായിരുന്നു. അത് മെല്ലെ കുന്നിൻ മുകളിലേക്കു തത്തിക്കളിച്ചു കയറി. പന്തത്തിന്റെ വെളിച്ചത്തിൽ രണ്ടു മൂന്നു തലകൾ അവ്യക്തമായി കാണാമായിരുന്നു.

ഗുരു അസ്വസ്ഥതയോടെ ന്യായാധിപന്മാരോടായി പറഞ്ഞു:

"തല എങ്ങനെ വെട്ടണമെന്നു ചോദിക്കാൻ വരികയായിക്കും. വിഡ്ഢികൾ!"

ഗുരു നീതിപീഠത്തിനു മുൻപിലൂടെ അങ്ങോട്ടുമിങ്ങോട്ടും നടന്നു. പീഠത്തിനു പുറകിൽ കത്തിക്കൊണ്ടിരുന്ന പന്തത്തിന്റെ ശക്തി ക്ഷയിച്ചു തുടങ്ങിയിരുന്നു. അപ്പോഴേക്ക് കുന്നു കയറി മൂന്നാളുകൾ എത്തി. അവർ പന്തം വൃക്ഷച്ചുവട്ടിൽ കുത്തിനിർത്തി. മൂന്നുപേരും യുവാക്കളായിരുന്നു. അവർ രോമക്കുപ്പായം ധരിച്ചിരുന്നു. ഗുരു എന്തേ എന്ന അർത്ഥത്തിൽ അവരെ നോക്കി. കൂട്ടത്തിൽ നേതാവെന്നു തോന്നിച്ച യുവാവ് ഗുരുവിന്റെ അങ്കി മുത്തുവാനായി കുനിഞ്ഞു.

അടുത്ത നിമിഷം ഞങ്ങൾ ഞെട്ടിത്തരിച്ചുനിന്നു പോയി. ഗ്രാമത്തെയാകെ കിടിലം കൊള്ളിച്ച ആർത്തനാദം പുറപ്പെടുവിച്ചുകൊണ്ട് ഗുരു നീതിപീഠത്തിനു മുകളിൽ മലർന്നടിച്ചു വീണു. തൊട്ടടുത്ത് നിവർത്തിപ്പിടിച്ച ചോര പുരണ്ട കത്തിയുമായി യുവാവ്. ഭയചകിതരായിത്തീർന്ന ഞങ്ങൾ എന്താണ് സംഭവിച്ചതെന്നറിയാൻ ശ്രമിക്കുമ്പോൾ ന്യായാധിപ സംഘത്തിൽപ്പെട്ടവരും നിലവിളിയോടെ ഒന്നൊന്നായി വീണു. അവരിൽ ഒരുവൻ, ഞൊടിയിടയ്ക്കുള്ളിൽ ഞങ്ങളുടെ നേർക്കു തിരിഞ്ഞു. അപ്പോൾ നേതാവിനെപ്പോലെ തോന്നിച്ച യുവാവ് വിളിച്ചു പറഞ്ഞു.

"അവരെ വിട്ടേക്കു.... നിരപരാധികളാണ്. നമ്മോട് കൂറും സ്നേഹവുമുള്ളവർ."

ഗുരുവും ന്യായാധിപന്മാരും നീതിപീഠത്തിനു മുകളിൽ ചോരയിൽ കിടന്ന് പിടയുന്നത് മങ്ങിയ വെളിച്ചത്തിൽ ഒരു സ്വപ്നത്തിലെന്നോണം ഞങ്ങൾ കണ്ടു. നേതാവ് ഞങ്ങളുടെ അടുത്തെത്തി ഒറ്റ ശ്വാസത്തിൽ പറഞ്ഞു.

"ഉടൻ സ്ഥലം വിടണം. പടിഞ്ഞാറൻ കാവൽപ്പുരയിൽ ആളില്ല. അതുവഴി രക്ഷപ്പെടുക. ഇവിടെ നിന്നാൽ നിങ്ങൾ പിടിക്കപ്പെടും. ഞങ്ങൾക്ക് തിരക്കുണ്ട്. ചിന്നനെ രക്ഷിക്കണം...."

അവർ താഴ്വരയിലേക്ക് ഓടിമറഞ്ഞു. മങ്ങിക്കത്തുന്ന നീതിപീഠത്തിനു പുറകിലെ പന്തത്തിന്റെ വെളിച്ചത്തിൽ, ഗുരുഗൃഹത്തിൽ നിന്ന് നിലവിളികേട്ട് ഓടിവരുന്നവരെ കണ്ടു. നീതിപീഠത്തിൽ നിന്നൊലിച്ചിറങ്ങുന്ന രക്തത്തിൽ കാൽചവിട്ടി ഞങ്ങൾ താഴ്വരയിലേക്ക് ഇരുട്ടിലൂടെ ഓടി രക്ഷപ്പെട്ടു. ഓർമ്മയിൽ അവ്യക്തമായി കിടന്നിരുന്ന വഴിയിലൂടെ പടിഞ്ഞാറൻ ദിക്കു ലക്ഷ്യമാക്കി നിർത്താതെ ഞങ്ങൾ ഓടി. കാവൽപ്പുരയുടെ അടുത്തെത്തിയപ്പോൾ അവിടം ശൂന്യമായിരുന്നു.

പിന്നീട്, ഞങ്ങൾ പടിഞ്ഞാറൻ പ്രദേശത്തെ ഇരുട്ടിലൂടെ തപ്പിത്തടഞ്ഞ് നടന്നു.

ഏഴ്

കിഴക്കൻ ഗ്രാമത്തിൽ നടന്ന അപ്രതീക്ഷിതമായ സംഭവങ്ങൾ ഞങ്ങളുടെ ചിന്താഗതിയിൽ സാരമായ മാറ്റം വരുത്തിയിരുന്നു. അവി

ടെ നീതിപീഠത്തിനു മുൻപിൽ അരങ്ങേറിയ നാടകവും, ഞങ്ങളുടെ അത്ഭുതകരമായ രക്ഷപ്പെടലും കഴിഞ്ഞ ജന്മത്തിലെന്നോ നടന്ന സംഭവമായി വിസ്മൃതിയിലേക്കു വഴുതിപ്പോവുകയാണെന്ന് പലപ്പോഴും തോന്നിച്ചു.

ചിന്നൻ അവിടെ കേവലമൊരു വ്യക്തി മാത്രമായിരുന്നുവോ? ഞങ്ങളെപ്പോലെ ചിന്തിക്കുകയും പ്രവർത്തിക്കാനാഗ്രഹിക്കുകയും ചെയ്യുന്ന ഒരു പുതിയ തലമുറ അവിടെ കരുത്താർജ്ജിച്ചതിന്റെ തെളിവായിരുന്നു ചിന്നന് പിന്തുണ നല്കിയവരുടെ നടപടികൾ. പക്ഷേ, ഞങ്ങളെ അവർ ഉപദ്രവിക്കാതെ വിട്ടത് ഒരു കടംകഥയുടെ പരിവേഷം നല്കിയ സംഭവമായിരുന്നു.

അതേക്കുറിച്ചോർത്ത് സമയം പാഴാക്കുന്നതിനേക്കാൾ അവ ഞങ്ങളുടെ ചിന്താഗതിയിൽ വരുത്തിയ മാറ്റം എന്തെന്ന് പരിശോധിക്കുന്നതിനാണ് പ്രാധാന്യം നല്കേണ്ടതെന്നു തോന്നി. നാലഞ്ചു ഗ്രാമങ്ങൾ കൂട്ടിയിണക്കിക്കൊണ്ടുള്ള വാഴുന്നവരുടെ വൻ പദ്ധതി നടപ്പിലാക്കാൻ കഴിയില്ല എന്നതായിരുന്നു ഏറ്റവും പ്രധാനപ്പെട്ട സംഗതി. ദൂതുമായി ഞങ്ങളാദ്യം പോയ ഗ്രാമത്തിലാണ് അമ്മാതിരിയൊരു സംഭവം നടന്നത്. പ്രാദേശികമായി വിപ്ലവചിന്താഗതികൾ പ്രബലപ്പെട്ടുവരുന്നതിന് തെളിവായിരുന്നു കിഴക്കൻ ഗ്രാമം. പക്ഷേ, വാഴുന്നവരുടെ വിശാലചിന്താഗതിയിൽ നിന്നുളവായ വൻ പദ്ധതി ഒരു തട്ടിപ്പായിരുന്നില്ലേ എന്ന് സംശയിക്കേണ്ടതായും വന്നു. ഞങ്ങളുടെ ലക്ഷ്യത്തിനുതകുന്ന കരുക്കൾ നീക്കാനാവുമോ എന്നു പരീക്ഷിക്കുവാൻ വേണ്ടിയാണ് ആ ദൗത്യം ഏറ്റെടുത്തത്.

എന്നാൽ ആദ്യത്തെ നീക്കത്തിൽതന്നെ ദയനീയമായി പരാജയപ്പെട്ടത് ഞങ്ങളെ പിടിച്ചുലച്ചു. മറ്റ് രണ്ടു ഗ്രാമങ്ങളിലേക്ക് പോകണമോ എന്നുവരെ ഞങ്ങൾ ചിന്തിച്ചു. കിഴക്കൻ ഗ്രാമത്തിന്റെ പടിഞ്ഞാറുഭാഗത്തെ കാവൽപ്പുര പിന്നിട്ട് അല്പം ശാന്തതയോടെ മലകയറിക്കൊണ്ടിരുന്നപ്പോൾ ഞങ്ങൾ ആലോചിച്ചതുമുഴുവൻ അതേപ്പറ്റിയായിരുന്നു. അഗാധമായ കിടങ്ങുകൾ ഒറ്റപ്പെടുത്തിയ തെക്കൻ ഗ്രാമത്തിലേക്ക് വാഴുന്നവരുടെ ദൂതുമായി പോകേണ്ട ആവശ്യമുണ്ടോ എന്ന ചിന്ത ഞങ്ങളെ മഥിച്ചുകൊണ്ടിരുന്നു. തിരികെ കോട്ടയിലേക്കു പോയി വാഴുന്നവരുടെ ഖജനാവ് കൊള്ള ചെയ്ത് ഞങ്ങളുടെ ലക്ഷ്യത്തിനാവശ്യമായ ധനം സമ്പാദിച്ചുകൂടെ എന്ന് ഒരു നിമിഷം ശങ്കിച്ചു.

എത്രത്തോളം ദിവസം അയൽ ഗ്രാമങ്ങളിൽ കഴിച്ചുകൂട്ടാനാവുമോ അത്രയും കൂടുതൽ പൊൻനാണയങ്ങൾ യജ്ഞശാലയിലെ ഭണ്ഡാരപ്പുരയിൽ കുമിഞ്ഞുകൂടും എന്ന സത്യത്തെക്കുറിച്ചോർത്തപ്പോൾ എന്തു ത്യാഗം സഹിക്കാനും ഞങ്ങൾ തയ്യാറായി. കൂടുതൽ ആവേശത്തോടെ തെക്കൻഗ്രാമം ലക്ഷ്യമാക്കി ഞങ്ങൾ യാത്ര ചെയ്തു. കിഴക്കും പടിഞ്ഞാറും തമ്മിൽ വേർതിരിച്ചിരുന്ന മലയുടെ നെറുകയിലൂടെ കാട്ടുമൃഗങ്ങളുടെ സീൽക്കാരശബ്ദങ്ങൾ കേട്ട്, കാട്ടുതേൻ പിഴിഞ്ഞു കുടിച്ച്, കായും കനിയും ഭക്ഷിച്ച് ഞങ്ങൾ യാത്ര തുടർന്നപ്പോൾ, കിഴക്കൻ

ഗ്രാമത്തെ അപേക്ഷിച്ചു നോക്കുമ്പോൾ മണലാരണ്യംപോലെ തോന്നിച്ച ഞങ്ങളുടെ ഗ്രാമം നരച്ചുവെളുത്ത ഒരുടയാട പോലെ നീണ്ടുനിവർന്നു കിടക്കുന്നതു കണ്ടു. ഗ്രാമത്തിന്റെ ദേവതയായ, ഉന്മാദമായ നദി വളഞ്ഞുപുളഞ്ഞ് ഒരു നേർത്ത കമ്പി പോലെ പടിഞ്ഞാറേക്ക് നീളുന്നു....

അതിന്റെ കരയിലല്ലേ ഞങ്ങളുടെ സ്വപ്നസൗധങ്ങൾ ഉയർന്നുവരിക? അവിടെയല്ലേ ഞങ്ങളുടെ വിഭവങ്ങൾക്ക് വിലപേശാൻ കഴിയുന്ന കമ്പോളങ്ങൾ രൂപം പ്രാപിക്കുക? ഒരു നദീതട സംസ്കാരം ഉയിർക്കൊണ്ടു കഴിയുമ്പോൾ ഞങ്ങളുടെ തലമുറയിലെ കഴിവുറ്റ ഭാവനാസമ്പന്നരായ ചെറുപ്പക്കാർ അങ്ങിങ്ങായി കാണുന്ന പാറക്കെട്ടുകളിൽ രൂപങ്ങൾ കൊത്തിയെടുത്ത് നിർവൃതിയടയും... യജ്ഞശാലയ്ക്കു സമീപമുള്ള കരിമ്പാറക്കൂട്ടത്തെ ഉജ്ജ്വലസന്ദേശം വഹിക്കുന്ന ഒരാശയമായി മാറ്റാൻ അവർക്കു കഴിയും... ഞങ്ങളുടെ കുട്ടികൾ വിലയേറിയ ഉടയാടകളണിഞ്ഞ് പുതിയ സംസ്കാരത്തിന്റെ സിരകളായ തെരുവുകളിലൂടെ ആർത്തുല്ലസിച്ചു നടക്കും... ഞങ്ങളുടെ സ്വപ്നഭൂമി ഞങ്ങൾക്കു മുൻപിൽ പുത്തൻ ആശയങ്ങളുടെ ജാലകം തുറന്നിട്ടപ്പോൾ ഞങ്ങൾ തെക്കൻഗ്രാമത്തിന്റെ അതിർത്തിയിലേക്ക് എത്തുകയായിരുന്നു.

ഞങ്ങളെ അന്ധാളിപ്പിക്കുകയും വിസ്മയത്തിലേക്കു വലിച്ചിഴയ്ക്കുകയും ചെയ്ത പ്രദേശമായിരുന്നു തെക്കൻ ഗ്രാമം. കിഴക്കൻ ഗ്രാമത്തെയും കോട്ടയെയും അപേക്ഷിച്ച് വളരെയധികം വികസനം നേടിയ ഗ്രാമമാണതെന്ന് ഒറ്റനോട്ടത്തിൽ വ്യക്തമായിരുന്നു. വീതിയുള്ള റോഡുകൾ ഗ്രാമത്തിന്റെ സവിശേഷതകളിലൊന്നായിരുന്നു. വിളഞ്ഞു കിടക്കുന്ന നെല്പാടങ്ങൾക്ക് സമീപത്തായി വൃത്തിയുള്ള വീടുകൾ. വയലുകൾ വീതികുറഞ്ഞ വരമ്പുകൾകൊണ്ട് ഭാഗിക്കപ്പെട്ടിരുന്നു. കരഭൂമിയേക്കാൾ കൂടുതൽ വയൽ ആയിരുന്നതുകൊണ്ട് അവിടുത്തെ പ്രധാന ഉല്പന്നം നെല്ല് ആയിരിക്കും എന്ന് ഞങ്ങൾ അനുമാനിച്ചു.

ഞങ്ങളിൽ സന്തോഷമുണർത്തിയ ഒരു കാര്യം അവിടെയുള്ള ജനങ്ങൾക്കും കറുത്ത നിറമായിരുന്നു എന്നതാണ്. എന്നാൽ ശാരീരികമായി ഞങ്ങളുടെയത്ര കരുത്ത് അവർക്കുണ്ടായിരുന്നില്ല. അവർക്ക് ഞങ്ങളേക്കാൾ ശുചിത്വമുണ്ടായിരുന്നു. ഞങ്ങളേക്കാൾ മുഖസൗന്ദര്യവും അവർക്കാണെന്നു തോന്നിച്ചു. അവിടെ പരുവമായിക്കൊണ്ടിരിക്കുന്ന വയലുകളിൽ ജോലി ചെയ്യുന്ന സുന്ദരികളായ സ്ത്രീകളെ ഞങ്ങൾ കണ്ടു. സൗന്ദര്യം ഒരു ദാനമായി ലഭിച്ച കൊച്ചു ഗ്രാമത്തിന്റെ ആകർഷണീയത ഞങ്ങളിൽ കുളിർമ്മ പരത്തി. നെല്പാടങ്ങളിൽ വിളവ് പാകമായിവരികയായിരുന്നു. വീശിയടിക്കുന്ന കാറ്റിൽ നൃത്തം ചെയ്യുന്ന കതിരുകൾ ഞങ്ങൾക്ക് വരവേല്പുനല്കി. ഞങ്ങൾ കനത്ത കതിർക്കുലകൾക്ക് നന്ദി പറഞ്ഞു. ഞങ്ങൾ കൊച്ചുകുട്ടികളാവുകയായിരുന്നു.

ഗ്രാമത്തിന്റെ അധിപനെ കണ്ടെത്തുക എന്നതാണല്ലോ ആദ്യത്തെ കർമ്മം. വാഴുന്നവർ പറഞ്ഞത് ഇവിടെയും അധിപനില്ലെന്നാണ്. ഗുരു എന്നൊരാളെപ്പറ്റി കേട്ടിട്ടില്ലാത്തതിനാലാവണം അവിടെ അധിപൻ ഇല്ല എന്ന് വാഴുന്നവർ പറഞ്ഞത്. ഒരുപക്ഷേ, കിഴക്കൻ ഗ്രാമത്തിലെന്നതു

പോലെ ഇവിടെയും വാഴുന്നവരുടെ ദൗത്യസംഘങ്ങൾ വന്നിട്ടുണ്ടാവുമോ? വിളകളുടെ കാര്യത്തിൽ ഇവിടം സമ്പന്നമാണെന്ന് വാഴുന്നവർ പറഞ്ഞത് സത്യമായി ഭവിച്ചിരിക്കുന്നു.

ഞങ്ങൾ നിന്നിരുന്ന സ്ഥലത്തുനിന്ന് കുറച്ചകലത്തായി ഭംഗിയിൽ പണിതീർത്ത ഒരു കൊച്ചുവീട് കണ്ടു. ഗ്രാമാധിപനെപ്പറ്റി അന്വേഷിക്കാനായി ഞങ്ങൾ അവിടേക്കുപോയി. ഒരു ചെറുപ്പക്കാരൻ മുറ്റത്ത് ഉലാത്തുകയായിരുന്നു. ഞങ്ങളെ കണ്ടപ്പോൾ അയാൾ നടപ്പുനിർത്തി. ഞങ്ങൾ ചോദിച്ചു.

“ഗ്രാമത്തലവൻ എവിടെയാണ് താമസിക്കുന്നത്?”

ചെറുപ്പക്കാരൻ ഞങ്ങളെ ക്രുദ്ധിച്ചു നോക്കി. ഞങ്ങൾ അയാളെ ഒരു കുറ്റവാളിയായി കരുതുന്നുണ്ടെന്ന് അയാളുടെ മുഖഭാവം വ്യക്തമാക്കി. ഉത്തരം ലഭിക്കാതിരുന്നതുകൊണ്ട് ഞങ്ങൾ വീണ്ടും ചോദിച്ചു.

“ഗ്രാമത്തലവന്റെ താമസം എവിടെയെന്ന് അറിഞ്ഞാൽ കൊള്ളാമായിരുന്നു.”

“എനിക്കറിയില്ല.” എടുത്തടിച്ചതുപോലെ അയാൾ പറഞ്ഞു. അപരിചിതരായ ഞങ്ങളുടെ നേരെ അയാൾ കോപിക്കുന്നതിന്റെ കാരണമെന്താവും? അതും ഗ്രാമത്തലവന്റെ വീടു ചോദിച്ചു എന്ന നിസ്സാര കാര്യത്തിന്.

“ഞങ്ങൾ ഈ നാട്ടുകാരല്ല. അദ്ദേഹത്തെ ഒന്നു കണ്ടാൽ കൊള്ളാമായിരുന്നു.”

ചെറുപ്പക്കാരന്റെ മുഖം ചുവന്നു. ഞങ്ങളുടെ അടുത്തേക്കുവന്ന് അയാൾ പറഞ്ഞു;

“മനസ്സിലാകുന്ന ഭാഷയിലല്ലേ പറഞ്ഞത്, എനിക്കറിയില്ലെന്ന്.”

അയാൾ ഒന്നുനിർത്തി. ഞങ്ങളുടെ മുഖത്തേക്ക് നോട്ടം കുത്തിയിറക്കിക്കൊണ്ട് അയാൾ മുഴുമിപ്പിച്ചു.

“ഇവിടെ അങ്ങനെ ഒരധിപനില്ല.”

ചെറുപ്പക്കാരന്റെ വാക്ക് വിശ്വസനീയമായിരുന്നില്ല. ഗ്രാമത്തലവൻ എന്ന വാക്കു കേട്ടപ്പോൾ തന്നെ അയാൾ കോപിച്ചിരുന്നു. മറ്റൊരു ചിന്നൻ ആയിരിക്കുമോ ഇയാൾ?

ഞങ്ങൾ തിരികെ വയലിന്റെ കരയിലെത്തി. അവിടെ ഒരു ചെറിയ വൃക്ഷം നല്കിയ തണലിൽ, വീശിയടിക്കുന്ന തണുത്ത കാറ്റിൽ ഞങ്ങളിരുന്നു, മറ്റാരെങ്കിലിൽനിന്നും വിവരം ഗ്രഹിക്കാമെന്ന പ്രതീക്ഷയിൽ. വയൽവരമ്പിലൂടെ ഒരുവൻ ധൃതിയിൽ നടന്നുവരുന്നതു കണ്ടു. ഞങ്ങൾ അയാളോട് തിരക്കി.

“ഈ ഗ്രാമത്തിന്റെ അധിപൻ എവിടെയാണ് താമസിക്കുന്നത്?”

ഞങ്ങളുടെ മുഖത്തേക്ക് സൂക്ഷിച്ചുനോക്കിക്കൊണ്ട് അയാൾ പറഞ്ഞു.

“വരൂ കാണിച്ചുതരാം. നിങ്ങൾ എവിടെനിന്നു വരുന്നു?”

“വടക്കുനിന്ന്.”

“വടക്കുനിന്നോ?” അയാൾ അവിശ്വസനീയതയോടെ ചോദിച്ചു.

"അതെ."

"എങ്ങനെ ഈ വശം കടന്നു?"

ഞങ്ങൾ കൂടുതൽ വിശദീകരിച്ചില്ല. കടന്നു എന്നുമാത്രം പറഞ്ഞു. ഗ്രാമത്തലവന്റെ വാസസ്ഥലത്തേക്കു നടക്കുമ്പോൾ ഞങ്ങൾ അയാളോട് ചോദിച്ചു.

"ഇവിടെ ഒരു ഗ്രാമത്തലവനില്ലെന്ന് പറയുന്നത് സത്യമാണോ?"

അയാൾ ഞങ്ങളെ തറപ്പിച്ചു നോക്കിയിട്ട് മറുചോദ്യം ഉന്നയിച്ചു.

"ആരു പറഞ്ഞു?"

"ഞങ്ങൾ ഇരുന്ന സ്ഥലത്തിനടുത്ത വീട്ടിലെ ചെറുപ്പക്കാരൻ."

അയാൾ നിന്നു. എന്നിട്ടു പറഞ്ഞു.

"അതങ്ങനെയാണ്. ഗ്രാമത്തലവന്റെ മകനാണത്."

ഞങ്ങൾ വീണ്ടും മുന്നോട്ടു നടന്നു. അല്പം അകലത്തായി കണ്ട വലിയ ഒരു വീട് ചൂണ്ടിക്കാണിച്ചുകൊണ്ട് വഴികാട്ടി പറഞ്ഞു.

"അതാണ് ഗ്രാമത്തലവന്റെ വീട്. ഞാൻ പോകട്ടെ...."

അയാൾ നടന്നകന്നു.

ഒരുനിമിഷം ഞങ്ങൾ തർക്കിച്ചുനിന്നു. കോട്ടയിൽനിന്നും കിഴക്കൻ ഗ്രാമത്തിൽനിന്നും തികച്ചും വ്യത്യസ്തമായ അന്തരീക്ഷവും ഭൂമിയുമുള്ള ഈ ഗ്രാമത്തിന്റെ സാംസ്കാരിക സമ്പ്രദായത്തിലും എന്തോ സവിശേഷതയുള്ളതായി തോന്നി. ഈ ഗ്രാമത്തിന് ഒരധിപനില്ല എന്ന ചെറുപ്പക്കാരന്റെ പ്രസ്താവന ഞങ്ങളെ ഏറെ കുഴക്കി. അയാൾ ഗ്രാമത്തലവന്റെ മകനാണെന്നുകൂടി കേട്ടപ്പോൾ ശക്തമായ കുരുക്ക് വീണു കഴിഞ്ഞ അനുഭവമാണുണ്ടായത്.

മകൻ അച്ഛനെ എതിർക്കാൻ കാരണമെന്താവും? അധികാരത്തെ ച്ചൊല്ലിയുള്ള വടംവലിയായിരിക്കുമോ? അങ്ങനെ ആവാൻ വഴിയില്ലെന്നു വിശ്വസിക്കേണ്ടിവന്നു. കാരണം അധികാരത്തിന്റെ പ്രശ്നമായിരുന്നുവെങ്കിൽ, അത് ലഭിക്കാത്ത മകൻ ഈ ഗ്രാമത്തിൽ ഒരു സാധാരണക്കാരനെപ്പോലെ കഴിഞ്ഞുകൂടുവാൻ തയ്യാറാകുമായിരുന്നോ? ഒരട്ടിമറിക്ക് തയ്യാറായ മകനെ സ്വതന്ത്രനായി വിഹരിക്കുവാൻ അധിപതി അനുവദിക്കുമോ?

കോട്ടയ്ക്കും കിഴക്കൻ ഗ്രാമത്തിനും ഉണ്ടായിരുന്നതുപോലെയുള്ള നിഗൂഢത ഈ ഗ്രാമത്തെയും ചൂഴ്ന്നു നില്ക്കുന്നുണ്ടെന്നത് തീർച്ചയാണ്. മറ്റൊരു കാര്യം കൂടി ഞങ്ങളെ അതിശയിപ്പിച്ചു. ഗ്രാമത്തലവന്റെ വാസസ്ഥലത്തിന് കാവൽ ഏർപ്പെടുത്തിയിരുന്നില്ല എന്നതാണത്. വാഴുന്നവരുടെ കോട്ട സാധാരണക്കാർക്ക് എന്നും അപ്രാപ്യമായിരുന്നു. കോട്ടയുടെ കനത്ത മതിലുകൾക്കടുത്തായി വിശാലമായ കിടങ്ങുകൾ കുഴിച്ച് വാഴുന്നവർ സ്വരക്ഷയ്ക്കുവേണ്ട കരുതലുകൾ എടുത്തിരുന്നു. കിഴക്കൻ ഗ്രാമത്തിനാണെങ്കിൽ അതിർത്തികളിൽ കാവൽപ്പുരകൾ ഉണ്ടായിരുന്നു. കാവൽപ്പുരകളിൽ ആയുധധാരികളായ കാവല്ക്കാരുണ്ടായിരുന്നു.

ഇവിടെ ഇതുരണ്ടും കണ്ടില്ല. ഗ്രാമത്തലവന്റെ വീട്ടിലേക്കു കടക്കു

മ്പോൾ ആരും ഞങ്ങളെ തടയുവാനുണ്ടായിരുന്നില്ല. മറ്റു രണ്ടു ഗ്രാമങ്ങളിൽനിന്ന് വ്യത്യസ്തമായി ഇവിടുത്തെ അധിപന് ജനങ്ങളുമായി കൂടുതൽ സൗഹൃദമുണ്ടായിരിക്കാം. അല്ലെങ്കിൽ അതൊരു മനശ്ശാസ്ത്രപരമായ സമീപനമായിരിക്കാം. ഞങ്ങളിൽ നിന്നൊറ്റപ്പെട്ടതിന്റെ പേരിലായിരുന്നുവല്ലൊ വാഴുന്നവരെ ഞങ്ങൾ ശത്രുവായി കാണുവാൻ ഇടയായത്. വാഴുന്നവരുടെ കോട്ട ഇടിച്ചു തകർക്കണമെന്ന ആശയം മുളച്ചുയർന്നത്, അധികാരം കാത്തുസൂക്ഷിക്കാൻവേണ്ടി വാഴുന്നവർ ജനങ്ങളിൽനിന്ന് ഒറ്റപ്പെട്ടതുകൊണ്ടായിരുന്നു.

കിഴക്കൻ ഗ്രാമം സുഭിക്ഷവും സമ്പന്നവുമായിരുന്നെങ്കിൽക്കൂടി ഏറ്റവും ഒടുവിൽ നടന്നത് അധിപനും ജനങ്ങളും തമ്മിലുള്ള സൗഹൃദരാഹിത്യത്തെയാണ് വെളിച്ചത്തുകൊണ്ടുവന്നത്. ഗുരുവിന്റെ അങ്കിയിൽ മുത്താനുള്ള സ്വാതന്ത്ര്യം അവിടെയുള്ളവർക്കുണ്ടായിരുന്നുവെങ്കിൽ കൂടി ഒരുതരം ഭയപ്പാട് അവരിൽ കുടികൊണ്ടിരുന്നു എന്നതാണ് യാഥാർത്ഥ്യം. ഗുരുവിനും ന്യായാധിപന്മാർക്കുമെതിരെ ഒരുവൻ ഉച്ചത്തിൽ സംസാരിച്ചതും, അവനെ രക്ഷിക്കുവാൻ വിപ്ലവസംഘം തയ്യാറായതും തെളിയിച്ചത് മറ്റൊന്നായിരുന്നില്ല. ജനങ്ങളിൽ നിന്നൊറ്റപ്പെട്ടു നിന്നുകൊണ്ടുള്ള അധികാരം വിദ്വേഷവും പകയും തനിക്കെതിരെ സൃഷ്ടിച്ചേക്കും എന്നുള്ള രാഷ്ട്രീയ തന്ത്രം വ്യക്തമായി മനസ്സിലാക്കിയ ഒരു പുരോഗമന ചിന്താഗതിക്കാരനായിരിക്കാം ഇവിടുത്തെ അധിപൻ എന്ന് ഊഹിക്കേണ്ടിയിരിക്കുന്നു.

ഞങ്ങൾ അധിപന്റെ വീട്ടുമുറ്റത്തേക്ക് കാലുവെച്ചു.

അധിപന്റെ വീട്ടുപരിസരം ശൂന്യമായിരുന്നു. പൂമുഖം ഒഴിഞ്ഞുകിടക്കുന്നു. അകത്തേക്കുള്ള വാതിൽ അടഞ്ഞുകിടന്നതു കാരണം അകത്തളം കാണാൻ കഴിയുന്നില്ല. ഞങ്ങൾ വിസ്മയത്തോടെ പരസ്പരം നോക്കി. കോട്ടയിലെ വാഴുന്നവരുടെ വാസസ്ഥലം ഇതുപോലെ ആയിരുന്നെങ്കിൽ ഞങ്ങളിലൊരുവന്റെ ഉള്ളിൽ നൈമിഷികമായി ജ്വലിച്ചേക്കാവുന്ന പ്രതികാരാഗ്നിയിൽ അവിടം ചുട്ടു ചാമ്പലാകുമായിരുന്നു. ആർക്കും ഏതുസമയത്തും കടന്നുചെല്ലാവുന്ന ഈ അധിപൻ ഞങ്ങളുടെ വിസ്മയം ഇരട്ടിപ്പിച്ചു.

മകൻ പറഞ്ഞതുപോലെ ഇയാൾ ഒരു ചിറകൊടിഞ്ഞ പക്ഷിയായിരിക്കുമോ? അധികാരഭ്രഷ്ടനായി അവസാന നാളുകളിലെ വിശ്രമം തേടുന്ന ഒരു തടങ്കൽപ്പുള്ളി! ഈ സംശയങ്ങൾ അധിപന്റെ വ്യക്തിപരമായ കാര്യങ്ങളിൽ മാത്രം ഊന്നിക്കൊണ്ടുള്ളതായതുകൊണ്ട് അതേപ്പറ്റി ചിന്തിക്കുന്നതിൽ അർത്ഥമില്ലെന്നു തോന്നി.

എന്നാൽ മനപ്പൂർവ്വം വിസ്മരിക്കാൻ ശ്രമിച്ച ചില കാര്യങ്ങൾ ഞങ്ങളെ ബുദ്ധിമുട്ടിച്ചുകൊണ്ടിരുന്നു. സ്ഫടിക ഫലകത്തിൽ പതിഞ്ഞുകിടക്കുന്ന പ്രതിച്ഛായപോലെ അത് ഞങ്ങളെ കൂടുതൽ അസ്വസ്ഥരാക്കി. ഞങ്ങളുടെ ദൗത്യത്തിന് അനുകൂലമായ ഒരു മറുപടി ഈ ഗ്രാമത്തിന്റെ അധികാരിയുടെ പക്കൽനിന്ന് ലഭിക്കില്ലേ എന്നതാണ് ഞങ്ങളെ ഏറ്റവും കൂടുതൽ അലട്ടിയ പ്രശ്നം. വമ്പിച്ച ഒരു വികസനത്തിൽ ഇവർ

ഭാഗഭാക്കുകളാവുകയില്ലെങ്കിൽ വാഴുന്നവരുടെ ലക്ഷ്യത്തേക്കാളേറെ ബാധിക്കുന്നത് ഞങ്ങളുടെ പദ്ധതിയെയാവും. വാഴുന്നവരുടെ കൈയിൽനിന്ന് പ്രതിഫലമായി ലഭിക്കുന്ന പൊൻ നാണയങ്ങളെക്കാൾ താല്പര്യം ഇവരുമായി നേരിട്ടു സ്ഥാപിക്കുവാൻ കഴിയുന്ന സൗഹൃദമാണ്.

ഞങ്ങൾ മുറ്റത്ത് ഏറെനേരം നിന്നപ്പോഴാണ് പടിപ്പുര തുറന്നുകൊണ്ട് ഒരുവൻ പുറത്തേക്കു വന്നത്. ഞങ്ങളെ കണ്ടപ്പോൾ അയാൾ പുഞ്ചിരിക്കാൻ ശ്രമിച്ചു. അയാൾ അടുത്തേക്കു വന്നു.

"അദ്ദേഹത്തെ ഒന്നു കാണണമായിരുന്നു."

ഞങ്ങൾ അടക്കിയ ശബ്ദത്തിൽ സൗമ്യതയോടെ പറഞ്ഞു.

"അദ്ദേഹം സുഖമില്ലാതെ കിടപ്പാണ്. ആരെയും കാണാൻ സമ്മതിക്കുന്നില്ല."

"എന്തസുഖമാണ്?"

"അങ്ങനെ പ്രത്യേകിച്ചൊന്നുമില്ല. തളർച്ചയോ ക്ഷീണമോ ഒക്കെയാണ്."

ആ മറുപടി തൃപ്തികരമായിരുന്നില്ല. അയാൾ എന്തോ ഒളിക്കാൻ ശ്രമിക്കുന്നുണ്ടെന്ന് തോന്നി.

"അദ്ദേഹത്തെ കാണാൻ വേണ്ടിയാണ് ഞങ്ങൾ ഇത്രയുംദൂരം സഞ്ചരിച്ച് ഇവിടെ വന്നത്."

"എവിടെനിന്ന്?"

"വടക്കുനിന്ന്."

"അതിർത്തിയിൽ നിന്നോ?"

"അല്ല, അതിനപ്പുറത്തുനിന്ന്."

അയാൾ വിസ്മയത്തോടെ ഞങ്ങളെ നോക്കി. എന്നിട്ടു ചോദിച്ചു:

"എന്താ പറഞ്ഞത്? അതിർത്തി കടന്നു വരുന്നുവെന്നോ?"

"അതെ."

"നിങ്ങൾക്കു ഭ്രാന്തുണ്ടോ? ആത്മാക്കൾക്കുപോലും കടക്കാൻ പറ്റാത്ത കിടങ്ങുകൾ താണ്ടി നിങ്ങളിവിടെയെത്തിയെന്നോ!"

"എന്താ വിശ്വസിക്കാനാവുന്നില്ലേ?"

"ചിന്തിക്കാൻ പോലും കഴിയുന്നില്ല."

"പക്ഷേ, ഞങ്ങളങ്ങനെയാണ് എത്തിയത്. അദ്ദേഹത്തെ കാണാൻ വേണ്ടി മാത്രം."

"നില്ക്കൂ. അദ്ദേഹത്തോട് വിവരം പറയാം. കാണാൻ സമ്മതിക്കുമെങ്കിൽ നിങ്ങളുടെ ഭാഗ്യം."

അയാൾ ധൃതിയിൽ അകത്തേക്കു പോയി. പോകുമ്പോൾ തിരിഞ്ഞ് ഞങ്ങളെ നോക്കുന്നുണ്ടായിരുന്നു. കിടങ്ങുകളിൽ നിന്നെത്തിയ പ്രേതങ്ങളാണ് ഞങ്ങളെന്ന് അയാൾ സംശയിക്കുന്നുണ്ടാവും. അയാളുടെ സംസാരത്തിൽനിന്ന് ഒരു കാര്യം വ്യക്തമായി. കോട്ട ഇവർക്ക് അപരിചിതമാണ്. വാഴുന്നവരെക്കുറിച്ച് എന്തെങ്കിലും ഇവർക്ക് അറിയാമെന്നു തോന്നുന്നില്ല. അഗാധഗർത്തങ്ങൾ നിറഞ്ഞ അതിർത്തി ഇരു ഗ്രാമങ്ങളെയും രണ്ട് ധ്രുവങ്ങൾപോലെ അകറ്റി നിർത്തിയിരിക്കുന്നു.

അധിപന്റെ അനുവാദം വാങ്ങാൻ പോയ ആൾ മടങ്ങിയെത്തി. ചിരിച്ചുകൊണ്ട് അയാൾ പറഞ്ഞു:

"നിങ്ങളുടെ ഭാഗ്യം. അദ്ദേഹം അനുവാദം തന്നിരിക്കുന്നു. വരൂ...."

ഞങ്ങൾ അയാളെ പിന്തുടർന്ന് പടിപ്പുര വാതിൽ കടന്ന് അകത്തു പ്രവേശിച്ചു. ഒരു കൂറ്റൻ കെട്ടിടമായിരുന്നു അത്. കുറുകെയും നെടുകെയും ഉള്ള ഇടനാഴികൾ പിന്നിട്ട് ഞങ്ങൾ വിശാലമായ ഒരു തളത്തിലെത്തി. അവിടെ വൃത്താകൃതിയിൽ നിർമ്മിച്ച ഒരു ശയ്യയിൽ അധിപൻ കിടക്കുന്നു. ഞങ്ങളെക്കണ്ടപ്പോൾ അദ്ദേഹം ചിരിക്കുവാൻ ശ്രമിച്ചു. അയാൾ നേരത്തെ ധരിപ്പിച്ചതുപോലെ അധിപൻ തീരെ അവശനായിരിക്കുന്നു. ശയ്യയ്ക്കരുകിലായി ഞങ്ങൾക്കുവേണ്ടി മൂന്ന് ഇരിപ്പിടങ്ങൾ കൊണ്ടിട്ടു. ഞങ്ങളിരുന്നപ്പോൾ അദ്ദേഹം വിമ്മിട്ടത്തോടെ പറഞ്ഞു:

"വടക്കൻ പ്രദേശത്തുനിന്നാണ് വരുന്നതെന്ന് അവൻ പറഞ്ഞു. വയ്യെങ്കിൽ കൂടി അവനെ കളിയാക്കി ഉറക്കെ ചിരിച്ചുപോയി. നിങ്ങൾ അവനെ കളിപ്പിച്ചിരിക്കും എന്നെനിക്കറിയാമായിരുന്നു."

ഞങ്ങൾ വടക്കൻ ഗ്രാമത്തിൽ നിന്നാണ് വരുന്നതെന്ന് അധിപനോട് നേരിട്ടു പറഞ്ഞിട്ടും അദ്ദേഹം വിശ്വസിക്കാൻ കൂട്ടാക്കിയില്ല. അദ്ദേഹം ഞങ്ങളെ കണ്ണിമയ്ക്കാതെ നോക്കിക്കൊണ്ടിരുന്നപ്പോൾ, കിടങ്ങുകൾ കടന്നുവരാനുണ്ടായ സാഹചര്യത്തെക്കുറിച്ചും ഞങ്ങളുടെ ലക്ഷ്യത്തെപ്പറ്റിയും അദ്ദേഹത്തോട് പറഞ്ഞു. ഉദ്വേഗത്തോടെ കഥ കേൾക്കുന്ന ഒരു ബാലനെപ്പോലെയായിരുന്നു അധിപൻ. തെക്കും വടക്കും തമ്മിൽ യോജിപ്പിക്കുകയെന്നത് അസാദ്ധ്യമായ പ്രയത്നം ആയിരിക്കുമെന്നറിഞ്ഞുകൊണ്ടുതന്നെ ഞങ്ങളുടെ ലക്ഷ്യത്തെ അവശനായിക്കിടക്കുന്ന അധിപനിലേക്ക് ചെലുത്തിക്കൊടുത്തു.

പക്ഷേ, ഞങ്ങളെ അത്ഭുതപ്പെടുത്തുമാറ് അധിപൻ വളരെ നേരം നിശ്ശബ്ദനായി ഇരിക്കുകയാണ് ചെയ്തത്. വാഴുന്നവർ അധിപന് അപരിചിതനാണെന്ന് ഉറപ്പായിരിക്കുന്നു. വാഴുന്നവരുടെ ദൂതുമായാണ് ഞങ്ങളെത്തിയതെന്ന് പറഞ്ഞപ്പോൾ വിശേഷിച്ചെന്തെങ്കിലും അദ്ദേഹം ചോദിക്കുകയുണ്ടായില്ല. തെക്കും വടക്കുമായി ഇത്രയും കാലത്തിനിടയിൽ ഏതെങ്കിലും വിധത്തിൽ ബന്ധപ്പെടാൻ കഴിയാഞ്ഞതിൽ കുണ്ഠിതമുണ്ടെന്ന് അദ്ദേഹം ഇടയ്ക്ക് സൂചിപ്പിക്കുകയും ചെയ്തിരുന്നു. എന്നാൽ നഗരവല്ക്കരണത്തിന്റെ വിശദാംശങ്ങളെപ്പറ്റി അറിയുവാൻ അദ്ദേഹം താല്പര്യം പ്രകടിപ്പിക്കാഞ്ഞത് ഞങ്ങളെ നിരുത്സാഹപ്പെടുത്തി.

കണ്ണടച്ചു കിടന്നിരുന്ന അധിപൻ കണ്ണു തുറന്നുകൊണ്ട് ചോദിച്ചു:

"ഏതോ നഗരം പടുത്തുയർത്തുന്നതിൽ നിങ്ങൾ ഭാഗഭാക്കുകളായിരുന്നുവെന്നു പറഞ്ഞല്ലോ. ഏതു നഗരമാണത്?"

ഞങ്ങൾ നഗരാധിപനെ കണ്ടതും അദ്ദേഹത്തിന്റെ പ്രയത്നത്തിൽ ഭാഗധേയത്വം വഹിച്ചതും വിശദീകരിച്ചുകൊടുത്തു. ഞങ്ങൾ ജനിച്ചതും, വളർന്നതും, അലയുന്നതും ഒരേയൊരു ലക്ഷ്യത്തിന്റെ സഫലീകരണത്തിനു വേണ്ടിയാണെന്നു പറഞ്ഞപ്പോൾ അദ്ദേഹം മറ്റൊരു ചോദ്യം ഉന്നയിച്ചു:

"ഒരു വൻനഗരം പണിതുയർത്തുന്നതിന് ഇറങ്ങിത്തിരിച്ച ആ അധിപന്റെ മാനസികനില എന്തായിരുന്നുവെന്ന് നിങ്ങൾക്കറിയാമോ?"

ചോദ്യം വ്യക്തമായിരുന്നില്ല. ഞങ്ങൾ സംശയത്തോടെ അധിപനെ നോക്കി.

"ഉജ്ജ്വലമായ ഒരാശയം പ്രാവർത്തികമാക്കുന്നതിന് ആവശ്യമായ മാനസിക സ്വസ്ഥത അദ്ദേഹത്തിന് ലഭിച്ചിരുന്നുവോ?"

"ഇല്ലായിരുന്നു. ശൂന്യതയിൽനിന്നാണ് അദ്ദേഹം അതാരംഭിച്ചത്. ഞങ്ങളെപ്പോലെ തന്നെ. ഒടുവിൽ ഒരു ഖജനാവിന് അടിസ്ഥാനമിടുവാൻ അദ്ദേഹത്തിനു കഴിഞ്ഞു."

"അതല്ല എന്റെ ചോദ്യം. ഒരിക്കൽ ഗ്രാമത്തിലെ സാധാരണക്കാരുടെ നേതാവായിരുന്നല്ലോ അദ്ദേഹം. നഗരവല്ക്കരണം എന്ന ആശയം പ്രവൃത്തിപഥത്തിൽ കൊണ്ടുവരുമ്പോൾ അദ്ദേഹത്തിന്റെ വ്യക്തിപരമായ അവസ്ഥയെന്തായിരുന്നുവെന്ന് നിങ്ങൾക്കറിയാമോ?"

"ഞങ്ങൾക്ക് അതറിയില്ല. നഗരവികസനം പകുതിയും കഴിഞ്ഞപ്പോഴാണ് ഞങ്ങളവിടെയെത്തിയത്. നഗരാധിപന്റെ മുൻ മാനസികനിലയെപ്പറ്റി ഞങ്ങൾക്കറിയാമായിരുന്നില്ല."

അപ്പോൾ അദ്ദേഹം പറഞ്ഞു:

"എന്നാൽ എനിക്കതറിയാം. തന്റെ സ്വപ്നത്തിന് രൂപം നല്കേണ്ടതെങ്ങനെയെന്ന് സ്വസ്ഥമായിരുന്ന് ആലോചിക്കുവാനുള്ള വേലിയേറ്റങ്ങളും ഇറക്കങ്ങളുമില്ലാത്ത സ്വച്ഛമായ ഒരു മാനസികാവസ്ഥ അദ്ദേഹത്തിനുണ്ടായിരുന്നു...."

ശയ്യയിൽ മെല്ലെ തിരിഞ്ഞുകിടന്നുകൊണ്ട് അദ്ദേഹം പറഞ്ഞു:

"പക്ഷേ, ആ മാനസികനില എനിക്കില്ല....." ഒന്നു നിർത്തിയിട്ട് അദ്ദേഹം തുടർന്നു:

"ഞാനാകെ തകർന്നിരിക്കുകയാണ്. എന്തെങ്കിലുമൊന്നിനെപ്പറ്റി ഗൗരവബുദ്ധിയോടെ ചിന്തിച്ചാൽ എനിക്കു ഭ്രാന്തുപിടിക്കും..."

അധിപന്റെ വാക്കുകൾ ഞങ്ങളിൽ അവ്യക്തതയുടെ ചുരുൾ നിവർത്തുകയാണുണ്ടായത്. ഒരുതരം ആവേശത്തോടെ അദ്ദേഹം പറഞ്ഞു.

"കുറേ ദിവസം എന്റെ അതിഥികളായി നിങ്ങളിവിടെ താമസിക്കുമോ? നുറുങ്ങുകളായി കിടക്കുന്ന എന്റെ അഭിമാനത്തെയും അന്തസ്സിനെയും തുന്നിച്ചേർത്ത് എന്റെ പഴയ മാനസികസ്വസ്ഥത വീണ്ടെടുക്കാൻ എന്നെ ഒന്ന് സഹായിക്കുമോ? നിങ്ങളുടെ പദ്ധതിക്ക് പൂർണ്ണ പിന്തുണ നല്കാം. ഒന്നിച്ചുള്ള നമ്മുടെ പദ്ധതിയെപ്പറ്റി സ്വസ്ഥമായി ആലോചിച്ച് തീരുമാനമെടുക്കാം. പക്ഷേ, എനിക്കിപ്പോൾ വേണ്ടത് വിശ്രമമാണ്... സ്വസ്ഥതയാണ്..."

അധിപനെ വിയർക്കുന്നുണ്ടായിരുന്നു. വിയർപ്പു തുടച്ചുകൊണ്ട് ശയ്യയ്ക്കരികിലായി സൂക്ഷിച്ചിരുന്ന വെള്ളംകുടിച്ചുകൊണ്ട് അദ്ദേഹം തുടർന്നു:

"നിങ്ങൾ ലക്ഷ്യബോധമുള്ള യുവാക്കളാണ്. ഒരു നഗരത്തിന് ജന്മം നല്കാൻ എന്തിനും തയ്യാറായി ഇറങ്ങിയിരിക്കുന്ന ചിന്താശക്തിയുള്ളവർ. എന്നെ ഗ്രസിച്ചിരിക്കുന്ന പ്രശ്നം ഗുരുതരമാണ്. എനിക്കതിൽനിന്ന്

മോചനം നല്കൂ.... ആ പ്രശ്നമാണെന്റെ രോഗം."

അദ്ദേഹം കണ്ണിറുക്കെയടച്ച് തിരിഞ്ഞുകിടന്നു. എന്താണ് ചെയ്യേണ്ടതെന്നറിയാതെ ഞങ്ങൾ കുഴങ്ങി. എന്തായിരിക്കും അധിപനെ വിഷമിപ്പിക്കുന്ന പ്രശ്നം? ലക്ഷ്യബോധമില്ലാത്ത, ചിന്താശക്തിയില്ലാത്ത യുവാക്കളുടെ കൈയിൽ കിടന്ന് ഇദ്ദേഹത്തിന്റെ അധികാരം പന്താടപ്പെടുന്നുണ്ടോ?....

വയലിന്റെ കരയിൽ, അച്ഛനെ എതിർക്കുന്ന സ്വരത്തിലുള്ള മകന്റെ ശബ്ദം ഞങ്ങൾ കേട്ടതാണ്. ഗ്രാമത്തിന്റെ അധിപതി ആരെന്ന് ചോദിച്ചപ്പോൾ അങ്ങനെയൊരാളില്ല എന്നുപറയുവാൻ അയാൾ ധൈര്യപ്പെട്ടതിന്റെ പിന്നിലെ കഥയ്ക്കു മാത്രമേ ഞങ്ങളുടെ സംശയങ്ങളുടെ കെട്ടഴിക്കുവാൻ കഴിയുമായിരുന്നുള്ളൂ. അതായിരിക്കണം അധിപനെ അലട്ടുന്ന പ്രശ്നം. അധിപൻ ഒരു ദുർബ്ബലനാണെന്നു വ്യക്തമാക്കുന്നതായിരുന്നു അദ്ദേഹത്തിന്റെ ഓരോ വാക്കുകളും....

"അങ്ങയെ അലട്ടുന്ന പ്രശ്നമെന്തെന്നു പറയുമെങ്കിൽ അതിനൊരു പോംവഴി കണ്ടെത്താൻ ഒരുപക്ഷേ, ഞങ്ങൾക്കു കഴിഞ്ഞേക്കും. ഞങ്ങളെ അറിയിക്കുന്നതിൽ വിരോധമില്ലെങ്കിൽ പറയുക."

അധിപൻ കണ്ണുതുറന്നു. പ്രത്യാശയോടെ ഞങ്ങളെ നോക്കി.

"നിങ്ങൾക്കതിനു കഴിയുമോ? എന്നെ രക്ഷിക്കാനാവുമോ?"

ഞങ്ങൾ അനുകൂലമായി തലകുലുക്കി. ശപ്തമായ ഒരു ജന്മത്തിന്റെ ദുഃഖം മുഴുവൻ അനുഭവിച്ച, അദ്ദേഹത്തിന്റെ അഭിമാനത്തെ കാർന്നുതിന്ന, അദ്ദേഹത്തെ അവശതയിലേക്കു നയിച്ച ഗുരുതരമായ പ്രശ്നം അധിപൻ ഞങ്ങൾക്കു മുൻപിൽ അഴിച്ചുവെച്ചു....

എട്ട്

നിശ്ചലമായി ഒഴുകുന്ന പുഴയുടെ പശ്ചാത്തലത്തിൽ രോമാഞ്ചം പൂത്തുനില്ക്കുന്ന ഗ്രാമം. ഒരുവന് ഒരുവനെ എതിർക്കേണ്ട കാര്യമോ, അന്യനെ നശിപ്പിക്കേണ്ട ആവശ്യമോ അവിടെ ഉണ്ടായിരുന്നില്ല. ആരെങ്കിലും നിർബ്ബന്ധിച്ചു പറഞ്ഞുകൊടുത്ത സവിശേഷതകളായിരുന്നില്ല അത്. ഒരധിപതിയുടെ ആവശ്യം അവിടെ അനുഭവപ്പെട്ടിരുന്നില്ല. പക്ഷേ, എന്തെല്ലാമോ ഒക്കെ നേടാൻ അവശേഷിക്കുന്നുവെന്നു തോന്നിയപ്പോൾ ഗ്രാമവാസികൾ ഒന്നോടെ അദ്ദേഹത്തിന്റെ അടുത്തുചെന്ന് ഗ്രാമത്തിന്റെ അധികാരിയാവണമെന്ന് അഭ്യർത്ഥിച്ചു.

അങ്ങനെയാണ് ഗ്രാമത്തിന് ആദ്യത്തെ ഭരണാധികാരി ഉണ്ടായത്. അധികാരം ഏറ്റെടുക്കുന്നതിനു മുൻപ്, ഗ്രാമത്തിൽ നീണ്ടു പരന്നുകിടക്കുന്ന വയലുകളുടെ ഉടമസ്ഥാവകാശം അദ്ദേഹത്തിനായിരുന്നത്രെ. വയലുകളിൽ വിളയിച്ചെടുക്കുന്ന ധാന്യം സൂക്ഷിക്കുവാൻ വലിയ ഭണ്ഡാരപ്പുരകൾ അധിപതിയുടെ വസതിക്കു പുറകിലായി നിർമ്മിച്ചു. ഭണ്ഡാരപ്പുരകൾ മിക്കപ്പോഴും നിറഞ്ഞുതന്നെയിരുന്നു. ആര് ആവശ്യപ്പെട്ടാലും അവർക്കുവേണ്ടി ഭണ്ഡാരപ്പുരയുടെ വാതിൽ തുറക്കണമെന്ന് അധിപതിക്ക് നിർബ്ബന്ധമുണ്ടായിരുന്നു.

ഗ്രാമവാസികൾ ഏറിയകൂറും മുൻപ് അധിപന്റെ ജോലിക്കാരായിരുന്നു. സമുദ്രംപോലെ കിടക്കുന്ന വയലിന്റെ കരയിൽ കുടിൽകെട്ടി, വയലിൽ പണി ചെയ്ത് സംതൃപ്തിയോടെ കഴിഞ്ഞവർ. അവരുടെ ഏതാവശ്യങ്ങൾക്കും പണം മുടക്കിയിരുന്നത് അധിപനാണ്. അവരെ രോഗങ്ങളിൽനിന്നു രക്ഷിക്കുവാൻ അധിപൻ ഭിഷഗ്വരന്മാരെ മറുനാടുകളിൽനിന്ന് സ്ഥിരം പ്രതിഫലത്തിന്മേൽ നിയമിച്ചു. ഗ്രാമവാസികൾ അധിപനു പിറകിൽ അനുസരണയുള്ള പ്രജകളായി അണിനിരന്നു.

അധിപന്റെ അനന്തരാവകാശിയുടെ ജനനം ആ കാലത്തായിരുന്നു. ഒരുത്സവമായി അവർ അദ്ദേഹത്തിന്റെ പുത്രന്റെ ജനനം സാഘോഷം കൊണ്ടാടി. വയലേലകളുടെ കരയിൽ കുരുത്തോല തോരണങ്ങൾ വലിച്ചുകെട്ടി അവർ ആനന്ദനൃത്തം ചവുട്ടി. സർവ്വനന്മകളുടെയും ഉറവിടമായ അധിപനെ അവർ ജഗന്നിയന്താവെന്ന് വിളിച്ചു. അവർ അധിപനെ കണ്ടപ്പോഴൊക്കെ സാഷ്ടാംഗം നമസ്കരിച്ചു. അദ്ദേഹത്തിന്റെ ആരോഗ്യത്തിനും ദീർഘായുസ്സിനുംവേണ്ടി അവർ ബലിപീഠങ്ങൾ തയ്യാറാക്കി. തങ്ങൾ വിരിയിച്ചെടുത്ത കോഴികളേയും, പുല്ലു നല്കി വളർത്തിയ കോലാടുകളേയും ബലിപീഠത്തിനു മുകളിൽവെച്ച് വെട്ടി രക്തമൊഴുക്കുകയും, ഭീകരരൂപിണിയായ ദേവി രക്തം കുടിക്കുന്നതുകണ്ട് ഭൂതമാവേശിച്ചപോലെ തുള്ളിച്ചാടുകയും ചെയ്തു. എല്ലാം അധിപനെ കാത്തുസൂക്ഷിക്കണമെന്ന് അലറി വിളിച്ചുകൊണ്ടായിരുന്നു.

അധിപന്റെ അനന്തരാവകാശി പിറന്നത് തങ്ങൾക്ക് ഊർജ്ജവും വളർച്ചയും നല്കാനാണെന്നു വിശ്വസിച്ചുകൊണ്ട് അവർ കുട്ടിക്ക് സൂര്യൻ എന്നു പേരിട്ടു. പേരിലടങ്ങിയിട്ടുള്ള ഭാവംപോലെ അവൻ എപ്പോഴും പ്രകാശിച്ചുകൊണ്ടിരുന്നു. സംസാരിക്കാൻ തുടങ്ങിയതുമുതൽ അവൻ തന്റെ മുൻപിൽ ആഹ്ലാദാദരവുകളോടെ വണങ്ങി നില്ക്കുന്ന ഗ്രാമവാസികളുടെ സുഖസൗകര്യങ്ങൾ അന്വേഷിച്ചു.

അവരുടെ വിശ്വാസം ഇരട്ടിച്ചു. സൂര്യൻ എന്നു പേരുവീണ അധിപന്റെ കുട്ടി തങ്ങളുടെ രക്ഷാദൈവമായി ഭവിക്കും എന്ന് അവർക്ക് തീർച്ചയായിരുന്നു. ആയിടയ്ക്കാണ് തന്റെ മാത്രം അധികാരത്തിലിരുന്ന വയലിന്റെ വലിയൊരു ഭാഗം ഭൂരഹിതരായ ഗ്രാമവാസികൾക്കായി അധിപൻ വീതിച്ചു കൊടുത്തത്. ഉയരങ്ങളിൽനിന്നു ലഭിച്ചുവെന്നു വിശ്വസിച്ച ആ ദാനത്തിൽ ഗ്രാമവാസികൾ സന്തുഷ്ടരായിരുന്നു. അവർ ഒന്നിച്ചു കിടന്നിരുന്ന വയലുകൾക്കു നടുവിൽ ചെറിയ ചെറിയ വരമ്പുകൾ കുത്തിയുയർത്തി തങ്ങളുടെ ഭാഗങ്ങൾ സ്വന്തമാക്കി.

അത് അപകടകരമായ പ്രവൃത്തിയായിരുന്നുവെന്ന് പിന്നീടാണ് അധിപന് മനസ്സിലാക്കാൻ കഴിഞ്ഞത്. സ്വാർത്ഥതയുടെ വിത്തുകളാണ് അവരിൽ പലരും തങ്ങളുടെ വയലുകളിൽ വിതച്ചത്. മറ്റുള്ളവരുടെ വരമ്പുകൾ ഇടിച്ചുനിരത്തി, അവന്റെ വയലിന്റെ കുറേഭാഗം കൂടി തന്റെ വീതത്തോട് കൂട്ടിച്ചേർക്കാൻ പലരും ശ്രമിച്ചു. അതിന്റെ പേരിൽ തർക്കങ്ങളുണ്ടായി. തർക്കങ്ങൾ സംഘട്ടനങ്ങൾക്ക് വഴിതെളിച്ചു. സംഘട്ടനം ഒതുക്കിത്തീർക്കാൻ ചെന്ന അധിപനെ പലരും അറിയില്ലെന്നു

നടിച്ചുകളഞ്ഞു... പഞ്ചപുച്ഛമടക്കി നിന്നിട്ടുള്ളവർ അധിപതിയുടെ സാന്നിദ്ധ്യത്തെ വകവെച്ചില്ല.

അതിന്റെ ആഘാതം ഏറ്റവുമധികം അനുഭവപ്പെട്ടത് സൂര്യനാണ്. അച്ഛനെ ഗ്രാമജനത ധിക്കരിച്ചുവെന്നറിഞ്ഞപ്പോൾ അവൻ ഏങ്ങിയേങ്ങിക്കരഞ്ഞു. തന്റെ അച്ഛനിലെ ദിവ്യത്വം അവർ ചീന്തിയെറിഞ്ഞുവെന്നറിഞ്ഞ സൂര്യന് അതസ്സഹനീയമായിത്തോന്നി. ഗ്രാമവാസികൾ തന്നിലർപ്പിച്ചിരുന്ന ബഹുമാനാദരവുകൾക്ക് കാരണക്കാരൻ തന്റെ അച്ഛനായ അധിപനായിരുന്നുവെന്ന് സൂര്യന് നിശ്ചയമുണ്ടായിരുന്നു.

ഗ്രാമക്കാർ തന്റെ മുൻപിൽ സാഷ്ടാംഗപ്രണാമം നടത്തിത്തുടങ്ങിയ കാലം മുതൽ തന്നെ പ്രത്യേകം സൂക്ഷിക്കാൻ അച്ഛൻ വെമ്പലെടുക്കുന്നത് സൂര്യൻ കണ്ടിരുന്നു. പലപ്പോഴും അഞ്ചുപടിപ്പുരകൾ ഉള്ള വീട്ടിന്റെ ഉള്ളറയിൽ സൂര്യന് ഒറ്റയ്ക്ക് കഴിയേണ്ടി വന്നു. മറ്റുള്ളവരിൽനിന്ന് കഴിവതും തന്നെ മറച്ചുവെക്കുവാൻ അച്ഛൻ ശ്രമിച്ചതിനു കാരണമെന്താവും? സൂര്യന് അതൊരു പിടികിട്ടാ ചോദ്യമാണ്.

സൂര്യന്റെ ഗുരു മച്ചൻ എന്നു പേരുള്ള മദ്ധ്യവയസ്കനായിരുന്നു. അധിപതിയുടെ വയലുകളുടെ കാര്യക്കാരൻ! അച്ഛന്റെ കൊട്ടാരത്തിലെ മറ്റ് ആശ്രിതരേക്കാൾ മച്ചൻ സൂര്യനെ ആകർഷിച്ചു. സൂര്യന്റെ കൗമാരം മുതൽ അവർ തമ്മിലുള്ള ചങ്ങാത്തം ആരംഭിച്ചിരുന്നു. അവിവാഹിതനായിരുന്നതിനാലാവണം മച്ചന്റെ ഹൃദയം ചടുലവും അപക്വവുമായിരുന്നു. വയലുകളുടെ ഭരണം പൂർണ്ണമായും അധിപൻ കല്പിച്ചുകൊടുത്തിരുന്നതിനാൽ, മറ്റൊരധിപതിയുടെ വികാസം പ്രാപിച്ചിട്ടില്ലാത്ത ഭാവം അയാളിൽ കുടികൊണ്ടു.

സൂര്യന്റെ വിജ്ഞാന ദാഹത്തിന് മച്ചൻ പലപ്പോഴും സഹായിയായി ഭവിച്ചു. കൗമാര ദശയിൽ എല്ലാം അറിയുവാനുള്ള അദമ്യമായ ആവേശത്തിൽപ്പെട്ട് സൂര്യൻ ചോദ്യങ്ങൾ അയാളിലേക്ക് എറിഞ്ഞു കൊടുത്തുകൊണ്ടിരുന്നു. സൂര്യൻ മിക്കസമയവും ചിന്താധീനനായിരുന്നു.

ഒരിക്കൽ സൂര്യൻ ചോദിച്ചു:

"അച്ഛനു മുൻപ് ആരായിരുന്നു ഈ ഗ്രാമത്തിന്റെ അധിപതി?"

"അച്ഛനാണ് ഈ ഗ്രാമത്തിന്റെ ആദ്യത്തെ അധിപൻ! അതിനുമുൻപ് ആരുമില്ലായിരുന്നു."

"അതെങ്ങനെ സംഭവിച്ചു?"

"ഗ്രാമവാസികൾ ഒന്നാകെ ആധിപത്യം ഏറ്റെടുക്കണമെന്ന് അദ്ദേഹത്തോടാവശ്യപ്പെട്ടു. അദ്ദേഹം അതു സ്വീകരിച്ചു."

"ഇവിടെ മറ്റനേകം പേർ ഉണ്ടായിരുന്നിട്ടും അച്ഛനോടു മാത്രം ആവശ്യപ്പെടാൻ കാരണം?"

മച്ചൻ ഒന്നുപതറി. മറ്റനേകം പേർ ഉണ്ടായിരുന്നിട്ടും അദ്ദേഹത്തോടുമാത്രം അതു ചോദിക്കാൻ കാരണം? അതേപ്പറ്റി അയാൾ ഒരിക്കലും ചിന്തിച്ചിരുന്നില്ല. ആരും ചിന്തിച്ചിട്ടില്ല. ആരെങ്കിലും എന്തെങ്കിലും പറഞ്ഞുകേട്ടിട്ടുമില്ല.

പക്ഷേ, മച്ചന് അതിനും ഉത്തരമുണ്ടായിരുന്നു. അയാൾ പറഞ്ഞു:

"നമ്മുടെ വയലുകൾ മുഴുവനും അദ്ദേഹത്തിന്റെ വകയായിരുന്നു. ഇവിടെയുള്ളവർ വയലുകളിലെ ജോലിക്കാരും."

"മറ്റാർക്കും വയലുകൾ ഉണ്ടായിരുന്നില്ലേ?"

"ഇല്ല."

"ഭൂമിയോ?"

"ഇല്ല."

"ഭൂമിയില്ലാത്തവർ എവിടെയാണ് താമസിച്ചത്?"

"വയലിന്റെ കരയിൽ."

"അച്ഛന്റെ ഭൂമിയിൽ. അല്ലേ."

"അതെ."

"അവർക്ക് എന്തുകൊണ്ടാണ് സ്വന്തമായി ഭൂമി വേണ്ടാഞ്ഞത്?"

"ഭൂമി അവർക്ക് ആവശ്യമില്ലായിരുന്നു."

"കാരണം?"

"അവർക്കു വേണ്ടതു മുഴുവൻ അച്ഛൻ കൊടുത്തിരുന്നു. ആഹാരവും വസ്ത്രവും മരുന്നും എല്ലാം."

സൂര്യൻ ഒരു ചുഴിയിൽ കിടന്നു നട്ടം തിരിയുകയാണെന്ന് മച്ചന് തോന്നി. അയാൾ ചോദിച്ചു:

"കുഞ്ഞ് എന്തിനാണ് ഇതേപ്പറ്റി ചിന്തിക്കുന്നത്? അടുത്ത അധിപതി ആകേണ്ട ആളായതു കൊണ്ടാണോ?"

സൂര്യൻ നിഷേധിച്ച് തലകുലുക്കിയതേയുള്ളു. അവന്റെ ചിന്തകൾ ആഴങ്ങളിലേക്കു കടന്നുചെല്ലുകയായിരുന്നു.

ചോറും മറ്റ് ആനുകൂല്യങ്ങളും നല്കി അച്ഛൻ ഈ ഗ്രാമവാസികളെ ഒരു കുറ്റിയിൽ കെട്ടി വട്ടംചുറ്റിക്കുകയാണോ? ചോറും തുണിയും മരുന്നും കൃത്യമായി കൊടുത്തതു കൊണ്ടല്ലേ ഗ്രാമത്തിന്റെ അധികാരം കൈക്കൊള്ളണമെന്ന് അവർ അച്ഛനോട് ആവശ്യപ്പെട്ടത്. ഒടുവിൽ അവർ അച്ഛനെ എന്തിനു നിഷേധിച്ചു?

സൂര്യൻ ചോദിച്ചു:

"വയലുകൾ വീതിച്ചുകൊടുക്കുവാൻ അച്ഛൻ സ്വയം തീരുമാനിച്ചതാണോ?"

"അതെ."

"പിന്നെ എന്തിനാണവർ അച്ഛനെ എതിർത്തത്?"

"അതാണ് മനുഷ്യസ്വഭാവം. സ്വന്തമായി ഒരുതുണ്ടു ഭൂമി കിട്ടിയപ്പോൾ ഭൂവുടമകളായി മാറി എന്നവർ ധരിച്ചു. അധിപന്റെ കൊച്ചു പതിപ്പുകളായിത്തീർന്നിരിക്കുന്നു എന്ന ധാരണ അവരുടെ കാലുകൾ നിലത്തുറയ്ക്കുവാൻ സമ്മതിച്ചില്ല. അത് അവരിൽ അന്യോന്യം അസൂയ ജനിപ്പിച്ചു. അസൂയ മുഴുത്ത് ശണ്ഠയായി. ശണ്ഠ കൂടുന്നവന്റെ കണ്ണും കാതും പ്രവർത്തനരഹിതങ്ങളായിത്തീരും.... അപ്പോൾ അദ്ദേഹത്തെ മനസ്സിലാക്കാൻ അവർക്കു കഴിഞ്ഞിരിക്കുകയില്ല."

യൗവനക്കാരനായപ്പോൾ സൂര്യൻ കുറേക്കൂടി ഗൗരവമുള്ള കാര്യങ്ങൾ ഗ്രഹിക്കാൻ ശ്രമിച്ചു. അപ്പോഴും മച്ചൻ സന്തതസഹചാരിയായി

അവനോടൊപ്പമുണ്ടായിരുന്നു. സൂര്യന് അജ്ഞാതമായിരുന്ന മാനസിക വ്യാപാരങ്ങളിലേക്കും, പ്രകൃതി നിയമങ്ങളിലേക്കും വെളിച്ചം വീശുന്ന കൈത്തിരിയായി മച്ചൻ അവന് അകമ്പടി സേവിച്ചു.

ഒരു സന്ധ്യയിൽ, വീട്ടുവളപ്പിലെ പൂന്തോട്ടത്തിൽവെച്ച് നിറഞ്ഞു നില്ക്കുന്ന ചന്ദ്രനെ നോക്കി സൂര്യൻ നെടുവീർപ്പിട്ടു. സൂര്യന്റെ നെടുവീർപ്പിന്റെ അർത്ഥം മനസ്സിലാക്കി പുഞ്ചിരിച്ച മച്ചനോട് അവൻ ചോദിച്ചു:

"നിങ്ങളെന്താ കല്യാണം കഴിക്കാതിരിക്കുന്നത്?"

മച്ചൻ ഏറെക്കാലമായി പ്രതീക്ഷിച്ച ചോദ്യമായിരുന്നു അത്. എന്നെങ്കിലുമൊരിക്കൽ സൂര്യൻ ആ ചോദ്യം ഉന്നയിക്കുമെന്നും, അതിന്റെ ഉത്തരങ്ങളിലൂടെ സൂര്യനെ വീട്ടുവളപ്പിന് പുറത്തേക്ക് കടത്തിക്കൊണ്ടുവരാൻ കഴിയുമെന്നും അയാൾക്ക് ഉറപ്പായിരുന്നു. മച്ചൻ നിശ്ശബ്ദത അവലംബിച്ചു. ഒരു ഗൂഢാർത്ഥം ഒളിപ്പിച്ചുവെച്ച് സൂര്യന്റെ ത്വര വർദ്ധിപ്പിക്കുക എന്നതായിരുന്നു അയാളുടെ ലക്ഷ്യം. അവൻ അനുഭവിച്ചിട്ടില്ലാത്ത യൗവനസൗഭാഗ്യത്തിന്റെ അനുഭവങ്ങൾ പറഞ്ഞുകൊടുത്ത് ഒരു ഭ്രാന്തനാക്കി മാറ്റി വയലിന്റെ കരകളിലെ കന്യകമാരുടെ അടുത്തെത്തിച്ച്, അധിപനും പ്രജകളും തമ്മിൽ നേരിട്ട് ഏറ്റുമുട്ടേണ്ടിവരുന്ന സാഹചര്യം സൃഷ്ടിക്കുകയെന്നത് മച്ചൻ തന്റെ മനസ്സിൽ കഴിഞ്ഞ കുറേക്കാലങ്ങളായി വളർത്തിക്കൊണ്ടുവന്ന ആശയമായിരുന്നു.

മച്ചൻ അധിപനെതിരെ ചിന്തിക്കുവാൻ കാരണമുണ്ടായിരുന്നു. വയലുകൾ ഗ്രാമവാസികൾക്ക് വീതിച്ചുകൊടുത്തതിൽ അയാൾക്ക് അധിപനോട് അമർഷമുണ്ടായിരുന്നു. വിത്തിറക്കുന്നതു മുതൽ വിളവെടുക്കുന്നതുവരെയുള്ള കാലത്തെ പരിപൂർണ്ണ ചുമതലയുണ്ടായിരുന്ന മച്ചനിൽ നിന്ന് ഗ്രാമവാസികൾ അധികാരം പങ്കിട്ടെടുത്തത് അയാൾക്ക് സഹിക്കാവുന്നതിനപ്പുറമായിരുന്നു. അധിപന്റെ കാര്യസ്ഥൻ എന്ന നിലയിൽ ഗ്രാമത്തിലെ വീടുകളിലുണ്ടായിരുന്ന സ്വാതന്ത്ര്യം നഷ്ടപ്പെട്ടത് അയാളെ പ്രതികാരത്തിനു പ്രേരിപ്പിച്ചു. അവിവാഹിതനായ മച്ചനെ തങ്ങളുടെ മകളുടെ വരനായി കാണാൻ ആഗ്രഹിച്ചവരാണല്ലോ ഗ്രാമവാസികളിലധികവും!

തുറന്ന ആകാശത്തിലേക്കു നോക്കി സൂര്യൻ ചോദ്യം ആവർത്തിച്ചു:

"നിങ്ങളെന്താ കല്യാണം കഴിക്കാതിരിക്കുന്നത്?"

അയാൾ സൂര്യന്റെ മുഖഭാവം പഠിച്ചു. അവിടെ അസ്വസ്ഥതയുടെ, ത്രസിപ്പിക്കുന്ന വികാരങ്ങളുടെ ചാലുകളില്ലേ? മച്ചൻ മറുപടി നല്കി.

"അതിന്റെ ആവശ്യം അനുഭവപ്പെട്ടിട്ടില്ല."

സൂര്യൻ അത്ഭുതത്തോടെ അയാളെ നോക്കി. അയാളുടെ ചുണ്ടിൽ മന്ദസ്മിതം തങ്ങിനിന്നിരുന്നു.

"കുട്ടികളുണ്ടാവുന്നതും അവരെ വളർത്തി വലുതാക്കുന്നതും നിങ്ങൾക്കിഷ്ടമല്ലേ?"

"അതിൽ എനിക്കത്ര താല്പര്യം തോന്നിയില്ല."

"പക്ഷേ, മനസ്സിൽ സ്വാഭാവികമായി ഉയരുന്ന ആഗ്രഹങ്ങൾക്ക് നിവൃത്തി വരുത്താൻ നിങ്ങൾക്ക് പിന്നെ എങ്ങനെ കഴിയുന്നു?"

"കുട്ടികൾ വേണമെന്ന ആഗ്രഹം ഒരിക്കൽപോലും എനിക്കുണ്ടായിട്ടില്ലല്ലോ."

"അതേപ്പറ്റിയല്ല ചോദിച്ചത്. നിങ്ങളുടെ ശരീരത്തിന്റെ ആവശ്യങ്ങൾ അപ്പാടെ നിഷേധിച്ചുവോ എന്നാണ് ചോദിച്ചത്."

"മനസ്സിലാകുന്ന ഭാഷയിൽ പറയൂ കുഞ്ഞേ...."

"വിവാഹം കൊണ്ടുദ്ദേശിക്കുന്നത് എന്താണ്?"

"കുഞ്ഞു തന്നെ പറയൂ...."

"ആണിനെയും പെണ്ണിനെയും തമ്മിൽ ബന്ധിപ്പിക്കുന്നതല്ലേ വിവാഹം. ഇരുവരുടേയും മാനസികവും ശാരീരികവുമായ സംതൃപ്തി വിവാഹത്തിലൂടെയല്ലേ ലഭിക്കുകയുള്ളൂ...."

"വിവാഹത്തെപ്പറ്റി കുഞ്ഞ് ഇപ്പോൾ ഇത്രയേറെ ചിന്തിക്കുന്നതെന്തിനാണ്?"

"ഈ നിലാവിനെ നോക്കുമ്പോൾ, എന്റെ കൺമുൻപിൽ എന്നോളം പ്രായമായ പെൺകുട്ടികളെ കാണുമ്പോൾ, അവരെ വ്യക്തമല്ലാത്ത, ആകൃതിരഹിതമായ രൂപങ്ങളിൽ സങ്കല്പിച്ചു നോക്കുമ്പോൾ എന്റെ ആഗ്രഹങ്ങൾക്ക് തൃപ്തി വരുത്തണമെന്നു തോന്നിപ്പോകുന്നു...."

"പക്ഷേ, ഞാനങ്ങനെ ആയിരുന്നില്ല."

"നിങ്ങൾക്ക് താല്പര്യമില്ലാഞ്ഞിട്ടല്ലേ?"

"ഏതിൽ?"

"സ്ത്രീകളുമായുള്ള ബന്ധത്തിൽ."

"പക്ഷേ, ഈ ഗ്രാമത്തിൽ ഏറ്റവുമധികം സ്ത്രീകളുമായി ബന്ധപ്പെട്ടിട്ടുള്ളത് മച്ചൻ മാത്രമാണ്....?"

സൂര്യൻ സ്തംഭിച്ചുനിന്നുപോയി. മച്ചന്റെ വാക്കുകൾ അവനിൽ ഭൂകമ്പം സൃഷ്ടിച്ചു. അവൻ ദയനീയമായി മച്ചന്റെ മുഖത്തു നോക്കി. വിറയൽ ബാധിച്ച സൂര്യനെ നീർച്ചുഴിയിലേക്കു വലിച്ചെറിഞ്ഞുകൊണ്ട് മച്ചൻ പറഞ്ഞു:

"മച്ചൻ കല്യാണം കഴിക്കാത്തതിന്റെ കാരണം ഇപ്പോൾ മനസ്സിലായോ?"

സൂര്യൻ അപേക്ഷാഭാവത്തിൽ മച്ചനെ നോക്കി. പിന്നീട് ക്ഷീരപഥത്തിലേക്കും അവയെ പുണർന്നുകൊണ്ടു തെന്നിനീങ്ങുന്ന വെളുത്ത മേഘങ്ങളിലേക്കും നോക്കിയിട്ട് അവൻ നിയന്ത്രണം വിട്ടതുപോലെ പുലമ്പി:

"എന്നെ ഈ കൊട്ടാരത്തിൽനിന്ന് പുറത്തുകൊണ്ടുപോകുമോ? എനിക്ക് നമ്മുടെ വയലുകൾ കാണാൻ കൊതിയാകുന്നു... വയലുകളുടെ കരയിലുള്ള വീടുകൾ കാണാൻ കൊതിയാകുന്നു... വീടുകളുടെ അകത്തളങ്ങൾ കാണാൻ കൊതിയാകുന്നു... അവിടെ നെടുവീർപ്പിടുന്ന കന്യകമാരെ കാണാൻ കൊതിയാകുന്നു. അവരെ കെട്ടിപ്പുണരാൻ കൊതിയാകുന്നു...."

സൂര്യന് പൊള്ളുന്ന ചൂടായിരുന്നു. അവന്റെ മുഖത്ത് പൊടിഞ്ഞ വിയർപ്പ് ആവിയായി ഉയരുന്നത് നോക്കി മച്ചൻ പറഞ്ഞു:

"ഞാനേറ്റു. അദ്ദേഹം പുറത്തുപോകുമ്പോൾ നമ്മൾക്ക് പോകാം."

*　　*　　*　　*　　*

അധിപനില്ലാത്ത അവസരം നോക്കി മച്ചൻ സൂര്യനെ അകത്തളത്തിൽ നിന്ന് വയൽക്കരയിലേക്കു കൊണ്ടുവന്നു. നീണ്ടുനിവർന്നുകിടക്കുന്ന വയലുകൾ സൂര്യന്റെ മനസ്സിൽ കുളിരുകോരിയിട്ടു. അവന്റെ കണ്ണുകൾ വയൽക്കരയിലെ വീടുകളിലേക്ക് പാഞ്ഞു. അവിടുത്തെ കന്യകമാരെ അവൻ ആർത്തിയോടെ നോക്കി.

സൂര്യൻ പ്രായമെത്തിയിരിക്കുന്നു. കന്യകമാരുള്ള വീടുകളുടെ അകത്തളങ്ങളിലേക്കു കൂട്ടിക്കൊണ്ടുപോയി അവനെ ശരീരശാസ്ത്രം പഠിപ്പിക്കാൻ സമയമായിരിക്കുന്നു. മച്ചൻ മനസ്സിൽ കരുതി. വയലിന്റെ കരയിലൂടെ നടക്കുമ്പോൾ വൃക്ഷക്കൂട്ടങ്ങൾക്കിടയിൽ ഒരു നിഴൽപോലെ കണ്ട വീടിനു മുൻപിൽ ഒരു യുവതിയെ സൂര്യൻ കണ്ടു. അവൻ തരിച്ചു നിന്നുപോയി. യുവതി വീടിനുതൊട്ടുള്ള കുഴിയിൽനിന്ന് നീണ്ട വള്ളി കെട്ടിയ പായ്ക്കുമ്പിളിൽ വെള്ളം കോരുകയായിരുന്നു. അവൾ ഒരൊറ്റ മുണ്ടു മാത്രമേ ധരിച്ചിരുന്നുള്ളു. മുന്തിയ മാറിടം മുലക്കച്ച കൊണ്ട് വരിഞ്ഞുമുറുക്കിയിരുന്നു. മടക്കുകളുള്ള അവളുടെ വയറിലേക്ക് ഒരു നായയുടെ കൊതിയോടെ അവൻ നോക്കി.

സൂര്യൻ മച്ചനോട് ചോദിച്ചു:

"അതാരാ?"

"വിട്ടേര്. അവളൊരുത്തന്റെ പെണ്ണാ." മച്ചൻ പറഞ്ഞു.

"ആരുടെ?"

"നമ്മുടെ ഒരു ജോലിക്കാരന്റെ."

"എന്താ പേര്?"

"ചാത്തി."

ചാത്തി സൂര്യന്റെ മുൻപിൽ ഒരത്ഭുതവസ്തുവായി മാറിയപ്പോൾ അവൾ ചന്തികുലുക്കി വീടിനുള്ളിലേക്ക് കയറിപ്പോയി.

മച്ചൻ സൂര്യനെയും കൂട്ടി തിരികെ കൊട്ടാരത്തിലെത്തി. സൂര്യൻ തെറിച്ചുനില്ക്കുകയായിരുന്നു. ഒരു സ്വപ്നത്തിലെന്നവണ്ണം സൂര്യൻ പറഞ്ഞു:

"എനിക്ക് ചാത്തിയെ വേണം."

അത് മച്ചനെ വല്ലാത്ത കുഴപ്പത്തിൽ ചാടിച്ചു. ചാത്തിയുടെ കെട്ടിയവൻ മുത്തുവിന്റെ തന്റേടത്തിനു പിറകിൽ ചാത്തിയുടെ ലഹരിപിടിപ്പിക്കുന്ന അഴകിന് കൈയുണ്ടെന്ന് പലരും വിശ്വസിച്ചു. ഒന്നു പ്രസവിച്ചുകഴിയുമ്പോൾ അവളുടെ അഴക് ക്ഷയിക്കുമെന്നും മുത്തു തല താക്കുമെന്നും അവർ പറഞ്ഞുകൊണ്ടിരുന്നു. പക്ഷേ, ആദ്യത്തെ പ്രസവത്തോടെ ചാത്തി ഒന്നു കൊഴുത്തു. അഴക് വർദ്ധിച്ചതല്ലാതെ കുറഞ്ഞില്ല. രണ്ടാമത്തെ പ്രസവം കഴിഞ്ഞപ്പോൾ ചാത്തി ഗ്രാമത്തിലെ കറുത്ത സുന്ദരിയായി മാറി. ശ്രദ്ധേയമായ ഒരു മാറ്റം മാത്രം സംഭവിച്ചു. അവളുടെ മുലകൾക്ക് ക്രമത്തിലധികം മുഴുപ്പുണ്ടായി.

ചാത്തിയിലാണ് സൂര്യന്റെ കണ്ണു പതിച്ചതെന്നറിഞ്ഞപ്പോൾ മച്ച നുണ്ടായ പരിഭ്രമം സ്വാഭാവികമായിരുന്നു. സൂര്യന്റെ മനസ്സിലാകട്ടെ നിറഞ്ഞുനില്ക്കുന്ന ചാത്തിയുടെ രൂപം മാത്രമാണുണ്ടായിരുന്നത്.

മൂന്നാം ദിവസം തന്നെ സൂര്യനെ ചാത്തിയുമായി ബന്ധപ്പെടുത്തുന്നതിന് മച്ചന് കഴിഞ്ഞു. അധിപൻ അന്യഗ്രാമത്തിലേക്കുപോയ തക്കം നോക്കി അയാൾ ആ സന്ധ്യയിൽ സൂര്യനെയുംകൊണ്ട് ചാത്തിയുടെ വീട്ടിലേക്കുപോയി. അവിടെ വീടിനു പുറത്ത് അവരേയും പ്രതീക്ഷിച്ച് മുത്തു നില്ക്കുന്നുണ്ടായിരുന്നു.

സൂര്യനെ കണ്ടപ്പോൾ മുത്തു വിനയത്തോടെ തൊഴുതു. തോളിൽ കിടന്നിരുന്ന തോർത്ത് കൈയിലെടുത്തു വണങ്ങിക്കൊണ്ട് മുത്തു ചിരിച്ചു. എന്നാൽ മുത്തുവിന്റെ സാന്നിദ്ധ്യം സൂര്യന്റെ മുഖത്ത് മങ്ങലേല്പിച്ചു. അപ്പോൾ മുത്തു പറഞ്ഞു:

"കുഞ്ഞിന് വരാൻ തക്ക യോഗ്യത അടിയന്റെ കൂരയ്ക്കില്ല."

മറുപടിയായി സൂര്യൻ പുഞ്ചിരിച്ചു. അവന്റെ കണ്ണുകൾ ചാത്തിയെ പരതുകയായിരുന്നു. ഒരു രഹസ്യമെന്നോണം മച്ചൻ സൂര്യൻ കേൾക്കെ മുത്തുവിനോട് ചോദിച്ചു:

"എല്ലാം ശരിയാക്കിയിട്ടുണ്ടോ?"

മുത്തു തലകുലുക്കി. ഇതിലെന്തോ പന്തികേടുണ്ടെന്നു സൂര്യനു തോന്നി. മുത്തുവിന്റെ സഹായത്തോടെയാണോ അയാൾ തന്നെ ചാത്തിയുമായി ബന്ധപ്പെടുത്താൻ പോകുന്നത്? മുത്തു ആണ് ഇക്കാര്യത്തിലെ ഏക പ്രതിബന്ധമെന്ന് മച്ചൻ തന്നോട് പറഞ്ഞിരുന്നതുമാണ്.

മുത്തു പറഞ്ഞു:

"അകത്തേക്കു കയറിയിരിക്കാം..."

അയാളുടെ മുഖത്തെ അതിരുകടന്ന വിനയഭാവം സൂര്യനെ വീണ്ടും ഭയപ്പെടുത്തി. മച്ചന്റെ മുഖത്തെ ചിരിയിൽ ചതി പതിയിരിപ്പുണ്ടോ എന്ന സംശയം സൂര്യനെ ഭീതിദനാക്കി.

അവർ അകത്തു കടന്നു. ഓലകൊണ്ടു മറച്ച രണ്ടു മുറികളുള്ള വീടായിരുന്നു അത്. സൂര്യന്റെ ആകാംക്ഷയ്ക്ക് അറുതി വരുത്തിക്കൊണ്ട് ചാത്തി അകത്തെ മുറിയിലേക്കുള്ള വാതില്ക്കൽ നില്ക്കുന്നുണ്ടായിരുന്നു. അവളെ കണ്ടപ്പോൾ സൂര്യൻ ചിരിക്കുവാൻ ശ്രമിച്ചു. മുത്തു ചാത്തിയുടെ അടുത്തേക്കുചെന്ന് എന്തോ അടക്കം പറഞ്ഞു. ചാത്തി അകത്തേക്കു പോയി. മുത്തു മച്ചനോടായി പറഞ്ഞു:

"എങ്കിൽ തുടങ്ങാം....."

മച്ചൻ സമ്മതിച്ചു. എന്തിനെപ്പറ്റിയാണവർ പറയുന്നതെന്ന് സൂര്യന് മനസ്സിലായില്ല. അവൻ അമ്പരപ്പോടെ മച്ചനേയും മുത്തുവിനേയും മാറി മാറി നോക്കി. അപ്പോൾ മുത്തു പറഞ്ഞു:

"പേടിക്കേണ്ട അടിയനാരോടും പറയില്ല. ഈ പ്രായത്തിൽ ഇതൊക്കെ ഒരാവശ്യമായിത്തോന്നും...." അയാൾ മച്ചനെ നോക്കി കണ്ണടച്ചുകൊണ്ടു പറഞ്ഞു: "നമ്മളും ഈ പ്രായമൊക്കെ കടന്നല്ലേ ഇവിടെയെത്തിയത്!"

മച്ചൻ ഉറക്കെ ചിരിച്ചു. ചാത്തി അടുത്ത മുറിയിൽനിന്ന് ഒരു കലവുമായി പുറത്തേക്കു വന്നു. അവൾ കലം താഴെ വെച്ചു. മുത്തു പറഞ്ഞു:

"കുഞ്ഞിരിക്ക്. തടുക്കുപാ മാത്രേയുള്ളു."

സൂര്യൻ ഇരുന്നു. മച്ചനും മുത്തുവും എതിർഭാഗത്തായി ഇരുപ്പുറപ്പിച്ചു. ചാത്തി അകത്തുപോയി ചെറിയ കോപ്പകളുമായി മടങ്ങിവന്നു. മുത്തു കലത്തിലുണ്ടായിരുന്ന ദ്രാവകം കോപ്പകളിലേക്കു പകർന്നുകൊണ്ട് പറഞ്ഞു:

"കുഞ്ഞിനുവേണ്ടി പ്രത്യേകം തയ്യാറാക്കിയതാ. ഒന്നാംതരം സാധനം!"

സൂര്യൻ അമ്പരന്നു പോയി. അവൻ മച്ചനെ നോക്കിയപ്പോൾ അയാൾ കണ്ണിറുക്കി കാണിച്ചിട്ട് മുത്തുവിനോട് പറഞ്ഞു:

"കുഞ്ഞിന് അധികം ഒഴിക്കണ്ട. ആഗ്രഹത്തിന്റെ പേരിലല്ലെ കഴിക്കുന്നത്. ആദ്യമായതുകൊണ്ട് കുറച്ചു കൊടുത്താൽ മതി."

മുത്തുവിന് ആവേശം കേറിയിരുന്നു. അയാൾ സൂര്യന്റെ കോപ്പയിൽ പകുതി മാത്രം ഒഴിച്ചിട്ട് മറ്റ് രണ്ട് കോപ്പകൾ തുളുമ്പെ നിറച്ചു.

പുറത്തു ശക്തി പ്രാപിച്ച ഇരുട്ട് മുറിയിലും പൂർണ്ണമായിത്തീർന്നിരുന്നു. ചാത്തി അവർക്കു മദ്ധ്യത്തിൽ വിളക്കു കൊളുത്തിവെച്ചപ്പോൾ മച്ചൻ പറഞ്ഞു:

"തൊടങ്ങിക്കോ."

സൂര്യൻ കോപ്പ കൈയിലെടുത്തു. മച്ചനും മുത്തുവും ഒറ്റയടിക്ക് അവരുടെ കോപ്പകൾ കാലിയാക്കി വീണ്ടും നിറച്ചു. സൂര്യൻ അതു നോക്കിയിരിക്കുകയായിരുന്നു. മുത്തു സമ്മതിച്ചില്ല.

"പറ്റില്ല, കുഞ്ഞും കഴിക്കണം."

സൂര്യൻ കോപ്പ ചുണ്ടുകളിലേക്കടുപ്പിച്ചു. അതിന്റെ രൂക്ഷഗന്ധം മൂക്കിലേക്കടിച്ചു കയറിയപ്പോൾ അവൻ കോപ്പ വിടുവിച്ച് പഴയ മട്ടിലിരുന്നു. മുത്തു പ്രതിഷേധിച്ചു.

"അടിയൻ സമ്മതിക്കില്ല. കുഞ്ഞിന്റെ ഒരൊറ്റ ആഗ്രഹം കൊണ്ടാണ് ഇതു പ്രത്യേകം ചെയ്യിച്ചത്. കുഞ്ഞിന്റെ ഏതാഗ്രഹവും സാധിക്കേണ്ടത് അടിയന്റെ കടമയാണ്. കുഞ്ഞടിച്ചില്ലെങ്കിൽ അടിയൻ ഇനി ഒരു തുള്ളി തൊടത്തില്ല."

മച്ചനും സൂര്യനെ പ്രോത്സാഹിപ്പിച്ചു. അവൻ മൂക്കു പൊത്തിപ്പിടിച്ച് കോപ്പ കാലിയാക്കി. അന്നനാളത്തെ എരിയിച്ചുകൊണ്ട് അകത്തേക്കൊഴുകിയിറങ്ങിയ നീര് അവനെ എരിപിരി കൊള്ളിച്ചു. അപ്പോൾ മുത്തു ആഹ്ലാദത്തോടെ ചിരിച്ചു. അയാൾ വീണ്ടും കോപ്പ നിറച്ചു. കാലിയാക്കി.

സൂര്യന് സമനില തെറ്റുന്നതുപോലെ തോന്നി. അവന്റെ മുഖത്ത് കണ്ണുനട്ടുകൊണ്ട് ചാത്തി വാതില്ക്കൽ നില്ക്കുകയായിരുന്നു. മുലക്കച്ചയും കൈലിയും മാത്രം ധരിച്ച അവൾ കൈമുട്ടുകൾ വാതിലിന്റെ വശങ്ങളിലൂന്നി നെഞ്ചു പൊന്തിച്ചുനിന്നു.

മച്ചനും മുത്തുവും കുടി തുടർന്നു. മച്ചൻ മുത്തുവിനെ പ്രോത്സാ

ഹിപ്പിച്ചുകൊണ്ടിരുന്നു. തേക്കു പാട്ടിന്റെ ഈരടികൾ ചൊല്ലിക്കൊണ്ട് മുത്തു നിർത്താതെ കുടിച്ചു. തലയെ ബാധിച്ച സുഖകരമായ പെരുപ്പിൽ സൂര്യൻ എല്ലാം കണ്ടു.

മുത്തുവിന്റെ സുബോധം കെട്ടുകൊണ്ടിരിക്കയാണെന്നു മനസ്സിലായപ്പോൾ മച്ചൻ മുത്തുവിനോട് പറഞ്ഞു:

"നമ്മളിരുന്നാൽ കുഞ്ഞ് കഴിക്കില്ല. നമ്മൾക്ക് വയലിന്റെ കരയിൽ പോകാം. എന്താ?"

മുത്തു സമ്മതിച്ചു. സമ്മതിച്ചുവെന്നു മാത്രമല്ല അവൻ ചാത്തിയോടു പറഞ്ഞു:

"നീ കുഞ്ഞിന് ഒഴിച്ചുകൊട്. നമ്മടെ അന്നദാതാവാ...."

ഉറയ്ക്കാത്ത കാലടികളോടെ മച്ചന്റെ തോളിൽ തൂങ്ങി മുത്തു വയലിന്റെ കരയിലേക്കുപോയി. സൂര്യനും ചാത്തിയും മാത്രം വീട്ടിനുള്ളിൽ അവശേഷിച്ചു. ചാത്തി വിളക്കിനടുത്തേക്കുചെന്ന് കുനിഞ്ഞിരുന്നുകൊണ്ട് ചോദിച്ചു:

"കുഞ്ഞിന് ഇനീം വേണോ?"

അവൻ ചാത്തിയുടെ തടിച്ച ചുണ്ടുകളിലേക്ക് നോക്കിയിരുന്നതേയുള്ളൂ. അവളുടെ കണ്ണുകൾ തിളങ്ങുന്നത് സൂര്യൻ കണ്ടു. വിളക്കിന്റെ ഇടറുന്ന തിരിനാളം പകുതിയോളം പുറത്തേക്കു തള്ളിനിന്നിരുന്ന അവളുടെ മുലകൾക്കു മേൽ ഓളം സൃഷ്ടിക്കുന്നത് സൂര്യൻ കൗതുകത്തോടെ നോക്കി.

സൂര്യൻ അടക്കിയ സ്വരത്തിൽ വിളിച്ചു:

"ചാത്തീ...."

"ഉം...."

മുലകൾക്കു മുകളിലെ ഓളം തടഞ്ഞു നിർത്താനെന്നവണ്ണം അവൻ കൈ അതിന്മേൽ വെച്ചു. അവൾ തടഞ്ഞില്ല. ചുട്ടുപൊള്ളുന്ന സൂര്യന്റെ കൈകൾ തന്റെ നെഞ്ചിലിരുന്ന് വിറച്ചു തുള്ളുന്നത് അവൾ പുഞ്ചിരിയോടെ നോക്കി. അവൾ ചോദിച്ചു:

"നല്ല ബോധത്തോടെയാണോ?"

സൂര്യൻ തലകുലുക്കി.

"എങ്കിൽ വിളക്കു കെടുത്ത്."

സൂര്യൻ വിളക്കു കെടുത്തി.

ചാത്തി അവനെ കൈകൾക്കുള്ളിലൊതുക്കി. മുലകളിൽ മുഖം ഉരസിക്കൊണ്ട് അവൻ "ചാത്തി.... ചാത്തീ....." എന്ന് പുലമ്പിയപ്പോൾ അവൾ ചോദിച്ചു:

"എന്നെ ഇഷ്ടായോ?"

അവൻ നീട്ടിമൂളി. അവൾ അഗ്നി വമിക്കുന്ന ഒരു യക്ഷിയായി മാറിയെന്നും, അവളിലെ അഗ്നി തന്റെ സൂക്ഷ്മാവയവങ്ങളിലേക്കും ഇന്ദ്രിയങ്ങളിലേക്കും കടത്തിവിട്ട് അവയെ ചാമ്പലാക്കിയെന്നും സൂര്യന് തോന്നി.

വയലിന്റെ മുകളിൽ ചന്ദ്രൻ എത്തിയപ്പോൾ സൂര്യൻ അവന്റെ

ലക്ഷ്യം നേടിയിരുന്നു. ആദ്യത്തെ ഇണചേരൽ! ചാത്തിയിൽനിന്ന് സ്വയം അടർന്നുമാറിയപ്പോൾ അവന്റെ കണ്ണുകളിൽ നീർ പൊടിഞ്ഞു.

ചാത്തി ചോദിച്ചു.

"മതിയായോ?"

"ഉം."

"ഇനീം വരുമോ?"

"വരും. പക്ഷേ...."

"പക്ഷേ?"

"മുത്തു അറിയില്ലേ?"

"അറിയാതെ വേണം."

"എങ്ങനെ?"

"ഇന്നത്തെപ്പോലെ എന്നും ഓരോ കുടം കമഴ്ത്തി കൊടുക്കണം. കുഞ്ഞിനെ ദൈവത്തെപ്പോലെ കരുതും."

സൂര്യൻ വയലിന്റെ കരയിലെത്തി. അവിടെ മുത്തു ബോധരഹിതനായി മലർന്നടിച്ചു കിടന്നുറങ്ങുകയായിരുന്നു. മച്ചൻ സൂര്യനെ കണ്ടപ്പോൾ എഴുന്നേറ്റു.

"എങ്ങനെ?"

സൂര്യൻ വിജയഭാവത്തിൽ ചിരിച്ചു.

"തൃപ്തിയായോ?"

"ഇല്ല. നാളെയും വേണം. മറ്റന്നാളും..... ലോകം അവസാനിക്കുന്നതുവരെയും."

ഒൻപത്

വയലിന്റെ കരയിലുള്ള മുത്തുവിന്റെ വീട്ടിൽ സൂര്യനും മച്ചനും മുത്തുവും കൂടിയുള്ള സഖ്യം വളർന്നു. സന്ധ്യകളിൽ മച്ചനും മുത്തുവും അമിതമായി മദ്യപിക്കുകയും വയലിന്റെ കരയിൽ ബോധം കെട്ടുറങ്ങുകയും ചെയ്തു. ആ സമയങ്ങളിൽ സൂര്യൻ ചാത്തിയെ പ്രാപിച്ചു. സൂര്യന്റെ മദ്യപാനാസക്തിക്കും അതോടൊപ്പം വളർച്ച ലഭിച്ചു. ചാത്തിയെ അവശയാക്കത്തക്ക വിധം കരുത്ത് സൂര്യൻ മദ്യത്തിലൂടെ നേടിയിരുന്നു.

ചാത്തി മൂന്നാമതും ഗർഭം ധരിച്ചു. വയലിൽ പണിയില്ലാതിരുന്ന ഒരു ദിവസം മുത്തുവിനെ ഇറുകെ പുണർന്നുകൊണ്ട് അവൾ സ്വകാര്യം പറഞ്ഞു:

"എനിക്ക് വയറ്റിലുണ്ട്."

മുത്തുവിന് അതിൽ അത്ര സന്തോഷം തോന്നിയില്ല. അവന്റെ മുഖത്തെ മ്ലാനതയ്ക്കു മുൻപിൽ ചാത്തി ചോദ്യമെറിഞ്ഞു:

"എന്താ നിങ്ങക്ക് ഇഷ്ടമല്ലേ?"

മുത്തു അവളെ നോക്കി. അവളുടെ അഴക് വർദ്ധിച്ചതായും അവൾ ഒരു കുട്ടിയെക്കൂടി ആഗ്രഹിക്കുന്നുണ്ടെന്നും അവൻ മനസ്സിലാക്കി:

"നിനക്കിഷ്ടമാണേൽ എനിക്കും ഇഷ്ടമാ."

അവൾക്ക് ഇഷ്ടമായിരുന്നു. മുത്തു അവളെ വാരിപ്പുണർന്നു.

അന്നു സന്ധ്യയിൽ വലിയൊരു കലം നിറയെ മദ്യം കരുതിവെച്ചിരുന്നു. സൂര്യനും മച്ചനും എത്തുന്നതിനു മുൻപേ മുത്തുവിന്റെ ബോധം നശിച്ചിരുന്നു. മച്ചൻ വീണ്ടും മുത്തുവിനെ മദ്യപിപ്പിച്ചു.

മുത്തു പതിവുതെറ്റിച്ചതിന്റെ കാരണം അവർക്കറിയില്ലായിരുന്നു. ബോധം പൂർണ്ണമായും കെട്ടപ്പോൾ മുത്തു തേക്കുപാട്ടിന്റെ ഈരടികൾ മൂളി ഇടയ്ക്കുവെച്ച് പാട്ടു നിർത്തി കുഴഞ്ഞ നാവുകൊണ്ട് അവൻ പറഞ്ഞു:

"അടിയൻ ഇന്ന് നേരത്തേ തുടങ്ങിയതിന്റെ കാരണം കുഞ്ഞിനറിയാമോ?"

"ഇല്ല."

മുത്തു തലചരിച്ച്, വാതിൽ ചാരി നില്ക്കുന്ന ചാത്തിയെ നോക്കിയിട്ട് പറഞ്ഞു:

"എന്റെ ചാത്തിക്ക് വയറ്റിലുണ്ട്. മൂന്നാമത്തേത്. അവൾക്ക് അതിഷ്ടമാ, അവളുടെ സന്തോഷത്തിനായിട്ടാണ് ഞാൻ നേരത്തേ തുടങ്ങിയത്. കുഞ്ഞ് ക്ഷമിക്കണം...."

സൂര്യൻ ഞെട്ടി. ഒപ്പം മച്ചനും. സൂര്യൻ ചാത്തിയെ നോക്കി. അവൾ ചുണ്ടുകടിച്ച് തല താഴ്ത്തി. മച്ചൻ മുത്തുവിനെ വിളിച്ചുകൊണ്ട് വയലിന്റെ കരയിലേക്കു പോയി.

വിളക്കിന്റെ വെളിച്ചത്തിൽ ചാത്തിയുടെ മടക്കുകളുള്ള തടിച്ച വയറ്റിലേക്കു നോക്കി സൂര്യൻ ചോദിച്ചു:

"മുത്തു പറഞ്ഞതു നേരാണോ?"

അവൾ നാണിച്ചു തലകുനിച്ചു.

"ആരുടെയാ?"

അവൾ കണ്ണുകൾകൊണ്ട് സൂര്യനെ ഉഴിഞ്ഞു. സൂര്യനിൽ അത് ശക്തമായ ആഘാതം സൃഷ്ടിച്ചു. അവൻ പതർച്ചയോടെ ചാത്തിയെ നോക്കിയപ്പോൾ അവൾ പറഞ്ഞു:

"കുഞ്ഞിന്റെ കൊച്ചിനെ വേണമെന്നത് ഒരു മോഹമായിരുന്നു."

സൂര്യൻ സാധാരണ നിലയിലേക്കു മടങ്ങിയിരുന്നില്ല. ചാത്തി ആത്മഗതമെന്നോണം പറഞ്ഞു:

"പിള്ളാരെ വളർത്താൻ പാങ്ങില്ലെന്നു പറഞ്ഞാണ് രണ്ടെണ്ണത്തിനേം അമ്മേടെ കൂട്ടത്തിലാക്കിയത്. ഇനിയൊന്ന് വേണമെന്ന് അങ്ങേർക്ക് ആശേമില്ലാരുന്നു..."

സൂര്യന്റെ നിശ്ശബ്ദത അവളുടെ ചങ്കിൽ കൊണ്ടു. അവൻ ഇരുട്ടിലേക്ക് തുറിച്ചു നോക്കിയിരിക്കുകയായിരുന്നു. ചാത്തി അവനെ കൈക്കുഞ്ഞിനെപ്പോലെ മാറിടത്തിൽ അടക്കിപ്പിടിച്ചു. ചാത്തി മെല്ലെ ചോദിച്ചു:

"എന്താ ഒരു സന്തോഷമില്ലാത്തെ?"

"ഒന്നുമില്ല."

"അല്ല ഒരുത്സാഹക്കൊറവുണ്ട്. എന്നും ഇങ്ങനല്ലല്ലോ."

"മുത്തു ഇതറിഞ്ഞോ?"

"അറിഞ്ഞു...."

സൂര്യൻ വിളറി വെളുത്തു. അപ്പോൾ കൊല്ലുന്ന ചിരിയോടെ ചാത്തി പറഞ്ഞു:

"പേടിക്കണ്ട. അങ്ങേരടെ കൊച്ചാന്നാ പറഞ്ഞത്."

ചാത്തി അവനെ പിടിച്ചു വലിച്ചുകൊണ്ട് കിടപ്പുമുറിയിലേക്കു പോയി.

*　　*　　*　　*　　*

ചാത്തിയുമായി സൂര്യന് രഹസ്യ ബന്ധമുണ്ടെന്ന് അധിപൻ അറിഞ്ഞത് മുത്തുവിനെ കാണാതായതോടെയാണ്. അധിപൻ സൂര്യനെ അന്വേഷിച്ചു. പക്ഷേ, അവൻ കൊട്ടാരത്തിലുണ്ടായിരുന്നില്ല. സൂര്യനെ തിരക്കാൻ അധിപൻ ഗ്രാമമാകെ ആളിനെ അയച്ചു. അവർ സൂര്യനെ ചാത്തിയുടെ കൂരയിൽ കണ്ടെത്തി. അധിപൻ ആളെ അയച്ചിട്ടും സൂര്യൻ ചെന്നില്ല. ഒടുവിൽ അദ്ദേഹം തന്നെ ചാത്തിയുടെ കൂരയ്ക്കു പുറത്തെത്തി സൂര്യനെ വിളിച്ചു. അവൻ ആദ്യം ഇറങ്ങിച്ചെല്ലാൻ കൂട്ടാക്കിയില്ല. പക്ഷേ, ചാത്തിയുടെ നിർബ്ബന്ധത്തിനു വഴങ്ങി സൂര്യൻ ഇറങ്ങിച്ചെന്നു.

അധിപന്റെ മുഖം ചുവന്നുവീർത്തിരുന്നു. തന്റെ മകൻ ഈ ഗ്രാമത്തെ ഭരിക്കേണ്ടവനാണ്. കാര്യസ്ഥനെക്കൊണ്ട് വയലിൽ കൃഷിയിറക്കി ഗ്രാമവാസികൾക്കാകെ ഭക്ഷണം നല്കേണ്ടവനാണ്. അധിപൻ മകനെ കൊട്ടാരത്തിലേക്കു ചെല്ലുവാൻ വിളിച്ചു.

"ഞാൻ വരില്ല." സൂര്യൻ പറഞ്ഞു. അധിപനെ തളർത്തി അവശനാക്കിയ ഒരു പ്രഖ്യാപനം നടത്താനും സൂര്യൻ മടിച്ചില്ല. അവൻ ജനം കേൾക്കെ പറഞ്ഞു:

"ഞാൻ ചാത്തിയോടൊപ്പം താമസിക്കാൻ തീരുമാനിച്ചു."

"ചാത്തിയോ?"

"അതെ, മുത്തുവിന്റെ കെട്ടിയവൾ."

മുറിവേറ്റ ഹൃദയവുമായി അധിപൻ മടങ്ങി. പക്ഷേ, ഇളകിമറിഞ്ഞ ഗ്രാമവാസികൾ അധിപനെ പൊതിഞ്ഞു:

"മുത്തുവിനെ കാണാനില്ല. അവൻ എവിടെയെന്ന് ഞങ്ങൾക്കറിയണം."

അധിപന്റെ നാവുയർന്നില്ല. വിയർപ്പിൽ കുളിച്ച് അധിപൻ വയലിന്റെ കരയിലിരുന്നു. അധിപനെ വെറുതെ വിടാൻ അവർ തയ്യാറായിരുന്നില്ല. മുത്തുവിന്റെ തിരോധാനത്തിന് ഉത്തരം നല്കാൻ അധിപന് ബാദ്ധ്യതയുണ്ടെന്ന് അവർ പുലമ്പിക്കൊണ്ടിരുന്നു.

"സൂര്യനോട് ചോദിക്കുക." അധിപൻ തളർന്ന സ്വരത്തിൽ പറഞ്ഞു. അവർ ഘോഷയാത്രയായി ചാത്തിയുടെ കൂരയിലേക്കുപോയി. കൂര വളഞ്ഞുകൊണ്ട് അവർ അട്ടഹസിച്ചു:

"മുത്തു എവിടെയെന്ന് ഞങ്ങൾക്കറിയണം."

സൂര്യൻ പേടിച്ചുവിറച്ച് ചാത്തിയുടെ ദേഹത്തോട് ഒട്ടിയിരുന്നു. അവൾക്ക് ചാഞ്ചല്യമുണ്ടായിരുന്നില്ല. അവൾ കൂരയ്ക്കു പുറത്തേക്കു ചെന്നു. ചാത്തിയെ കണ്ടപ്പോൾ അവർ നിശ്ശബ്ദരായി. അവൾ ചോദിച്ചു:

"നിങ്ങക്കെന്താ വേണ്ടത്?"

"മുത്തു എവിടെയാണ്?"

അവൾ നിസ്സാരമായി ചിരിച്ചിട്ട് തിരികെ ചോദിച്ചു:

"അങ്ങേരെവിടെയെന്ന് എന്നേക്കാൾ കൂടുതൽ അറിയേണ്ട ആവശ്യം നിങ്ങൾക്കെന്താ?"

ഗ്രാമവാസികളിൽനിന്ന് പിന്നീട് ചോദ്യമുയർന്നില്ല. അവർ പിരിഞ്ഞുപോയി. ചാത്തി കൂരയിലേക്കു കയറി. കിടപ്പുമുറിയിൽ വിറച്ചു കൂനിയിരിക്കുന്ന സൂര്യന്റെ മുഖത്തേക്ക് നോക്കി അവൾ ചോദിച്ചു:

"നെല്ല് വില്ക്കാൻ പോയിട്ട് അങ്ങേര് ഇത്രേം താമസിക്കുന്നതെന്താ?"

സൂര്യൻ ഒന്നു പതറി. ഉത്തരം അന്വേഷിച്ച് അവൻ കൂരയുടെ ഉത്തരങ്ങളിൽ പരതുന്നത് ചാത്തി കണ്ടു.

"പറ.... അങ്ങേർക്കെന്തുപറ്റി.... അങ്ങേരെവിടെ...?"

സൂര്യന്റെ പരുങ്ങൽ വർദ്ധിച്ചതേയുള്ളു. അവൾ വിറയ്ക്കുന്ന സ്വരത്തിൽ ചോദിച്ചു:

"അങ്ങേരെവിടെയാണെന്നു പറ.... ഇല്ലെങ്കിൽ ഞാൻ ആൾക്കാരെ വിളിച്ചുകൂട്ടും...."

സൂര്യൻ വിക്കി വിക്കി ചോദിച്ചു:

"ചാത്തിക്ക് എന്നെ വിശ്വാസമല്ലെ?"

"അതെ."

"ഇഷ്ടമല്ലേ?"

"അതെ."

"എന്റെ കുട്ടിയെ ഇഷ്ടമല്ലേ?"

"അതെ."

"അപ്പോൾ മുത്തു ഒരധികപ്പറ്റല്ലേ?"

സൂര്യന്റെ വാക്കുകളുടെ പൊരുൾ ഒരു ഞെട്ടലോടെ അവൾ മനസ്സിലാക്കി. ഗദ്ഗദം ഒതുക്കി അവൾ ചോദിച്ചു:

"അങ്ങേരിനി തിരിച്ചുവരില്ലേ?"

സൂര്യൻ ഉത്തരം പറഞ്ഞില്ല. അവൾ അവന്റെ തോളുകളിൽ പിടിച്ചു കുലുക്കിക്കൊണ്ട് ചോദിച്ചു:

"സത്യമാണോ? അങ്ങേരെ കൊന്നോ....?"

സൂര്യൻ നിഷേധിച്ചില്ല. ചാത്തി ശബ്ദമുണ്ടാക്കാതെ ഏങ്ങിക്കരഞ്ഞു. ഏറെക്കഴിഞ്ഞപ്പോൾ അവൾ ചോദിച്ചു:

"എന്തിനാ അതു ചെയ്തത്?"

അവളുടെ കണ്ണുകളിലേക്ക് ആർത്തിയോടെ നോക്കിക്കൊണ്ട് സൂര്യൻ പറഞ്ഞു:

"എന്റെ ചാത്തിയെ എന്റേതുമാത്രമാക്കാൻ."

ദുഃസ്വപ്നം കണ്ട് ഞെട്ടിപ്പിടഞ്ഞു കരയുന്ന ശിശുവിനെപ്പോലെ അവൾ കരഞ്ഞു. സൂര്യൻ അരുതെന്നു പറഞ്ഞില്ല.

രാത്രികളിൽ ചാത്തിയുടെ ശരീരത്തൊട്ടിക്കിടന്നപ്പോഴൊക്കെ അവളുടെ ശരീരത്തിന്റെ മൃദുലതകളിൽ മുത്തുവിന്റെ ഗന്ധം ഇഴുകിച്ചേർന്നു കിടക്കുന്നുണ്ടെന്ന് സൂര്യന് തോന്നി. അഗാധങ്ങളിൽനിന്ന് അന്തരീക്ഷത്തിൽ ലയിച്ച മുത്തുവിന്റെ അവസാനത്തെ വിളി ഉയരുന്നുണ്ടോ? മുത്തുവിന്റെ അലർച്ചയുടെ പ്രതിദ്ധ്വനിയെന്നവണ്ണം മറ്റൊരു ശബ്ദം കൂടെ കേൾക്കുന്നുണ്ടെന്ന് സൂര്യന് തോന്നി.... മച്ചന്റെ സ്വരവുമായി അതിന് സാമ്യമില്ലേ?

പക്ഷേ, അപ്പോഴും ചാത്തിയെ ഇറുകെപ്പുണർന്നുകൊണ്ട് അവളുടെ ചെവിയിൽ സൂര്യൻ മന്ത്രിച്ചു:

"ചാത്തീ... എന്റെ ചാത്തീ..."

ഗ്രാമം ഇളകിമറിയുകയായിരുന്നു. മച്ചന്റെയും മുത്തുവിന്റെയും തിരോധാനത്തിനു പുറകിൽ സൂര്യനും ചാത്തിയുമാണുള്ളതെന്ന് അവർ ഉറക്കെ പ്രഖ്യാപിച്ചു. അവർ അധിപതിയുടെ വീട്ടുമുറ്റത്ത് സംഘം സംഘമായെത്തി പരാതി പറഞ്ഞു. ഓരോ പരാതിയും അധിപതിയുടെ ഹൃദയത്തിനേറ്റ ക്ഷതങ്ങളായിരുന്നു. അദ്ദേഹം ചോദിച്ചു:

"എന്നെക്കൊണ്ടെന്തു ചെയ്യാൻ കഴിയും?"

"അങ്ങയുടെ പുത്രനെയും അവളെയും ഇവിടെ നിന്ന് നാടുകടത്തണം."

"എന്റെ മകനോ?"

"അതെ."

"പക്ഷേ, എനിക്കങ്ങനൊരു മകനില്ലല്ലോ."

ചെറുപ്പക്കാരിലൊരുവൻ മുന്നോട്ടു നീങ്ങിനിന്ന് പറഞ്ഞു:

"അതൊഴിവുകഴിവാണ്. അങ്ങേക്ക് ധൈര്യമില്ലെങ്കിൽ ഞങ്ങൾക്ക് വിട്ടുതരൂ... ഞങ്ങൾ അവരെ വടക്കൻ കിടങ്ങുകളിലേക്ക് കൊണ്ടു പൊയ്ക്കൊള്ളാം...."

അധിപൻ അറിയാതെ ഞെട്ടി. അദ്ദേഹത്തെ വല്ലാതെ കിതയ്ക്കുന്നുണ്ടായിരുന്നു. ഒരു ഭയപ്പാടോടെ അദ്ദേഹം പറഞ്ഞു:

"വടക്കൻ കിടങ്ങുകൾ നായ്ക്കൾക്ക് ഉള്ളതാണ്. പേ പിടിച്ച് ഓടി നടക്കുന്ന നായ്ക്കൾക്ക്. അവിടേക്കുമാത്രം അവരെ കൊണ്ടുപോകരുത്. അന്യനാടുകളിൽ എവിടേക്കെങ്കിലും അയച്ചോളൂ...."

അവർ ചാത്തിയുടെ കൂരയ്ക്കു മുമ്പിലെത്തി. ഒരുവൻ വിളിച്ചു പറഞ്ഞു:

"നിങ്ങളെ നാടുകടത്താൻ അധിപൻ ഞങ്ങൾക്കനുവാദം തന്നിരിക്കുന്നു..."

പുറത്തേക്കുവന്ന ചാത്തിയും സൂര്യനും മറുപടി നല്കിയില്ല.

"പറഞ്ഞതു കേട്ടില്ലെ?"

"ഇല്ല."

"നിങ്ങളെ നാടുകടത്താൻ അധിപൻ പറഞ്ഞിരിക്കുന്നു."

"ഏത് അധിപൻ?"

ഗ്രാമവാസികളും ഗ്രാമവും ഒന്നോടെ ഞെട്ടി. ആ ഞെട്ടലിൽ നിന്ന് അവർ വിമുക്തരാവുന്നതിനു മുൻപ് സൂര്യൻ പറഞ്ഞു:

"ഈ ഗ്രാമത്തിന്റെ അധിപൻ ഞാനാണ്. ഈ കൂരയുടെ ചുറ്റുമുള്ള സ്ഥലം എന്ന കൊച്ചു ഗ്രാമത്തിന്റെ. അതിൽ മറ്റൊരധിപനും അധികാരമില്ല. വേറൊരധിപന്റെ ആജ്ഞയും തോളിലേറ്റി വരുന്നവന്റെ കാൽപ്പത്തി ഞാനരിഞ്ഞു വീഴ്ത്തും."

സൂര്യന്റെ ശബ്ദത്തിന് അന്നോളമില്ലാത്ത പൗരുഷമുണ്ടായിരുന്നു. ഗ്രാമവാസികൾ ശക്തിചോർന്ന ചെറിയ സംഘങ്ങളായി പിരിഞ്ഞുപോയി. അവർ കാൺകെ സൂര്യൻ ചാത്തിയുടെ അരക്കെട്ടിൽ കൈ ചുറ്റി കൂരയ്ക്കുള്ളിലേക്കു കയറി.

സൂര്യൻ മറ്റൊരധിപനായിത്തീർന്നിരുന്നു.

*   *   *   *   *

തുടർച്ചയായുള്ള രണ്ടാമത്തെ പരാജയം ഞങ്ങൾക്ക് താങ്ങാവുന്നതിലേറെയായിരുന്നു. ഒരു സമ്പന്നഗ്രാമമായിരുന്നതിനാൽ തെക്കൻ ഗ്രാമത്തിൽനിന്നും ഞങ്ങൾക്ക് പിന്തുണ ലഭിക്കുമെന്ന വിശ്വാസമുണ്ടായിരുന്നു. പക്ഷേ, ആഭ്യന്തര കലഹത്തിന്റെ ചുഴിയിൽപ്പെട്ട ആ ഗ്രാമം ഞങ്ങളെ കൈയൊഴിഞ്ഞ് പ്രതീക്ഷകളെ തകിടം മറിക്കുക തന്നെ ചെയ്തു. ലക്ഷ്യബോധവും ചങ്കുറപ്പും ഉള്ളവരായതുകൊണ്ട് തളർന്നു വീണില്ല എന്നേയുള്ളു. ക്രൂരമോ തകർക്കുന്നതോ ആയ എന്തിനെയും നേരിടാൻ തക്ക കരുത്തു നേടിയാണ് ഇതിനിറങ്ങിത്തിരിച്ചതെന്നതു കൊണ്ട് നിശ്ശബ്ദരായി തെക്കൻ ഗ്രാമത്തോട് വിടപറയാൻ ഞങ്ങൾക്കു കഴിഞ്ഞു.

അഗാധഗർത്തങ്ങൾ കടന്ന് സാഹസികത്വം നിറഞ്ഞ ഉന്മാദത്തോടെയാണ് ഞങ്ങൾ തെക്കൻ ഗ്രാമത്തിലെത്തിയതെങ്കിൽ, തിരികെ മടങ്ങുമ്പോൾ അസ്സഹനീയമായ നിശ്ശബ്ദത ഞങ്ങളെ വലയം ചെയ്തിരുന്നു. ഒരിക്കലും അങ്ങനെയാവാൻ പാടില്ലെന്ന് ആഗ്രഹമുണ്ടായിരുന്നു. തിരിച്ചടിയെ അതിന്റേതായ അർത്ഥത്തിൽ കൈക്കൊള്ളണമെന്ന് ഞങ്ങൾ ദൃഢനിശ്ചയം ചെയ്തിരുന്നതാണ്. എന്നാൽ സൂര്യനും അധിപനും ഞങ്ങളുടെ മനസ്സിൽ അസ്വസ്ഥതയുടെ പരമ്പര തന്നെ സൃഷ്ടിച്ചു.

ഇനി അവശേഷിക്കുന്നത് കോട്ടയ്ക്ക് വടക്കുള്ള ഗ്രാമമാണ്. വാഴുന്നവർ ചൂണ്ടിക്കാട്ടിയ മൂന്നാമത്തെ വാഗ്ദത്ത ഭൂമി!

വടക്കൻ ഗ്രാമത്തിലേക്കുള്ള സുദീർഘമായ യാത്രയ്ക്കിടയിൽ ഞങ്ങളെ ഒന്നോടെ നിർവ്വീര്യമാക്കാൻ പോന്ന അപകടം പിടിച്ച ഒരു ചിന്ത ഞങ്ങളിൽ മുള പൊട്ടി. തീർത്തും സ്വാർത്ഥത നിറഞ്ഞ ആ ചിന്ത മുളച്ചുയർന്നത് ഞങ്ങളുടെ മനസ്സിൽ നിന്നല്ല എന്നു വിശ്വസിക്കുവാൻ പാടുപെടുകയായിരുന്നു ഞങ്ങൾ.

ഗുരുവിന്റെയും അധിപന്റെയും ശോകസങ്കുലമായ ചരിത്രമാണ് അമ്മാതിരിയുള്ള ചിന്ത ഞങ്ങളിലുണർത്തിയത്. അന്യദേശക്കാരുടെ

ചൂഷണത്തിൽനിന്ന് സ്വന്തം ജനതയെ രക്ഷിക്കുവാൻ, നിയമങ്ങൾക്കും നീതിപീഠത്തിനും രൂപംകൊടുത്ത ഗുരുവിന്റെ അന്ത്യം ഞങ്ങൾക്കു മുൻപിൽ ഒരു ചോദ്യചിഹ്നം കണക്കെ ഉയർന്നു. കിഴക്കൻ ഗ്രാമത്തിന്റെ സൂക്ഷിപ്പുകാരനും നേതാവുമായിരുന്ന ഗുരുവിന്റെ തല അവിടെത്തന്നെയുള്ള യുവതലമുറ കൊയ്തെടുത്തില്ലേ?

അധിപന്റെ ചരിത്രത്തിനും വലിയ വ്യത്യാസമുണ്ടായിരുന്നില്ല. കിഴക്കൻ ഗ്രാമത്തിൽ ഒരു സാധാരണക്കാരൻ ഭരണാധിപനായി ഉയർന്നെങ്കിൽ, തെക്കൻ ഗ്രാമത്തിൽ അവിടുത്തെ സമ്പദ്ഘടനയെ നിയന്ത്രിച്ചിരുന്ന ഒരു ജന്മി അധിപതിയായിത്തീർന്നു എന്ന വ്യത്യാസമേയുള്ളു. പക്ഷേ, അധിപനെ തള്ളിപ്പറയാനും ഒടുവിൽ ആളുണ്ടായി....

ഈ രണ്ടു സംഭവങ്ങളും ഞങ്ങളെ മനഃശ്ശാസ്ത്രപരമായ വിചിന്തനങ്ങൾക്ക് പ്രേരിപ്പിച്ചു. ബാലന്മാരായിരുന്നതു മുതൽ ഗ്രാമത്തിന്റെ ഉദ്ധാരണത്തെപ്പറ്റി മാത്രമായിരുന്നല്ലോ ഞങ്ങൾ ചിന്തിച്ചത്. ഊണിലും ഉറക്കത്തിലും ഒരേ മന്ത്രം മാത്രം ഉരുവിട്ട ഞങ്ങൾ നഗരാധിപന്റെ സവിധത്തിലെത്തിയത് കേവലം യാദൃച്ഛിക സംഭവമായിരുന്നു. അവിടെവച്ച് നഗരവല്ക്കരണത്തിന്റെ ആദ്യപാഠങ്ങൾ ഹൃദിസ്ഥമാക്കി. പിന്നീട് തിരികെയെത്തിയപ്പോൾ ഞങ്ങളുടെ തലമുറയെ ഒന്നോടെ അണിയിലേക്കാകർഷിച്ചു. വാഴുന്നവരെ ശത്രുവായി പ്രഖ്യാപിച്ച് ഞങ്ങൾ യജ്ഞശാല പണിതുയർത്തി. ഗ്രാമവികസനത്തിനുവേണ്ട ഖജനാവിനു രൂപം കൊടുത്തു. അതിലേക്ക് വാഴുന്നവരുടെ പൊൻനാണയങ്ങൾ ഒഴുക്കാൻ വേണ്ട നടപടികളെടുത്തു. ലക്ഷ്യത്തിന് പരമവിശുദ്ധി പ്രഖ്യാപിച്ച് കാടും മേടും ഭേദമില്ലാതെ, രാത്രിയെന്നോ പകലെന്നോ ഉള്ള വ്യത്യാസമില്ലാതെ, തിന്നും തിന്നാതെയും ഞങ്ങൾ അലയുവാൻ തുടങ്ങി. രണ്ട് തിരിച്ചടികളുടെ ആഘാതത്തിൽ തളർന്ന്, ഇടറി വീഴാതെ ഇപ്പോഴും ലക്ഷ്യപ്രാപ്തിക്കുവേണ്ടി യാത്ര തുടരുന്നു....

ഗ്രാമവികസനം എന്ന ആശയം ഫലപ്രാപ്തിയിലെത്തുന്നു എന്നിരിക്കട്ടെ. ഞങ്ങളുടെ പരിമിതമായ വയലുകളിലും, ഭൂപ്രദേശങ്ങളിലും വിളകൾ ഇരട്ടിപ്പിക്കുന്നതിനുള്ള തീവ്രയത്നങ്ങൾ നടത്തി സ്വയം പര്യാപ്തതയ്ക്കുള്ള മാർഗ്ഗമന്വേഷിച്ച് ആ ലക്ഷ്യവും നേടി എന്നിരിക്കട്ടെ. പുതിയ നഗരത്തിന്റെ ഭരണത്തിനുവേണ്ടി ഒരു നിയമപുസ്തകത്തിനും നീതിപീഠത്തിനും ന്യായാധിപസംഘത്തിനും രൂപം നല്കാൻ കഴിഞ്ഞു എന്നുമിരിക്കട്ടെ. പക്ഷേ, ഒടുവിൽ ഞങ്ങൾക്കു പിന്നാലെയുള്ള തലമുറ ഞങ്ങളുടെ തല കൊയ്തെടുത്താലോ? അല്ലെങ്കിൽ തള്ളിപ്പറഞ്ഞാലോ? ഈ ചിന്ത ഞങ്ങളിൽ നിർവ്വീര്യതയുടെ ചീളുകൾ അടുക്കി എന്ന കാര്യം നിഷേധിക്കുന്നില്ല. വ്യക്തിപരമായ നേട്ടങ്ങൾ ഒരിക്കലും ഞങ്ങളുടെ ലക്ഷ്യമായിരുന്നില്ലെങ്കിലും ഈ ചിന്ത എങ്ങിനെ മനസ്സിനുള്ളിൽ കടന്നുകൂടി എന്നത് ഒരു പിടികിട്ടാ ചോദ്യമായി ഞങ്ങൾക്കു മുൻപിൽ തുള്ളിക്കളിച്ചു.

ഒരു ദുഃസ്വപ്നമായി അതിനെ കാണുവാൻ ശ്രമിച്ചുകൊണ്ട് ഞങ്ങൾ വടക്കൻ ഗ്രാമം ലക്ഷ്യമാക്കി യാത്ര തുടർന്നു. നടന്നുകൊണ്ടിരി

ക്കെ യാത്ര തിരിച്ചിട്ട് എത്ര നാളുകളായെന്നു കണക്കുകൂട്ടി നോക്കി. ഇതിനോടകം ധാരാളം പൊൻനാണയങ്ങൾ യജ്ഞശാലയിലെ ഖജനാവിൽ വീണിട്ടുണ്ടാവും. ഒരു സമാന്തര ഖജനാവിന്റെ അന്തസ്സ് അതിനു ലഭിക്കുമോ?

വടക്കൻ ഗ്രാമത്തെ തെക്കുമായി വേർതിരിക്കുന്ന നദിയുടെ തീരത്ത് ഞങ്ങളെത്തിയത് ഒരു പാതിരാ നേരത്താണ്. പൂർണ്ണമായും വറ്റിക്കിടന്ന നദി ഞങ്ങൾ കുറുകെ കടന്നു. നദിയിലെ മണൽപ്പരപ്പിന്റെ ചൂട് കെട്ടടങ്ങിയിരുന്നില്ല. തുടർച്ചയായി രാത്രികാലങ്ങളിലും യാത്ര ചെയ്തിരുന്നതുകാരണം ഞങ്ങൾ തീർത്തും ക്ഷീണിതരായിരുന്നു. നദിക്കരയിൽ തുറസ്സായ സ്ഥലത്ത് കിടന്നു. കിടന്നപാടെ ഞങ്ങൾ ഉറക്കത്തിലേക്ക് വഴുതിവീണു.

ഉണർന്നപ്പോൾ നേരം നന്നേ പുലർന്നിരുന്നു. അപ്പോൾ ഞങ്ങൾ വിയർത്തൊലിക്കുന്നുണ്ടായിരുന്നു. ശക്തിയായി ജ്വലിക്കുന്ന സൂര്യൻ അത്രയേറെ മുകളിൽ എത്തിയിരുന്നില്ല. എന്നിട്ടും കഠിനമായ ചൂട്. ഞങ്ങളുടെ ശരീരം ചുട്ടുപൊള്ളുകയാണെന്ന് തോന്നിച്ചു.

ശ്മശാനമൂകതയായിരുന്നു അവിടമാകെ. പ്രഭാതഭേരി മുഴക്കുന്ന കിളികളുടെ ശബ്ദം കേട്ടില്ല. അപ്പോൾ ഞെട്ടിച്ച ആ കാഴ്ച ഞങ്ങൾ കണ്ടു. നദിക്കരയിലെ വൃക്ഷങ്ങൾ അസ്ഥികൂടം കണക്കെ ആകാശത്തേക്ക് എഴുന്നുനില്ക്കുന്നു. പച്ചയുടെ തരി അവിടെങ്ങുമുണ്ടായിരുന്നില്ല. ഒരു വരൾച്ചയുടെ പിടിയിലമർന്ന് കത്തിയെരിയുകയാണോ ഈ ഗ്രാമം?

ഈ പ്രദേശത്ത് ഇത്രയധികം ചൂട് അനുഭവപ്പെടാൻ കാരണമെന്തെന്ന് കണ്ടുപിടിക്കാൻ, ഭൂമിശാസ്ത്രത്തിൽ ഞങ്ങൾക്ക് പാണ്ഡിത്യമുണ്ടായിരുന്നില്ല. ഓർമ്മവെച്ച നാൾ മുതൽ കോട്ടയിലോ പരിസര പ്രദേശങ്ങളിലോ ഇത്രയും ചൂട് അനുഭവപ്പെട്ടിട്ടില്ല.

ഞങ്ങൾ ഗ്രാമത്തിന്റെ അധിപനെ കണ്ടുപിടിക്കാൻ ശ്രമിച്ചു. കത്തുന്ന ചൂടിനെ അവഗണിച്ചുകൊണ്ട് ഞങ്ങൾ ഗ്രാമത്തിനുള്ളിലേക്ക് കടന്നു. കിഴക്കൻ ഗ്രാമത്തെപ്പോലെയോ തെക്കൻ ഗ്രാമത്തെപ്പോലെയോ ആയിരുന്നില്ല ഈ ഗ്രാമത്തിന്റെ മുഖം. വരണ്ട് വിറങ്ങലിച്ചിരിക്കുന്ന ഗ്രാമം ചൂടുകാറ്റിൽ കത്തിക്കാളുകയായിരുന്നു. ഉണങ്ങിക്കരിഞ്ഞു കിടക്കുന്ന തുണ്ടു ഭൂമികളിലൂടെ കടമ്പകൾ ചവുട്ടിത്തള്ളി ഞങ്ങൾ ഒരു മനുഷ്യജീവിയെ അന്വേഷിച്ചു.

പക്ഷേ, കണ്ടെത്തിയത് സാധുമൃഗങ്ങളുടെ ഉണങ്ങിയ ശവശരീരങ്ങളായിരുന്നു. ചത്തുമലച്ചു കിടക്കുന്ന ആടുമാടുകൾ. അവയ്ക്കു മീതെ ആർത്തിയോടെ വട്ടമിട്ടു പറക്കുന്ന കഴുകന്മാർ. ഇവിടം കഠിനമായ വരൾച്ചയുടെ പിടിയിലാണെന്ന് ഞങ്ങൾക്കു തീർച്ചയായി. ഒരു പീഠഭൂമിയുടെ പ്രതീതി ജനിപ്പിച്ച ഗ്രാമം. എല്ലിൻ കൂടുപോലെയുള്ള വൃക്ഷച്ചുവടുകളിൽ കിടന്നിരുന്ന ആടുമാടുകളുടെ ശരീരം അഴുകിയിരുന്നില്ല. അവ കരിഞ്ഞു നശിക്കുകയായിരുന്നു. കരിഞ്ഞ മാംസത്തിന്റെ ഗന്ധം ചൂടുകാറ്റിൽ വീശിയടിച്ചു.

ഞങ്ങൾ വേഗത്തിൽ നടന്നു. കടമ്പകളിൽ എഴുന്നുനില്ക്കുന്ന ഉഷ്ണച്ചെടികളുടെ മുള്ളുകൾ ഞങ്ങളുടെ കാലിൽ തറച്ചുകയറി. ഞങ്ങൾ വേദനകൊണ്ടു പിടഞ്ഞു. മുള്ളുകൾ വലിച്ചൂരിയെറിഞ്ഞ് ഗ്രാമത്തിനുള്ളിലേക്ക് മനുഷ്യവാസമുള്ള സ്ഥലം തേടി പൂർവ്വാധികം വേഗതയിൽ ഞങ്ങൾ നടന്നു. ഒടുവിൽ ഒരു മലഞ്ചെരിവിൽ ഏതാനും വീടുകൾ കണ്ടെത്തി. ഞങ്ങളുടെ ഗ്രാമത്തിൽനിന്നും, തെക്കു-കിഴക്കൻ ഗ്രാമങ്ങളിൽ നിന്നും വ്യത്യസ്തമായി, ഇവിടെ ചങ്ങല കണക്കെ കൂരകൾ തൊട്ടുതൊട്ടാണ് പണിതീർത്തിരുന്നത്. ഞങ്ങൾ ചെല്ലുമ്പോൾ ഗ്രാമവാസികൾ വിഷാദം കുടിയിരിക്കുന്ന മുഖങ്ങളോടെയാണെങ്കിലും ഉത്സാഹത്തോടെ എന്തിലോ വ്യാപൃതരായിരുന്നു. മുഷിഞ്ഞുകീറിയ വസ്ത്രം ധരിച്ച കുട്ടികളും സ്ത്രീകളും! കുട്ടികളുടെ മുഖം കരുവാളിച്ചും സ്ത്രീകളുടെ തൊലി ചൊക്കിച്ചുളിഞ്ഞും കാണപ്പെട്ടു. പുരുഷന്മാരിൽ മിക്കവരുടേയും ശരീരം ഏറക്കുറെ നഗ്നമായിരുന്നു.

ജീവച്ഛവങ്ങളെപ്പോലെ കെല്പില്ലാതെ നടക്കുന്ന അവരെ കണ്ടപ്പോൾ ഞങ്ങളുടെ ഹൃദയം വിങ്ങി. ദാരിദ്ര്യത്തിന്റെ ചുഴിയിലകപ്പെട്ട് നട്ടംതിരിയുന്ന ഈ ഗ്രാമവുമായി സഖ്യത്തിലേർപ്പെട്ട് ഞങ്ങളുടെ ഈ ലക്ഷ്യം സാധിക്കാമെന്നത് വ്യാമോഹമായി പരിണമിച്ചിരിക്കുന്നുവെന്ന് ഞങ്ങൾ മനസ്സിലാക്കി. വീടുകൾക്ക് തൊട്ടുമുന്നിലുള്ള കുടുസ്സു വഴിയിലെത്തിയപ്പോൾ ഗ്രാമത്തിലെ ഇളംതലമുറ ഞങ്ങളെ പൊതിഞ്ഞു. അവരിൽ ചിലർ ഞങ്ങളെ കൂക്കിവിളിച്ചു. ചിലർ ഞങ്ങളുടെ ഭാണ്ഡങ്ങളിലേക്ക് ആർത്തിയോടെ നോക്കി. കൂക്കിവിളിക്കുവാനോ നോക്കുവാനോ അശക്തരായിരുന്നതു കാരണം ചിലർ വഴിവക്കിൽ കൂനിക്കൂടിയിരുന്നു. കണ്ണുകൾ ചിമ്മി അടയ്ക്കുവാനുള്ള ശക്തികൂടി അവരിൽ അവശേഷിച്ചിരുന്നില്ല.

തുടരെ കൂകിയതു കാരണം കുട്ടികളുടെ ശബ്ദം നേർത്തുതുടങ്ങി. കൂകൽ മോങ്ങലായി മാറി. സ്ത്രീകൾ വാതിലിലൂടെ ഒളിഞ്ഞു നോക്കി. പുറത്തേക്കു വരുവാൻ അവർക്ക് ലജ്ജയുണ്ടായിരുന്നു. കുട്ടികൾ ഞങ്ങളുടെ ഭാണ്ഡങ്ങളിലേക്ക് ആർത്തിയോടെ നോക്കുന്നതുകണ്ട് അവർ നെടുവീർപ്പിട്ടു.

ഞങ്ങൾ ഭാണ്ഡം തുറന്ന് അവശേഷിച്ചിരുന്ന പഴങ്ങളും കിഴങ്ങുകളും അവർക്കു നല്കി. അവർ ചെന്നായ്ക്കളെപ്പോലെ ഞങ്ങളെ ആക്രമിച്ച് ഭാണ്ഡം ശൂന്യമാക്കി. അത് തട്ടിപ്പറിച്ചുകൊണ്ട് അവർ പരസ്പരം അടിക്കുകയും ഇടിക്കുകയും മാന്തുകയും ചെയ്തു. ഒരുവൻ അപരന്റെ മാംസം മാന്തിപ്പറിച്ചപ്പോൾ ആ മുറിവിൽനിന്നും വിയർപ്പിന്റെ നിറമുള്ള ചോര ഒലിക്കുവാൻ തുടങ്ങി. കൂട്ടത്തിൽ ശക്തരായവർ ഞങ്ങൾ കൊടുത്ത ഭക്ഷണം ബലം പ്രയോഗിച്ച് സ്വന്തമാക്കി. മറ്റുള്ളവർ ഞങ്ങളുടെ മാംസം കടിച്ചുമുറിച്ച് തിന്നുമോ എന്ന് ഭയപ്പെട്ടു. അവർ ക്രൂരത നിറഞ്ഞ കണ്ണുകളോടെ, ശുഷ്കമായ കൈകാലുകളിട്ടടിച്ച് ഞങ്ങൾക്കു ചുറ്റും നൃത്തം ചെയ്യുവാൻ തുടങ്ങി. നേർത്ത സ്വരത്തിലുള്ള അവരുടെ അലർച്ച ഒരു കൊടുങ്കാറ്റിന്റെ ശക്തിയോടെ ആഞ്ഞടിച്ച് ഞങ്ങളുടെ ശ്രവണേന്ദ്രിയത്തെ പിടിച്ചുലച്ചു. പ്രേതങ്ങളെപ്പോലെ ഞങ്ങൾ

ക്കുചുറ്റും അവർ നൃത്തം ചവുട്ടിയപ്പോൾ വാഴുന്നവർ ലക്ഷ്യസാദ്ധ്യത്തിനായി ഇവരെ കരുക്കളാക്കാൻ ആവശ്യപ്പെട്ടതിന്റെ പൊരുൾ എത്ര ആലോചിച്ചിട്ടും വഴുതിപ്പോവുകയായിരുന്നു.

കിഴക്കൻ ഗ്രാമത്തിനും തെക്കൻ ഗ്രാമത്തിനുമൊപ്പം ഈ ഗ്രാമത്തെക്കൂടി ഉൾപ്പെടുത്തുവാൻ തക്ക വിവരങ്ങൾ യഥാർത്ഥത്തിൽ വാഴുന്നവർക്ക് ലഭിച്ചിരുന്നോ? കിഴക്കൻ ഗ്രാമം സമ്പന്നമാണെന്നു പറഞ്ഞത് സത്യമായിരുന്നു. എന്നാൽ തെക്കൻ ഗ്രാമത്തെക്കുറിച്ച് വ്യക്തമായ അറിവ് വാഴുന്നവർക്ക് ഉണ്ടായിരുന്നില്ല എന്നതാണ് സത്യം. കിഴക്കുനിന്ന് രത്നങ്ങൾ കൈയടക്കാം എന്ന ഒരു ചിന്തയേ വാഴുന്നവർക്കുണ്ടായിരുന്നുള്ളൂ. തെക്കും വടക്കും ഉള്ള ഗ്രാമങ്ങളെക്കൂടി വികസന പരിപാടിയിൽ ഉൾപ്പെടുത്താം എന്ന് വാഴുന്നവർ പറഞ്ഞത് കിഴക്കൻ ഗ്രാമത്തിന്റെ പേരിൽ മാത്രമല്ല തനിക്ക് താല്പര്യമുള്ളത് എന്ന് ധരിപ്പിക്കാനാവണം.

വാഴുന്നവരുടേയും ഞങ്ങളുടേയും കണക്കുകൂട്ടലുകളെ ആകെ തെറ്റിച്ച സാമൂഹ്യ സാമ്പത്തിക നിലയാണ് ഈ ഗ്രാമത്തിനുള്ളത്. തികച്ചും അപരിഷ്കൃതരെന്നു തോന്നിച്ച ഇവർക്ക് ഒരിക്കലും നഗരവല്ക്കരണം എന്ന ആശയം ദഹിക്കുകയില്ലെന്ന് ഗ്രഹിക്കുവാൻ പ്രയാസമുണ്ടായിരുന്നില്ല. എങ്കിലും ഭാഗ്യാന്വേഷികളെപ്പോലെ, അവിടത്തെ അധിപനെ തിരയുവാൻതന്നെ ഒടുവിൽ തീരുമാനിച്ചു. ഗ്രാമീണരുടെ താമസസ്ഥലത്തെ ശുഷ്കിച്ച വീഥികളുടെ ഇരുവശങ്ങളിലും നാടകൾ വലിച്ചുകെട്ടിയിരുന്നു. തെച്ചിപ്പൂക്കൾക്കോ ചെമ്പരത്തിയിതളുകൾക്കോ കുരുത്തോലത്തളിരുകൾക്കോ പകരം പൊഴിഞ്ഞുവീണ ഉണങ്ങിയ ഇലകളാണ് അവർ നാടയിൽ കൊരുത്തിട്ടിരുന്നത്. പ്രസാദം വറ്റിയ ഗ്രാമീണർ ഒറ്റയ്ക്കൊറ്റയ്ക്ക് ഏതോ ലക്ഷ്യത്തിലേക്ക് പൊയ്ക്കൊണ്ടിരുന്നു. അപരിചിതരായ ഞങ്ങളെ അവർ കുഴിഞ്ഞ കണ്ണുകൾകൊണ്ട് തുറിച്ചുനോക്കി.

ഞങ്ങൾ അവരിലൊരുവനോട് ചോദിച്ചു:

"നിങ്ങൾക്ക് ഒരു ഗുരുവോ അധിപനോ ഉണ്ടോ?"

അയാൾ ഞങ്ങളെ നീരസത്തോടെ നോക്കി. എന്തോ അപഹരിക്കാനെത്തിയ കൊള്ളക്കാരാണ് ഞങ്ങളെന്ന ഭാവമായിരുന്നു അയാളുടെ മുഖത്ത്. ഒരുത്തരം അയാളിൽനിന്ന് ലഭിക്കയില്ലെന്ന് തീർച്ചയായതുകൊണ്ട് ഞങ്ങൾ ചോദ്യം ആവർത്തിച്ചില്ല. കുട്ടികൾ അപ്പോഴും ഞങ്ങൾക്കുചുറ്റുമുണ്ടായിരുന്നു. അവർ നായ്ക്കളെപ്പോലെ നാക്ക് പുറത്തേക്കിട്ട് അണച്ചുകൊണ്ടിരുന്നു.

പത്ത്

ഗ്രാമത്തിന് ഒരധിപൻ ഉണ്ടാകാൻ വഴിയില്ലെന്ന നിഗമനത്തിൽ ഞങ്ങളെത്തിച്ചേർന്നു. ഇനി അവശേഷിക്കുന്നത് ഗ്രാമവാസികൾ എവിടേക്കാണ് പോകുന്നതെന്ന കാര്യമാണ്. അവിടെ ഒരുപക്ഷേ, ഒരു നേതാവിനെയെങ്കിലും കണ്ടെത്താൻ കഴിഞ്ഞേക്കും എന്ന് ഞങ്ങളാശിച്ചു.

കുട്ടികളുടെ ആക്രമണത്തിനു വിധേയരായി പകുതിയോളം നഗ്നരാക്കപ്പെട്ട ഞങ്ങൾ ഒരൊഴുക്കിലെന്നതുപോലെ അവരെ പിന്തുടർന്നു. കുട്ടികളും ഞങ്ങളോടൊപ്പം വന്നു. ശബ്ദം വിറങ്ങലിച്ച് നേർത്തിരുന്നെങ്കിലും അവരിൽ ചിലർ പാളിപ്പോകുന്ന സ്വരത്തിൽ അട്ടഹസിക്കുവാനുള്ള ശ്രമം നടത്തി.

ഇടുങ്ങിയ വീഥിയിലൂടെ നടക്കുമ്പോൾ വഴിവക്കിലുള്ള ഒരു വീടിന്റെ നടയ്ക്കൽ മദ്ധ്യവയസ്കനായ ഒരുവൻ ചിന്താകുലനായി വഴിയിലേക്കു നോക്കിയിരിക്കുന്നതു കണ്ടു. മറ്റുള്ളവരിൽനിന്ന് അയാൾക്കെന്തോ പ്രത്യേകതയുണ്ടെന്ന് ഒറ്റനോട്ടത്തിൽ ഞങ്ങൾ ഗ്രഹിച്ചു. ദുഃഖം ഘനീഭവിച്ചു കിടന്നിരുന്ന അയാളുടെ മുഖത്ത് തീക്ഷ്ണങ്ങളായ നയനങ്ങൾ ഗോളങ്ങൾ കണക്കെ പ്രകാശിച്ചു. സ്വയം പ്രകാശിക്കാൻ കഴിവില്ലാത്ത നക്ഷത്രങ്ങളുടെ ദുഃഖം അയാളിലേക്ക്, അയാളുടെ കണ്ണുകളിലേക്ക് പകർന്നിരിക്കുകയാണെന്നു തോന്നിച്ചു.

ഞങ്ങളെ കണ്ടപ്പോൾ കുന്തിച്ചിരിക്കുകയായിരുന്ന അയാൾ ചിരിച്ചു. ഞങ്ങൾ നിന്നു. അപ്പോൾ അയാൾ വണക്കത്തോടെ എഴുന്നേറ്റ് ഞങ്ങളുടെ അടുത്തേക്ക് വന്നു. നാഭിക്കു താഴെ മാത്രം മറച്ചിരുന്ന അയാളുടെ ഒട്ടിച്ചേർന്നു കിടക്കുന്ന വയറിനു മുകളിൽ വാരിയെല്ലുകൾ തെറിച്ചു നിന്നിരുന്നു. അയാളുടെ കണ്ണുകളിൽ ജലം പൊടിഞ്ഞു. ഒരു ദുരന്തത്തിന്റെ മൂകസാക്ഷി മൊഴി നല്കാൻ സാക്ഷിക്കൂട്ടിൽ നില്ക്കുന്നതുപോലെ അയാൾ ഞങ്ങൾക്കു മുൻപിൽ നിന്നു. അയാളുടെ ശബ്ദം ദുർബ്ബലമായിരുന്നു:

“ഇവിടം നശിക്കുകയാണ്. ഓരോ നിമിഷവും എരിഞ്ഞുകരിഞ്ഞു ചാമ്പലായിക്കൊണ്ടിരിക്കുന്നു....”

അഭിപ്രായത്തിന്റെ ഭാഷയിലാണെങ്കിലും അതേപ്പറ്റി അയാളോടെന്തെങ്കിലും പറയുന്നത് ഭംഗിയല്ലെന്ന് ഞങ്ങൾക്കറിയാമായിരുന്നു. ഒരു പൊട്ടിത്തെറിയുടെ വക്കിലെത്തിയിരിക്കുകയാണയാൾ. ഒരുപക്ഷേ, അയാളുടെ ദുഃഖം സ്ഫോടനത്തിനു വിധേയമായി വലിയൊരു പ്രവാഹം സൃഷ്ടിച്ചെന്നിരിക്കും.... അതിൽപ്പെട്ട് ഞങ്ങൾ ഒലിച്ചു പോവുകയും ചെയ്തേക്കാം...

ഉറഞ്ഞുകൂടിയ കണ്ണുനീർ തുടച്ചുകൊണ്ട് അയാൾ പറഞ്ഞു:

“പക്ഷേ, നാളെയും മഴ കിട്ടിയില്ലെങ്കിൽ ഞങ്ങൾ തച്ചുടയ്ക്കും...” അയാളെ വല്ലാതെ കിതച്ചു.

ഏതു വിഗ്രഹമാണെന്നു ഞങ്ങൾ ചോദിച്ചില്ല. പ്രകൃതിയുടെ അനുഗ്രഹത്തിനുവേണ്ടി പ്രതിഷ്ഠിക്കപ്പെട്ടിട്ടുള്ള ദേവീവിഗ്രഹമാവാം അത്. അല്ലെങ്കിൽ ഗുരുവിന്റെ ന്യായപീഠത്തെപ്പോലെയൊന്ന്... ഞങ്ങൾ സംസാരിക്കാത്തതുകൊണ്ടാവണം അയാൾ കുറേ നേരം നിശ്ശബ്ദനായിരുന്നു. പിന്നീടയാൾ ചോദിച്ചു:

“പ്രകൃതത്തിൽനിന്ന് നിങ്ങളീ നാട്ടുകാരല്ലെന്നു മനസ്സിലായി. എവിടെ നിന്നു വരുന്നു?”

അയാൾക്ക് ഒരുത്തരം നല്കേണ്ട ആവശ്യമുണ്ടോ എന്ന് ഞങ്ങൾ

സംശയിച്ചു. സഹിക്കാനാവാത്ത ദുഃഖം മാത്രമുള്ള ഒരു മനസ്സിന്റെ ഉടമയുടെ ലക്ഷ്യം തെറ്റിയുള്ള ഭാഷണം എന്നതിൽ കവിഞ്ഞ് ഇയാളുടെ ചോദ്യത്തിന് പ്രസക്തിയുണ്ടോ? പക്ഷേ, അയാളുടെ വിശാലമായ നെറ്റിത്തടത്തിൽ തെളിഞ്ഞുകിടന്ന ഞരമ്പുകളും, കുഴിയിൽ കിടന്നു പിടയ്ക്കുന്ന മത്സ്യത്തെ ഓർമ്മിപ്പിക്കുന്ന കണ്ണുകളും അയാളെ മറ്റുള്ളവരിൽനിന്ന് വ്യത്യസ്തനാക്കുന്നുണ്ട്. ഞങ്ങൾ അയാളുടെ ചോദ്യത്തിന് ഉത്തരം നല്കി:

"തെക്കൻ ഗ്രാമത്തിൽനിന്ന്."

"നദിക്കക്കരെ നിന്നോ?"

"അതിനുമപ്പുറത്തുനിന്ന്."

"കോട്ടയിൽനിന്നോ?"

അയാളുടെ ചോദ്യം ഞങ്ങളെ കിടിലം കൊള്ളിച്ചു. ഞങ്ങളെ പിടിച്ചുലച്ച മറ്റൊരു ചോദ്യം തുടർച്ചയെന്നോണം എയ്തുവിട്ടു:

"വാഴുന്നവരുടെ അടുക്കൽ നിന്നോ?"

കൊച്ചുകുട്ടികളെപ്പോലെ ഭയന്നുവിറച്ചുകൊണ്ട് ഞങ്ങൾ മറുപടി പറഞ്ഞുപോയി.

"അതെ."

അയാളുടെ കണ്ണുകൾ ചുവക്കുകയും, കോപം കൊണ്ടു വിറയ്ക്കുകയും ചെയ്തു. അയാൾ ചോദിച്ചു:

"വാഴുന്നവർ ഇപ്പോഴും പനിനീരിലല്ലേ നീരാട്ടു നടത്തുന്നത്?"

ഞങ്ങൾ നിശ്ശബ്ദത എന്ന നയം കൈക്കൊണ്ടു.

"അല്ലേന്ന്?..." അയാളുടെ ശബ്ദം സീമകളെ ലംഘിച്ചു. നഷ്ടബോധത്തിന്റെ പ്രതിഷേധത്തോടെ അയാൾ തുടർന്നു:

"വീണ്ടും ഞങ്ങളെ നശിപ്പിക്കാനാണോ ഭാവം? ഇപ്പോഴാണെങ്കിൽ ഞങ്ങളിൽ നിന്ന് കവർന്നെടുക്കാൻ എല്ലുന്തിയ കുറേ മനുഷ്യരുടെ രോഷം മാത്രമേയുള്ളു. അല്ലെങ്കിൽ ചത്തു മലച്ച ആടുമാടുകളുടെ ചീഞ്ഞ ശരീരങ്ങളും."

ഞങ്ങളുടെ വരവിന്റെ ഉദ്ദേശ്യത്തെപ്പറ്റി അയാളോടു പറയാൻ അമാന്തിച്ചുകൂടെന്നു തോന്നി.

"ആ മുറിയിലേക്ക് കടന്നിരിക്കട്ടെ. ഞങ്ങൾക്ക് ചിലതെല്ലാം പറയാനുണ്ട്."

"മുറിയിൽ കടന്നിരിക്കാനോ? അവിടെ നിന്നുള്ളവരെ നദിക്കിക്കരെ കണ്ടാൽ കാലുവെട്ടണമെന്നാണ് ഞങ്ങളുടെ തീരുമാനം."

"പക്ഷേ, ഞങ്ങൾ വന്നത് നിങ്ങളെ ഉപദ്രവിക്കാനല്ല. വിശ്വസിക്കൂ.... വാഴുന്നവരുടെ നാട്ടിൽ നിന്നാണ് വരുന്നതെന്ന് ശരി തന്നെ. പക്ഷേ, ഞങ്ങൾ നിങ്ങളുടെ അഭ്യുദയകാംക്ഷികളാണ്. നിങ്ങളെ രക്ഷിക്കാനാണ് ഞങ്ങളെത്തിയിരിക്കുന്നത്...."

അയാൾ ഞങ്ങളുടെ വാക്കുകളെ അവിശ്വസിക്കുന്നുണ്ടെന്ന് തോന്നിച്ചു. എങ്കിലും അയാളുടെ രോഷത്തിന് അയവു വന്നിരുന്നു. സ്വയം നിയന്ത്രിച്ചുകൊണ്ട് അയാൾ പറഞ്ഞു:

"ഞാൻ വിശ്വസിക്കുന്നു."

ഞങ്ങൾ വീട്ടിനുള്ളിലേക്കു കയറി. കിതച്ചുകൊണ്ട് അയാളും.

"എന്താണ് നിങ്ങൾക്ക് പറയാനുള്ളത്?"

"അതിനുമുൻപ് വാഴുന്നവർ നിങ്ങളെ നശിപ്പിച്ചതിന്റെ കഥ ഞങ്ങൾക്കറിയണം. ഒരു കാര്യം വ്യക്തമായിപ്പറയാം. ഞങ്ങളുടെ ഏറ്റവും വലിയ ശത്രുവാണ് വാഴുന്നവർ...."

ഞങ്ങൾ പറഞ്ഞത് അയാൾ വിശ്വസിച്ചുവെന്നു തോന്നി. വാഴുന്നവർ അവരോടു കാട്ടിയ വഞ്ചന അയാൾ നിറകണ്ണുകളോടെ വിശദീകരിച്ചു....

* * * * *

കാലങ്ങളായി ഈ ഗ്രാമത്തിന്റെ ഏറ്റവും വലിയ പ്രശ്നമാണ് വരൾച്ച. ആണ്ടിലൊരിക്കൽ ഭീകരരൂപം കൊള്ളുന്ന വറുതി ഇവിടുത്തെ വയലുകളേയും കൃഷിഭൂമികളേയും കരിച്ച് ശൂന്യമാക്കിയിരുന്നു. കന്നുകാലികൾ വെള്ളവും തീറ്റയും ലഭിക്കാതെ ചത്തൊടുങ്ങും... മനുഷ്യർ മാറാരോഗങ്ങൾക്ക് വിധേയരാകും...

ഇതിന് ഒരു ശാശ്വത പരിഹാരം കണ്ടെത്തുന്നതിനെപ്പറ്റി ഞങ്ങൾ കൂടിയാലോചിച്ചു. കിഴക്കൻ മലകളിൽനിന്നും പുറപ്പെടുന്ന നദി കോട്ടയ്ക്ക് കിഴക്കുഭാഗംവെച്ച് രണ്ടായി പിരിയുന്നുണ്ട്. ഒന്ന് കോട്ടയിലൂടെയും മറ്റൊന്ന് ഞങ്ങളുടെ ഗ്രാമത്തിന്റെ അതിർത്തിയിലൂടെയും പോകുന്നു. കാലവർഷം ശമിക്കുമ്പോൾത്തന്നെ ഞങ്ങളുടെ നദിയിലെ ഒഴുക്ക് നിലയ്ക്കും. ദിവസങ്ങൾക്കുള്ളിൽ അത് വറ്റിത്തുടങ്ങും. നദി രണ്ടായിപ്പിരിയുന്നിടത്ത് ഒരു അണക്കെട്ട് നിർമ്മിക്കുക എന്നതായിരുന്നു ഞങ്ങളുടെ പദ്ധതി.

വാഴുന്നവരുമായി ഞങ്ങൾ ഇതേപ്പറ്റി ചർച്ച ചെയ്തു. എതിർപ്പ് പ്രകടിപ്പിച്ചില്ലെന്നു മാത്രമല്ല സന്തോഷത്തോടെ പിന്തുണയും വാഗ്ദാനം ചെയ്തു. രണ്ടുകൂട്ടർക്കും ഒരുപോലെ പ്രയോജനപ്പെടുന്ന പദ്ധതിയായതുകൊണ്ട് അതിനുവേണ്ടിവരുന്ന ഭീമമായ ചെലവ് ഇരുകൂട്ടരുംകൂടി വഹിക്കണം എന്നൊരു വ്യവസ്ഥയും ഉണ്ടാക്കി. അതനുസരിച്ച് ഞങ്ങളുടെ വിഹിതം സ്വരൂപിക്കുന്നതിനുള്ള തീവ്രയത്നത്തിലായിരുന്നു ഞങ്ങൾ. കാലവർഷം വന്നപ്പോൾ ഞങ്ങളുടെ ഭൂമിയിലാകെ ഒരിഞ്ചു സ്ഥലം വിടാതെ കൃഷിയിറക്കി. കിഴക്കൻ മലകൾക്കപ്പുറത്തുള്ള രത്നം വിളയുന്ന ഗ്രാമത്തിൽ ലഭ്യമല്ലാതിരുന്ന സുഗന്ധദ്രവ്യങ്ങൾ ഞങ്ങൾ ഉല്പാദിപ്പിച്ചു. അത് അവർക്ക് നല്കി ഞങ്ങൾ രത്നങ്ങൾ പ്രതിഫലമായി വാങ്ങി. ഞങ്ങളുടെ ചിരകാല സ്വപ്നത്തിന്റെ സാക്ഷാൽക്കാരം അങ്ങനെ ഞങ്ങളുടെ കൈവട്ടത്തിലെത്തി.

പദ്ധതി ആരംഭിക്കുന്നതിനായി വീണ്ടും ഞങ്ങൾ വാഴുന്നവരുമായി കൂടിയാലോചിച്ചു. ഞങ്ങളുടെ വിഹിതം വാഴുന്നവർ കൈപ്പറ്റി. കോട്ടയുടെ കിഴക്കുഭാഗത്ത് പാളയമടിച്ച് അണക്കെട്ടിന്റെ പണി തുടങ്ങി.

പണിക്കു വേണ്ട തൊഴിലാളികളുടെ ചുമതല മുഴുവൻ വാഴുന്നവർ നേരത്തെ തന്നെ ഏറ്റിരുന്നു. ഞങ്ങളുടെ പ്രതിനിധികളും അവിടെയുണ്ടായിരുന്നു. പണി പൂർത്തിയാകുന്ന ദിവസം ഒരുത്സവദിനമായി ആഘോഷിക്കാൻ തീരുമാനിക്കുകയും അതിനുവേണ്ട തയ്യാറെടുപ്പു നടത്തുകയും ചെയ്തു.

എന്നാൽ കുറച്ചു ദിവസങ്ങൾ കഴിഞ്ഞപ്പോൾ ഞങ്ങളെ അടിമുടി തളർത്തിയ ആ വാർത്ത ഞങ്ങളുടെ ചെവിയിലെത്തി. അണക്കെട്ടിന്റെ പണി വാഴുന്നവർ ഉപേക്ഷിച്ചിരിക്കുന്നത്രെ. പണി തുടങ്ങിയിരുന്നില്ല എന്നതാണ് സത്യം. കുറെ കരിങ്കല്ല് വെട്ടിയെടുത്ത് അടുക്കിവെച്ചു എന്നല്ലാതെ മറ്റൊന്നും ചെയ്തിരുന്നില്ല. ഞങ്ങളുടെ പ്രതിനിധികളെ അന്വേഷിച്ച ഞങ്ങൾ നിരാശരായി. അവരെ വാഴുന്നവർ കൊലപ്പെടുത്തിയെന്ന് ഒടുവിൽ ഞങ്ങളറിഞ്ഞു. ഞങ്ങൾ വിയർപ്പുതൂകി അദ്ധ്വാനിച്ചു സമ്പാദിച്ച പൊൻനാണയങ്ങളും രത്നങ്ങളും വാഴുന്നവരുടെ കൈയിൽ അവശേഷിച്ചിരുന്നു. അവ തിരികെ വാങ്ങുവാനായി കോട്ടയിലേക്കു പോയ ഞങ്ങളുടെ ആളുകൾ ആരും മടങ്ങിവന്നില്ല.

ബലഹീനരായി, നിശ്ശബ്ദരായി, ദുഃഖിതരായി സ്വയം ശപിച്ചുകൊണ്ട് ഞങ്ങൾ വറചട്ടിയിൽ കിടന്ന് ഞെളിപിരികൊള്ളുന്നു. ഞങ്ങളുടെ ബുദ്ധിശൂന്യതയെ തരംകിട്ടുമ്പോഴൊക്കെ ഞങ്ങൾ പഴിച്ചുകൊണ്ടിരുന്നു.

* * * * *

കഥ പറഞ്ഞു കഴിഞ്ഞപ്പോൾ അയാൾ ഭൂതമാവേശിച്ചവനെപ്പോലെ വിറച്ചു തുള്ളുകയായിരുന്നു. ഞങ്ങൾ ചോദിച്ചു:

"സംഘടിതരായി നിങ്ങൾക്ക് വാഴുന്നവരെ എതിർത്തുകൂടെ?"

"ബുദ്ധിയും ശക്തിയും ഒരുപോലെ തളർന്നവർക്ക് എങ്ങനെ സംഘടിക്കാനാകും?"

"ഈ ഗ്രാമത്തിന് ഒരധിപനില്ലേ?"

"ഇല്ല. അണക്കെട്ടിന്റെ പണിയെക്കുറിച്ച് ആലോചിച്ചതും മറ്റും ഞാൻ കൂടെ ഉൾപ്പെട്ട ഒരു സംഘമായിരുന്നു...."

അപ്പോൾ അകലെനിന്ന് ഉച്ചത്തിലുള്ള അട്ടഹാസം ഉയർന്നുപൊങ്ങി. ആഴമുള്ള ശൂന്യമായ ഒരു കുഴലിൽ നിന്നെന്നതുപോലെ അട്ടഹാസത്തിന് മുഴക്കമുണ്ടായിരുന്നു. അത് ഞങ്ങളെ ഭീതിദരാക്കിയപ്പോൾ അയാൾ പറഞ്ഞു:

"ഇന്ന് കുരുതിയാണ്. മനുഷ്യശക്തിയെ കലക്കി മറിച്ച ദേവിക്ക്, ചിന്തിക്കാനും ചിരിക്കാനും കഴിവുള്ള ഒരു മനുഷ്യജീവിയെ ഞങ്ങളിന്ന് കുരുതി കൊടുക്കുന്നു."

അയാളുടെ വാക്കുകൾ ഞങ്ങളുടെ ഹൃദയങ്ങളിൽ പോറലേല്പിച്ച് ആഴ്ന്നിറങ്ങി. ഞങ്ങളുടെ മസ്തിഷ്കം വിങ്ങുവാൻ തുടങ്ങി. തികച്ചും ശപ്തമായ ഒരവസാനത്തിന് സാക്ഷികളാകേണ്ടിവന്ന വിധിയെ ഓർത്ത് ഞങ്ങൾ പരിതപിച്ചു. അയാൾ തുടർന്നു:

"ഞങ്ങൾക്ക് വെള്ളം വേണം.... ഞങ്ങളുടെ വയലുകൾക്കും കൃഷിഭൂമികൾക്കും വെള്ളം വേണം.... എന്നിട്ടുവേണം ഞങ്ങളുടെ കുഞ്ഞുങ്ങൾക്ക് ഭക്ഷണം നല്കാൻ.... ഞങ്ങളുടെ കന്നുകാലികൾക്ക് ജീവൻ നിലനിർത്തുവാൻ വേണ്ട വെള്ളവും തീറ്റയും ആവശ്യമാണ്.... അതിനായിട്ടാണ് കുരുതി."

അകലെ അട്ടഹാസം പൂർവ്വാധികം ഉച്ചത്തിലെത്തിയിരുന്നു.

"ഞങ്ങളെ ഏതു വിധത്തിൽ സഹായിക്കാമെന്നാണ് ആദ്യം പറഞ്ഞത്?" അയാൾ പ്രതീക്ഷയോടെ ചോദിച്ചു:

നഗരവല്ക്കരണം എന്ന ലക്ഷ്യത്തെക്കുറിച്ച് ഇയാളോട് പറഞ്ഞിട്ട് അർത്ഥമില്ല. പറഞ്ഞാൽ ഇതയാളെ പ്രകോപിപ്പിക്കുകയേയുള്ളു. എന്നാൽ ഇതിനിടെ ഒരു സത്യം ഞങ്ങൾക്കു മുൻപിൽ മറപൊട്ടിച്ചു പുറത്തുവന്നിരുന്നു. ഞങ്ങളെ മൂന്നു ഗ്രാമങ്ങളിലേക്കും സ്വന്തം ചെലവിൽ അയക്കുവാൻ വാഴുന്നവർ തീരുമാനിച്ചത് വലിയൊരു ഗൂഢാലോചനയുടെ ഫലമായിട്ടാണ്. രത്നങ്ങൾ കൊള്ളചെയ്യുവാൻ ശ്രമിക്കുകവഴി കിഴക്കൻ ഗ്രാമത്തെ അയാൾ വെറുപ്പിച്ചിരുന്നു. മനസ്സാക്ഷിയെ പിടിച്ചുലയ്ക്കുന്ന കൊടും വഞ്ചനയിലൂടെ ദരിദ്രമായ വടക്കൻ ഗ്രാമത്തെ അയാൾ ശത്രുഗണത്തിൽ പെടുത്തി. കിഴക്കും വടക്കും ഉള്ള ഗ്രാമങ്ങൾ തന്റെ ശത്രുക്കളാണെന്ന് അറിഞ്ഞുകൊണ്ടുതന്നെ ഞങ്ങളെ എന്തിന് ആ ഗ്രാമങ്ങളിലേക്കയച്ചു? വാഴുന്നവർക്കെതിരെ യുദ്ധം ചെയ്ത് കോട്ടയെ മോചിപ്പിക്കുവാൻ ശ്രമിച്ചവരാണെന്നറിഞ്ഞതുകൊണ്ടുതന്നെ എന്തിന് ഞങ്ങളുമായി ചങ്ങാത്തം കൂടാൻ അയാൾ തയ്യാറായി? ശത്രുക്കളുടെ പാളയത്തിലെത്തുന്ന ഞങ്ങളെ അവർ വകവരുത്തിക്കൊള്ളുമെന്ന് നീചമായ ചിന്താഗതിയാണ് വാഴുന്നവർക്കുണ്ടായിരുന്നതെന്ന് ഞെട്ടലോടെ ഞങ്ങൾ മനസ്സിലാക്കി.

ഈ ഗ്രാമത്തെക്കൊണ്ടാവശ്യമുണ്ടെന്ന് പെട്ടെന്ന് ഞങ്ങളുടെ ബുദ്ധി മന്ത്രിച്ചു. വിശന്നുപൊരിഞ്ഞ് അവശരായ അവരിൽ പ്രതികാരാഗ്നി എളുപ്പത്തിൽ പടർത്താൻ കഴിയും. അതിലൂടെ പ്രതികാരത്തിന്റെ ശത്രുനിരയെ കോട്ടയുടെ പുറത്ത് സംഘടിപ്പിക്കാം. ഞങ്ങൾ പറഞ്ഞു:

"വാഴുന്നവർക്കെതിരെ ഒരു മുന്നേറ്റം ഞങ്ങളുടെ ഗ്രാമത്തിൽ സംഘടിപ്പിച്ചു കൊണ്ടിരിക്കയാണ്. അയാളുടെ കോട്ടയെ എരിച്ചു ചാമ്പലാക്കാൻ കഴിവുള്ള തിരിയിൽ അഗ്നി കൊളുത്തിയിട്ടാണ് ഞങ്ങളിവിടേക്കു വന്നത്. നിങ്ങളുടെ പിന്തുണ കൂടിയുണ്ടെങ്കിൽ വാഴുന്നവരുടെ ചിതാഭസ്മം ഒരന്തിമോപചാരമെന്ന നിലയിൽ കിഴക്കൻ മലയിൽനിന്നു തുടങ്ങുന്ന പ്രവാഹത്തിൽ ഒഴുക്കുവാൻ നമ്മൾക്കു കഴിയും...."

അയാളുടെ മുഖത്ത് അവിശ്വസനീയത മുറ്റി നിന്നു. പിന്നീട് വാഴുന്നവരുടെ പതനം മുന്നിൽ കണ്ടെന്ന പോലെ അയാൾ ആഹ്ലാദം കൊണ്ടു. അയാൾ പറഞ്ഞു:

"പിന്തുണയോ? അയാളുടെ പതനത്തിന് രക്തം ഒഴുക്കാൻ വരെ ഞങ്ങൾ തയ്യാറാണ്. കോട്ടമതിൽ ഇടിച്ചു നിരത്തി അയാളുടെ തല കൊയ്യുവാൻ വേണ്ട കരുത്ത് എന്നിൽ മാത്രമുണ്ട്."

അകലെ മുഴങ്ങിയ അട്ടഹാസത്തിന് ശക്തി വർദ്ധിച്ചുകൊണ്ടിരുന്നു. അപ്പോൾ എഴുന്നേറ്റുകൊണ്ട് അയാൾ പറഞ്ഞു:

"നമ്മുടെ പദ്ധതിയെപ്പറ്റി പിന്നീട് സംസാരിക്കാം. അതിനു മുൻപ് ആ കുരുതി തടയണം. വരൂ..."

* * * * *

ദുർബ്ബലമായ, മെല്ലിച്ച കാലുകൾ നീട്ടിവലിച്ച് അയാൾ നടന്നു. ഞങ്ങൾ അയാളെ പിന്തുടർന്നു. ഞങ്ങൾക്ക് മുൻപിലും പിറകെയും ഒറ്റയ്ക്കും കൂട്ടമായും ആളുകൾ ഒറ്റയടിപ്പാതയിലൂടെ കുരുതി കാണുവാൻ പോകുന്നുണ്ടായിരുന്നു. അല്പം അകലെയായി ഒരു കുന്ന് ദൃശ്യമായി. കുന്നിൻമുകളിൽ വലിയ ഒരു ജനക്കൂട്ടമുണ്ടായിരുന്നു. അവർ ഉറക്കെ അലറുകയും അട്ടഹസിക്കുകയും ചെയ്തുകൊണ്ടിരുന്നു. കുന്നിന്റെ അടിവാരത്തിലെത്തിയപ്പോൾ അയാൾ വേഗത കുറച്ചു. തിരിഞ്ഞ് അയാൾ ഞങ്ങളുടെ മുഖത്തേക്ക് തുറിച്ചുനോക്കി. അയാളുടെ കണ്ണുകൾ നന്നേ ചുവന്നിരുന്നു. ദൃഷ്ടി ചലിപ്പിക്കാതെ നോക്കിക്കൊണ്ട് അയാൾ പറഞ്ഞു:

"ആരെയാണ് കുരുതി കൊടുക്കുന്നതെന്നറിയാമോ?" ഒന്നു നിർത്തിയിട്ട് ശ്വാസം അകത്തേക്ക് വലിച്ചുകൊണ്ട് അയാൾ തുടർന്നു:

"എന്റെ മകളെ. ആറുവർഷം ഞാനോമനിച്ചു വളർത്തിയ എന്റെ പൊന്നുമകളെ. ദേവിക്ക് ദാഹമാണ്. രക്തത്തിനുള്ള ദാഹം. അതടങ്ങിയാലേ നമ്മുടെ ദാഹം ദേവി തീർക്കുകയുള്ളൂ."

അയാൾ ഉറക്കെ ചിരിച്ചു. കുന്നിൻമുകളിലെ അട്ടഹാസത്തെ പിന്നിലാക്കി ആ ചിരി ഉയർന്നുപൊങ്ങി മേഘങ്ങളിൽ തട്ടി അവയെ ഛിന്നഭിന്നമാക്കുന്നതുപോലെ തോന്നിച്ചു. ഒടുവിൽ ഗദ്ഗദത്തോടെ അയാൾ സ്വയമെന്നോണം പറഞ്ഞു:

"ഇന്നലെയാണത് തീരുമാനിച്ചത്. ഒരു പ്രായശ്ചിത്തമായിരുന്നു അത്. ഈ കൈകൾകൊണ്ടാണ് ഞങ്ങളുടെ പൊൻനാണയങ്ങൾ വാഴുന്നവരുടെ ഉള്ളംകൈയിലേക്ക് വെച്ചുകൊടുത്തത്...."

അപ്പോഴും അയാൾ വികൃതമായി ചിരിച്ചു.

"അവളുടെ അമ്മ എവിടെയാണെന്നറിയാമോ?"

അയാൾക്ക് സ്വബുദ്ധി നശിച്ചിരിക്കുന്നുവെന്നു തോന്നിച്ചു.

"എന്റെ മകളെ കുരുതികൊടുക്കാൻ നിശ്ചയിച്ചിട്ട് ഞാൻ വീട്ടിൽ ചെന്നപ്പോൾ അവളുടെ അമ്മ പറഞ്ഞു അവൾക്കും മകൾക്കും വിശക്കുന്നു എന്ന്. പുറന്തോട് ഉണങ്ങിത്തുടങ്ങിയ ഒരു ഒതളങ്ങാ കൊടുത്തിട്ട് ഞാൻ പറഞ്ഞു അതവൾ മാത്രം കഴിച്ചാൽ മതിയെന്ന്. അവൾ അതു കഴിച്ച് വിശപ്പ് മാറ്റിയുറങ്ങി. പിന്നെ ഉണർന്നതേയില്ല. ജഡം ഇന്നുകാലത്ത് ആടുമാടുകൾക്കൊപ്പം ചുട്ടുപൊള്ളുന്ന നദിയുടെ നടുഭാഗത്തേക്ക് വലിച്ചെറിഞ്ഞു..."

അയാൾ പിന്നീട് ചിരിച്ചില്ല. ഞങ്ങളുടെ ചേതനയെ മരവിപ്പിച്ചുകൊണ്ട് അതു പറഞ്ഞു തീർന്നപ്പോൾ അയാൾ തികച്ചും നിർവ്വികാര

നായിരുന്നു. അതേപ്പറ്റി ചിന്തിക്കുന്തോറും താളം തെറ്റി വീണുപോകുമെന്നു തോന്നി. അയാൾ കുന്നിൻ മുകളിലേക്ക് ഏന്തി വലിഞ്ഞുകയറി. പിറകെ ഞങ്ങളും....

മുകളിലെത്തിയപ്പോൾ അവിടെ തയ്യാറാക്കിയിരുന്ന ബലിപീഠത്തിനു ചുറ്റും നൃത്തം വെക്കുന്നവരുടെ ശബ്ദഘോഷം ഞങ്ങളെ തളർത്തി. പീഠത്തിനു മുകളിൽ ഒരു ബാലിക ഇരിക്കുന്നു. കരിഞ്ഞ ഇലകൾകൊണ്ടു തുന്നിയ കിരീടം അവളുടെ തലയിൽ വെച്ചിരുന്നു.

ഞങ്ങളെ കണ്ടപ്പോൾ അവർ നിശ്ശബ്ദരായി ഒതുങ്ങിനിന്നു. ബലിപീഠത്തിലിരുന്ന ബാലികയുടെ നിഷ്കളങ്കമായ മുഖം ഞങ്ങളുടെ ഹൃദയങ്ങളിലേക്ക് ആഴ്ന്നിറങ്ങി. അയാൾ അവരോട് ഉറക്കെ പറഞ്ഞു:

“ഇവർ വാഴുന്നവരുടെ കോട്ടയിൽ നിന്ന് വന്നവരാണ്.”

അവർ കൂട്ടത്തോടെ ഞെട്ടിത്തെറിച്ചു. ഭീതിപ്പെടുത്തുന്ന നിശ്ശബ്ദത കുന്നിൻപുറത്തുനിന്ന് താഴ്വരയിലേക്ക് ഒലിച്ചിറങ്ങി. അവരുടെ കണ്ണുകൾ ചെറുതാകുന്നതും അവരുടെ കൈകാലുകളിലെ രോമം രോഷം കൊണ്ട് എഴുന്നു നില്ക്കുന്നതും കണ്ടപ്പോൾ അയാൾ തുടർന്നു:

“തെറ്റിദ്ധരിക്കേണ്ട. നമ്മുടെ മിത്രങ്ങളായിട്ടാണിവർ എത്തിയിരിക്കുന്നത്.”

അവർ ശ്രദ്ധിച്ചു. അയാൾ ബലിപീഠത്തിനടുത്തേക്കുചെന്ന് ബാലികയെ നെഞ്ചത്തടുക്കിപ്പിടിച്ചുകൊണ്ട് പറഞ്ഞു:

“നമ്മുടെ വയലുകൾ കരിഞ്ഞപ്പോൾ, നമ്മുടെ കന്നുകാലികൾ വെള്ളം കുടിക്കാതെ ചത്തുമലച്ചപ്പോൾ, നമ്മുടെ കുട്ടികളുടെ വയറൊട്ടി കണ്ണുന്തിയപ്പോൾ ഒക്കെ പ്രതിഹാരദാഹമുണ്ടായിരുന്നിട്ടു കൂടി നിഷ്ക്രിയരായിരുന്നു നമ്മൾ. വാഴുന്നവരുടെ കരുത്തിനു മുൻപിൽ അടിയറവു പറയേണ്ടിവരും എന്ന ഭയം പത്തിയുയർത്താൻ നമ്മെ അനുവദിച്ചില്ല. പക്ഷേ, ഇപ്പോൾ അതിനുള്ള സന്ദർഭം വന്നിരിക്കുന്നു.”

അവർ ചെവികൂർപ്പിച്ച് അയാൾ പറയുന്നതു കേട്ടു. അവരുടെ മുഖങ്ങളിൽ പ്രതികാരം അലയടിച്ചുയരുന്നത് ഞങ്ങൾ ദർശിച്ചു. അയാൾ ബാലികയെ വിട്ടിട്ട് ബലിപീഠത്തിനടുത്തായി ഉണ്ടായിരുന്ന ദേവീപ്രതിഷ്ഠയ്ക്കു മുൻപിൽ ആദരവോടെ കൈകൂപ്പി നിന്നു. എന്നിട്ടു പറഞ്ഞു:

“ദേവീ പൊറുക്കണം. വിഗ്രഹം തകർക്കുമെന്നു പറഞ്ഞത് അറിവുകേടു കൊണ്ടാണ്. പ്രതികാരമൂർത്തിയോട് പ്രതികാരം നടത്തുമെന്നുള്ള വിവേകരഹിതമായ ഞങ്ങളുടെ വാക്കുകൾക്ക് മാപ്പു നല്കണം. ഞങ്ങളുടെ ശത്രുവിനോടുള്ള പ്രതികാരം ഒരു കൊടുങ്കാറ്റുപോലെ ഞങ്ങളുടെ ഉള്ളിന്റെയുള്ളിൽനിന്ന് ആരംഭിച്ചുകഴിഞ്ഞിരിക്കുന്നു....”

അയാൾ ജനങ്ങളുടെ മദ്ധ്യത്തിലേക്കെത്തി. ആവേശത്തോടെ അയാൾ പറഞ്ഞു:

“കൂട്ടരെ, നാം ഒത്തുചേർന്ന് ഇപ്പോൾ തന്നെ ഇവരോടൊപ്പം വാഴുന്നവരുടെ അടുത്തേക്കു പോവുകയാണ്. തകർക്കേണ്ടത് ജീവനില്ലാത്ത ഈ വിഗ്രഹമല്ല; വാഴുന്നവരുടെ കോവിലകമാണ്.”

അവർ തുള്ളിച്ചാടി ആർത്തുവിളിച്ച് വീണ്ടും നൃത്തമാരംഭിച്ചു. അവർ ബാലികയെ ബലിപീഠത്തിൽ നിന്നുമിറക്കി അവളുടെ തലയിൽ വെച്ചി

രുന്ന ഉണങ്ങിയ ഇലകൊണ്ടുള്ള കിരീടം എടുത്തുകളഞ്ഞു. അവർ ഞങ്ങളുടെ അടുത്തെത്തി. കുട്ടികൾ കീറിപ്പറിച്ച ഞങ്ങളുടെ വസ്ത്രത്തിൽ തൊട്ട് വന്ദിച്ചു...

ഞങ്ങളെ മുൻപിൽ നടത്തി അവർ കുന്നിറങ്ങുവാൻ തുടങ്ങി. കടമ്പകൾ ചവുട്ടിത്തള്ളി ആവേശത്തോടെ നടന്നപ്പോൾ അവരുടെ സ്ത്രീകളും കുട്ടികളും മതിമറന്നാഹ്ലാദിച്ചുകൊണ്ട് ഞങ്ങളോടൊപ്പം ഓടിക്കിതച്ചെത്തി. തൊട്ടുതൊട്ടു കിടക്കുന്ന വീടുകൾക്കിടയിലെ ഇടുക്കുവഴിയിലൂടെ നിറഞ്ഞു നീങ്ങിയ അവർ വാഴുന്നവരുടെ ജഡം കഴുകന്മാർ കൊത്തിത്തിന്നുന്നത് സ്വപ്നം കണ്ടു.

ഞങ്ങൾ അയാളുടെ വീട്ടിൽ കയറി. അയാൾ ഞങ്ങൾക്കു മുൻപിലിരുന്ന് ഭാവി പരിപാടിയെപ്പറ്റി ആലോചിച്ചു.

മൂന്നു ദിവസം കൂടി കഴിയുമ്പോൾ കോട്ടയുടെ മലഞ്ചരിവിലെ ദേവീക്ഷേത്രത്തിൽ തിരുനാളാഘോഷം തുടങ്ങുമെന്നും അന്ന് ഞങ്ങൾ കോട്ടയുടെ പടിവാതില്ക്കൽ എത്തുമെന്നും അയാളെ അറിയിച്ചു. ഈ ഗ്രാമത്തിലെ സ്ത്രീകളും കുട്ടികളും ഒഴികെയുള്ളവർ ഞങ്ങളോടൊപ്പം വന്ന് ഗ്രാമത്തിന്റെ അതിർത്തിയിൽ താവളമടിക്കണം. കോട്ടയിൽ ചെന്ന് വാഴുന്നവരെ കാണുന്നതിനു മുൻപ് ഞങ്ങൾ യജ്ഞശാലയിലെത്തി ഖജനാവിന്റെ മുകളിൽ തപസ്സിരിക്കുന്ന ഞങ്ങളുടെ യുവതലമുറയെ കാണും. അവരോട് തയ്യാറായിരിക്കാൻ പറഞ്ഞിട്ട് ഞങ്ങൾ വാഴുന്നവരുടെ അടുത്തേക്ക് പോകും. അതിനിടയിൽ യജ്ഞശാലയിലെത്തി അവിടെയുള്ളവരോടൊപ്പം കോട്ടയിലേക്കുവന്ന് പുറത്തു കാത്തു നില്ക്കണം. ഞങ്ങളുടെ ഗ്രാമത്തിലെ മുതിർന്ന തലമുറ ഒരിക്കലും നിങ്ങളെ തിരിച്ചറിയുവാൻ ഇടവരരുത്. തിരുനാളാഘോഷദിനമായതിനാൽ അവിടമാകെ ഉത്സവത്തിമിർപ്പിൽ ആമഗ്നമായിരിക്കും. ഉത്സവത്തിൽ പങ്കുകൊള്ളാനെത്തിയ ഉൾനാടൻ പ്രദേശങ്ങളിലെ ജനങ്ങളാണെന്നേ അവരോടു പറയാവൂ. ഏതെങ്കിലും വിധത്തിൽ വാഴുന്നവർ ഇതറിഞ്ഞാൽ ഞങ്ങളെ ജീവനോടെ വിടുകയില്ല. എങ്കിലും നിങ്ങൾ പിന്മാറരുത്. ഞങ്ങളുടെ ആളുകളോടൊപ്പം ചേർന്ന് കോട്ടവാതിൽ തകർക്കണം. ആദ്യലക്ഷ്യം വാഴുന്നവരായിരിക്കണം. പിന്നെ കോട്ടയിലെ പുഴുക്കളെ ഒന്നൊന്നായി മെതിച്ചരയ്ക്കണം. ഞങ്ങൾ അവിടെ സാക്ഷികളെപ്പോലെ നിഷ്ക്രിയരായി നില്ക്കും–എല്ലാം കണ്ടുകൊണ്ട്.

ഒരു ജൈത്രയാത്രയുടെ പ്രതീതി ജനിപ്പിച്ചുകൊണ്ട് ഞങ്ങളോടൊപ്പം അവർ ഞങ്ങളുടെ ഗ്രാമത്തിലേക്കു തിരിച്ചു. ചുട്ടുപൊള്ളിക്കിടന്ന മണൽപ്പരപ്പ് പടക്കുതിരകളുടെ വേഗതയിൽ കടന്ന് ഞങ്ങൾ മറുകരയിലെത്തി. പൊന്തക്കാടുകളിൽ ഒളിച്ചിരുന്ന പാമ്പുകൾ ഭയന്നുവിറച്ച് രക്ഷാസ്ഥാനങ്ങൾ തേടി ഓടിയൊളിച്ചു.... പറവകൾ ഭീതിയോടെ നീട്ടിക്കരഞ്ഞുകൊണ്ട് പറന്നകന്നു. കാട്ടുമൃഗങ്ങൾ ജീവനുംകൊണ്ട് കടന്നു...

ഞങ്ങളുടെ ഗ്രാമത്തിന്റെ അതിർത്തിയിലെത്തിയപ്പോൾ അട്ടഹാസം നിലച്ചു. അവർ ഉത്തരവാദിത്വം നിറഞ്ഞ ഭടന്മാരെപ്പോലെ സൗമ്യത പാലിച്ച് അതിർത്തിക്കു പുറത്ത് താവളമുറപ്പിച്ചു.

ഞങ്ങൾ നദിക്കരയിലെ യജ്ഞശാല ലക്ഷ്യമാക്കി യാത്രതുടർന്നു....

പതിനൊന്ന്

തിരുനാൾ മഹോത്സവത്തിന്റെ തലേ ദിവസം രാത്രിയിൽ ഞങ്ങൾ യജ്ഞശാലയിലെത്തി. അവിടെ തെളിഞ്ഞുകത്തുന്ന പന്തത്തിനുചുറ്റും നിധികാക്കുന്ന നാഗങ്ങളെപ്പോലെ ഞങ്ങളുടെ യുവാക്കൾ ഉറക്കമിളച്ച് ഇരിക്കുന്നുണ്ടാവും എന്നായിരുന്നു ഞങ്ങളുടെ പ്രതീക്ഷ. എന്നാൽ ഞങ്ങളുടെ പ്രതീക്ഷ അസ്ഥാനത്തായി. എന്നുമാത്രമല്ല നേരിയ ചന്ദ്രികയിൽ ഹൃദയഭേദകമായ ആ കാഴ്ച കണ്ട് ഞങ്ങൾ ഞെട്ടിത്തരിച്ചു. ഇടിഞ്ഞുപൊളിഞ്ഞുകിടക്കുന്ന യജ്ഞശാല! മുൾപ്പടർപ്പു കയറി കാടുപിടിച്ചു കിടക്കുന്ന ഞങ്ങളുടെ യജ്ഞശാല!

എവിടെ ഞങ്ങളുടെ യുവാക്കൾ? സമാന്തര ഖജനാവിന് കാവൽ നില്ക്കാമെന്നേറ്റ സാഹസികരെവിടെ? യജ്ഞശാലയിലേക്ക് പ്രതീക്ഷകളോടെ പാഞ്ഞെത്തിയ ഞങ്ങൾക്ക് കാലടികൾ പിൻവലിക്കേണ്ടിവന്നു. പ്രേതകുടീരംപോലെ തോന്നിച്ച യജ്ഞശാല ഞങ്ങളുടെ ആവേശത്തിനുനേരെ പല്ലിളിച്ചുകാട്ടി. ഞങ്ങൾ യാത്രയാവുന്നതിനുമുൻപ് മുഷ്ടിയെറിഞ്ഞ യുവാക്കളിലൊരുവനെ കണ്ടെത്തുവാനുള്ള ശ്രമത്തിൽ ഞങ്ങൾ ചൂളംകുത്തുന്ന ഇരുട്ടിന്റെ ഭീകരതയിലേക്കിറങ്ങി.

രാത്രിയുടെ നിശ്ശബ്ദതയിൽ കൂരകളുടെ തട്ടികൾ ഇളക്കിമാറ്റി ഞങ്ങൾ ചെറുപ്പക്കാരെ അന്വേഷിച്ചു. നായ്ക്കൾ നീട്ടി നീട്ടി ഓരിയിട്ടത് ഞങ്ങളെ പിന്തിരിപ്പിച്ചില്ല.

ഒടുവിൽ ഞങ്ങൾ അവരിൽ ചിലരെ കണ്ടെത്തി. ഒരു കൂരയ്ക്കുള്ളിൽ ചുരുണ്ടുകൂടി ഉറങ്ങിയിരുന്ന അവരെ ഞങ്ങൾ വിളിച്ചുണർത്തി. കണ്ണുതിരുമ്മി അവർ തറയിൽ കുന്തിച്ചിരുന്നു. ചൂട്ടുകറ്റയുടെ വെളിച്ചത്തിലേക്ക് മുഖമടുപ്പിച്ചുകൊണ്ട് ഞങ്ങൾ പറഞ്ഞു:

"ഇത് ഞങ്ങളാണ്...."

ആടിയുലയുന്ന തിരിനാളത്തിന്റെ മങ്ങിയ വെളിച്ചത്തിൽ അവരുടെ കൺകോണുകളിൽ ഭയം നാമ്പിടുന്നത് ഞങ്ങൾ കണ്ടു. തൊട്ടടുത്ത നിമിഷം ദുഃസ്വപ്നത്തിലെന്നപോലെ അവർ ഞെട്ടി നിലവിളിച്ചു. കണ്ണുകൾ ഇറുകെയടച്ച് തല കാൽമുട്ടുകൾക്കുള്ളിൽ ഒളിപ്പിച്ചു.

ഞങ്ങൾ വീണ്ടും വീണ്ടും പറഞ്ഞു:

"നോക്കൂ.... ഇത് ഞങ്ങളാണ്...."

ഒടുവിൽ അവർ തലയുയർത്തി. മുൻപിൽ നില്ക്കുന്നത് ഞങ്ങളാണെന്നു വിശ്വസിക്കുവാൻ അവർ കൂട്ടാക്കിയില്ല. ഞങ്ങളുടെ കണ്ണുകളിലേക്ക് അവർ തറപ്പിച്ചുനോക്കി.

"എന്തുപറ്റി നിങ്ങൾക്ക്? നമ്മുടെ യജ്ഞശാലയ്ക്ക് എന്തുപറ്റി?" ഞങ്ങളുടെ ശബ്ദത്തിനെ വിറയൽ ബാധിച്ചിരുന്നു.

തറയിൽ നിന്നെഴുന്നേറ്റ് അവർ ഞങ്ങളുടെയടുത്തേക്കുവന്നു. ഞങ്ങളുടെ ശരീരത്തു തൊട്ട് ഞങ്ങൾ തന്നെയെന്ന് ഉറപ്പുവരുത്തത്തക്കവിധം അവരുടെ അവിശ്വാസത്തിന് ഉറപ്പുണ്ടായിരുന്നു. അവർ ഞങ്ങളുടെ ശരീരത്ത് തൊട്ട് സ്വയം ഉറപ്പുവരുത്തി. അവരുടെ കണ്ണുകൾ നിറഞ്ഞു.

ഞങ്ങൾ പരസ്പരം ആശ്ലേഷിച്ച് കണ്ണീർ പൊഴിച്ചു. ഞങ്ങളുടെ കരുവാളിച്ച മുഖങ്ങളിലേക്കു നോക്കി അവർ ഏങ്ങിയേങ്ങി കരഞ്ഞു. കരച്ചിലടങ്ങിയപ്പോൾ അവർ ഞങ്ങളുടെ ചോദ്യങ്ങൾക്ക് ഉത്തരം നല്കി.

വഞ്ചനയുടെ കഥകൾ കേട്ട് മടുത്ത ഞങ്ങളിൽ അവർ നല്കിയ ഉത്തരം ഏല്പിച്ച ആഘാതം താങ്ങാവുന്നതിലേറെയായിരുന്നു. ഞങ്ങളുടെ ഉള്ളിൽ രോഷത്തിന്റെ അഗ്നി ആളിക്കത്തി....

ഞങ്ങളുടെ യാത്രയ്ക്ക് പ്രതിഫലമായി നല്കാമെന്നേറ്റിരുന്ന പൊൻനാണയങ്ങൾ മൂന്നു ദിവസത്തേക്കു മാത്രമാണത്രെ വാഴുന്നവർ നല്കിയത്. പിന്നീട് പ്രതിഫലം ചോദിക്കാൻ യജ്ഞശാലയിൽനിന്ന് ചെന്ന ഞങ്ങളുടെ യുവാക്കളെ പിന്നീട് കണ്ടതേയില്ല. നാലഞ്ചു ദിവസത്തിനു ശേഷം ഒരു എഴുത്തോല യജ്ഞശാലയിൽ എത്തിച്ചു. കിഴക്കൻ ഗ്രാമത്തിലേക്കുപോയ ഞങ്ങൾ അവിടെവെച്ചു കൊല്ലപ്പെട്ടുവെന്നും, രത്നങ്ങൾ മോഷ്ടിച്ചു കടത്താൻ ശ്രമിച്ചതിനുള്ള ശിക്ഷയായിരുന്നു അതെന്നും എഴുത്തോലയിൽ രേഖപ്പെടുത്തിയിരുന്നു. അതുകാരണം മേലിൽ പൊൻനാണയങ്ങൾക്കായി കോട്ടയിലേക്കു ചെല്ലേണ്ടതില്ലത്രേ.

ഞങ്ങളെ അന്യഗ്രാമങ്ങളിലേക്ക് ദൗത്യവുമായി അയച്ചത് വാഴുന്നവരുടെ അതിസമർത്ഥമായ അടവായിരുന്നുവെന്ന് ബോദ്ധ്യമായ നിമിഷം ഞങ്ങൾക്കു ഞങ്ങളെ സ്വയം നഷ്ടമായി. ഞങ്ങൾ ആകാശത്തിലേക്കു ശക്തിയോടെ മുഷ്ടി ചുഴറ്റി. കിഴക്കൻ ഗ്രാമത്തിൽവെച്ചുതന്നെ ഞങ്ങൾ കൊല്ലപ്പെടും എന്ന് അയാൾ കണക്കുകൂട്ടിയിരുന്നു!

രാത്രിയിൽ തന്നെ ഞങ്ങൾ യജ്ഞശാല വെട്ടിവെടിപ്പാക്കി. അതിർത്തിക്കു പുറത്ത് താവളമടിച്ചിരിക്കുന്ന വടക്കൻ ഗ്രാമത്തിലെ ജനങ്ങളെ അടുത്ത ദിവസം കോട്ട വാതില്ക്കലെത്തിക്കുന്നതിനെപ്പറ്റി ഞങ്ങൾ ചർച്ച ചെയ്തു. പുലർച്ചയ്ക്കു മുൻപേ മറ്റുള്ളവരും യജ്ഞശാലയിലേക്കെത്തിച്ചേർന്നിരുന്നു. മദ്ധ്യാഹ്നത്തോടെ കോട്ടയിലെത്തി വാഴുന്നവരെ സന്ദർശിച്ച് ഞങ്ങളുടെ യാത്രയെപ്പറ്റി സംസാരിക്കണമെന്ന് തീർച്ചപ്പെടുത്തി ഞങ്ങൾ മൂവരും ഉറങ്ങുവാൻ കിടന്നു.

തിരുനാളാഘോഷദിവസത്തെ ഉദയം കോട്ടയുടെ എടുപ്പുകൾക്ക് അസാധാരണമായ തിളക്കം നല്കി. നേരം വെളുത്തപ്പോഴേക്ക് ഗ്രാമത്തിന്റെ മുക്കും മൂലയും സജീവമായിക്കഴിഞ്ഞിരുന്നു. മദ്ധ്യാഹ്നമായപ്പോഴേക്ക് ഞങ്ങൾ കോട്ടയെ ലക്ഷ്യമാക്കി യാത്ര തിരിച്ചു. യജ്ഞശാല ഞങ്ങളുടെ യാത്രാനിമിഷങ്ങളിൽ ത്രസിച്ചുനില്ക്കുകയായിരുന്നു. ആവുന്നത്ര ആയുധങ്ങൾ ശേഖരിച്ച് ഞങ്ങളുടെ യുവാക്കൾ യജ്ഞത്തിന് തയ്യാറെടുത്തു.

കോട്ടയ്ക്ക് ചുറ്റിനും ഉണ്ടായ മാറ്റം ഞങ്ങളിൽ അത്ഭുതം ഉളവാക്കി. വീഥികൾ വെട്ടിയൊരുക്കി തോരണങ്ങൾ കൊണ്ടലങ്കരിച്ചിരുന്നു. കുട്ടികളും സ്ത്രീകളും വൃത്തിയുള്ള വസ്ത്രങ്ങളണിഞ്ഞ് ഉത്സാഹത്തിമിർപ്പിൽ പാടുകയും ആടുകയും ചെയ്യുന്നു. അവരുടെ മുഖങ്ങളിൽ ആഹ്ലാദം തിരതല്ലി. വർഷത്തിലൊരിക്കൽ എല്ലാം മറന്നാഹ്ലാദിക്കുവാനുള്ള അവസരമാണിത്. അസ്തമനവും അസ്തമനത്തിനുശേഷമുള്ള ആ

ദ്യയാമവും എത്തുവാൻ അവിവാഹിതരായ യുവതീയുവാക്കൾ കാത്തിരിക്കുന്നു.... ഇരുട്ടുപരക്കുമ്പോൾ വൃക്ഷച്ചുവട്ടിലേക്ക് കൂട്ടിക്കൊണ്ടുപോകേണ്ട ഇണയെ ഓർത്ത് അവർ അക്ഷമരായി.... എല്ലാവരുടെയും മുഖത്ത് ഹർഷോന്മാദത്തിന്റെ അലകൾ. വാഴുന്നവരുടെ ദൗത്യവാഹകസംഘമായി ഇവിടെനിന്ന് നാളുകൾക്കുമുൻപ് യാത്രതിരിക്കുമ്പോൾ കരുവാളിച്ച മുഖങ്ങളും മുഷിഞ്ഞുകീറിയ വസ്ത്രങ്ങളുമണിഞ്ഞിരുന്ന ഗ്രാമവാസികളായിരുന്നു ഞങ്ങൾക്ക് യാത്രാമംഗളം നേർന്നത്...

എന്നാൽ ഈ മാറ്റം ക്ഷണിക നേരത്തേക്കുള്ളതാണെന്നും, അവരുടെ ഹൃദയങ്ങളിൽ ഉറങ്ങിക്കിടക്കുന്ന എതിർപ്പ് എന്ന വികാരത്തെ ഊതിയുണർത്തുവാൻ ഈ അവസ്ഥ സഹായിക്കുമെന്നും ഓർത്തപ്പോൾ ഞങ്ങൾക്ക് ഉന്മേഷം തോന്നി.

ഞങ്ങൾ കോട്ടവാതിലിൽ മുട്ടിവിളിച്ചു. വല്ലപ്പോഴും മാത്രം തുറക്കാറുണ്ടായിരുന്ന കോട്ടവാതിലിന്റെ കിളിവാതിലിലൂടെ കാവല്ക്കാരൻ ഞങ്ങളെ ചോദ്യം ചെയ്തു. ഒടുവിൽ കോട്ടവാതിൽ ഒരു ഞരക്കത്തോടെ ഞങ്ങൾക്കുവേണ്ടി തുറക്കപ്പെട്ടു. പിന്നീട് ഞങ്ങൾക്കു പിറകിൽ വാതിലടഞ്ഞു. അകലെ കോവിലകത്തിനു മുൻപിലെ പൂന്തോട്ടത്തിൽ ചെടികൾക്കു വെള്ളം നനച്ചുകൊണ്ടിരുന്ന കന്യകൾക്കു നടുവിൽ ഞങ്ങളുടെ ശത്രുവിനെ ഞങ്ങൾ കണ്ടു...

അപ്പോൾ സമയം സന്ധ്യയോടടുക്കുകയായിരുന്നു. കോവിലകത്തെ സമീപിക്കുന്തോറും ഞങ്ങളുടെ ഹൃദയം ശക്തിയായി മിടിച്ചുകൊണ്ടിരുന്നു. പൂന്തോട്ടത്തിനടുത്തെത്തിയപ്പോൾ വാഴുന്നവരെ തൊട്ടുരുമ്മി നിന്നിരുന്ന വെളുത്ത നിറമുള്ള, മാറുമറച്ചിട്ടില്ലാത്ത കന്യകമാർ വിരൽ കടിച്ചുകൊണ്ട് അകത്തളങ്ങളിലേക്കു മറഞ്ഞു. വാഴുന്നവർ ഞങ്ങളെ മനസ്സിലാവാത്ത ഭാവത്തിൽ നോക്കി. ഒരുപക്ഷേ, കിഴക്കൻ ഗ്രാമത്തിലെ രത്നം വിളയുന്ന പാറയിടുക്കുകളിൽ എറിയപ്പെട്ട ഞങ്ങൾ അദ്ദേഹത്തിന്റെ ഓർമ്മയിൽനിന്ന് നീക്കം ചെയ്യപ്പെട്ടിരിക്കാം.

കറുത്ത നിറമുള്ളവരായിരുന്നു ഞങ്ങളെന്നതുകൊണ്ട് വാഴുന്നവരുടെ മുഖത്ത് അസഹ്യത നിഴലിച്ചുകണ്ടു. അയാൾ ചോദിച്ചു:

"ആരാണ് നിങ്ങളെ കടത്തിവിട്ടത്?"

"കാവല്ക്കാരൻ."

"എന്താ വേണ്ടത്?"

ഞങ്ങൾ ചിരിച്ചു. ഹൃദ്യമായി. എന്നിട്ട് വിനയം നടിച്ചുകൊണ്ടു പറഞ്ഞു:

"അങ്ങയുടെ ദൗത്യവുമായി കിഴക്കും തെക്കും വടക്കും ഉള്ള ഗ്രാമങ്ങളിൽ അലഞ്ഞവരാണ് ഞങ്ങൾ... യജ്ഞശാലയിൽനിന്ന് പുറപ്പെട്ടവർ...."

വാഴുന്നവർ ഒന്നു വിറച്ചു. പിന്നീട് ഒരു ശിലയായി ഞങ്ങളുടെ കണ്ണുകളുടെ ആഴങ്ങളിലേക്ക് തുറിച്ചുനോക്കി. പക്ഷേ, കേവലം ഒരു നിമിഷത്തിനുള്ളിൽ വാഴുന്നവരുടെ മുഖം ചിരിച്ചു. അവിടെനിന്ന് സ്നേഹം ഒരുറവയായി പൊട്ടിയൊഴുകി....

"നിങ്ങളോ? അത്ഭുതകരമായിരിക്കുന്നു. അപ്പോൾ കിഴക്കൻ ഗ്രാമത്തിൽ വെച്ച് നിങ്ങൾക്ക് അപകട മരണം സംഭവിച്ചുവെന്ന് അവർ പറഞ്ഞത് അസത്യമായിരുന്നു. അല്ലേ?"

"ആര്'?"

"യജ്ഞശാലയിൽനിന്നു വരുന്നുവെന്നാണ് അവർ പറഞ്ഞത്. അതറിഞ്ഞപ്പോൾ സത്യത്തിൽ ഞാൻ ഞെട്ടിപ്പോയി. ഏതായാലും അപകടം കൂടാതെ കാത്തുസൂക്ഷിച്ചതിന് ഈശ്വരന് നന്ദി. പോയ കാര്യങ്ങൾ?"

"അങ്ങയുടെ മഹത്തായ ലക്ഷ്യത്തിന് കിഴക്കും തെക്കുമുള്ള ഗ്രാമങ്ങളിൽനിന്ന് പിന്തുണയും സഹകരണവും നേടിക്കൊണ്ടാണ് ഞങ്ങൾ മടങ്ങിയെത്തിയിരിക്കുന്നത്."

"സത്യമോ?" – വാഴുന്നവരുടെ ചോദ്യം ഉൽക്കണ്ഠയും അവിശ്വസനീയതയും കലർന്നതായിരുന്നു. അയാൾ തുടർന്നു ചോദിച്ചു:

"കിഴക്കുനിന്ന് നമ്മുടെ കോട്ടയിലേക്ക് രത്നം ഒഴുകുമെന്നാണോ നിങ്ങൾ പറയുന്നത്?"

ഞങ്ങൾ തലകുലുക്കി. കിഴക്കൻ ഗ്രാമവും തെക്കൻ ഗ്രാമവും നഗരവല്ക്കരണത്തിൽ എന്തെല്ലാം സഹായം ചെയ്യുമെന്ന് വിശദമായി വാഴുന്നവരോടു പറഞ്ഞു. അയാൾ സ്വയം മറക്കുകയായിരുന്നു. അകത്ത് ഒളിഞ്ഞുനിന്നിരുന്ന കന്യകമാരെ അയാൾ പുറത്തേക്കു വിളിച്ചു. അവർ താലങ്ങളിൽ സിന്ദൂരവും പൂക്കളുമായി വന്ന് ഞങ്ങൾക്കു മുൻപിൽ മുട്ടുകുത്തി നിന്നു. അവർ ഞങ്ങൾക്ക് വിജയക്കുറി ചാർത്തി ഞങ്ങളുടെ തലയിൽ പൂക്കൾ വിതറി.

വാഴുന്നവരുടെ ഇളക്കം ഞങ്ങളിൽ ചിരിയുണർത്തി. ചിരിയടക്കി കാര്യഗൗരവത്തോടെ ഞങ്ങൾ പറഞ്ഞു:

"പക്ഷേ, വടക്കൻ ഗ്രാമം ഞങ്ങളെ തീർത്തും നിരാശപ്പെടുത്തിക്കളഞ്ഞു...."

"എന്തു പറ്റി? അവർ നമ്മുടെ പ്രസ്ഥാനത്തെ എതിർത്തുവോ?" വാഴുന്നവർ ഉദ്വേഗത്തോടെ ചോദിച്ചു.

"നാവു ചലിപ്പിക്കാനാവാത്ത വിധം അവരെ ആരോ നിശ്ശബ്ദരാക്കിയെന്നുമാത്രം അവർ ഞങ്ങളെ അറിയിച്ചു. ആരാണെന്നു പറയുവാൻ അവർക്കു ഭയമുണ്ടെന്നു തോന്നിച്ചു...."

വാഴുന്നവർ സമനില കൈവിടാതെ കേൾക്കുകയായിരുന്നു. ഞങ്ങൾ തുടർന്നു:

"പക്ഷേ, അവർ പ്രതികാരം ചെയ്യാതെ അടങ്ങില്ലെന്ന് പ്രതിജ്ഞ ചെയ്തിരിക്കയാണത്രെ. അവരുടെ ശത്രുവിനെ നിഗ്രഹിക്കുവാൻ ഞങ്ങൾ സഹായിക്കാമെന്നു പറഞ്ഞപ്പോൾ അവരുടെ കൈകൾ കൊണ്ടു തന്നെ അതു നടത്തിയാലേ അവർക്ക് സമാധാനമാകൂ എന്നറിയിച്ചു."

"അതിനുതക്ക ശേഷി അവർക്കുണ്ടോ?"

"ശ്വാസം അകത്തേക്കു വലിച്ചെടുക്കുവാൻ കൂടി അവരെക്കൊണ്ടാവില്ല. ചിറകു നഷ്ടപ്പെട്ട പറവയെപ്പോലെ നിലത്തു വീണിഴഞ്ഞ് അവർ ജീവിതം തള്ളിനീക്കുകയാണ്. പക്ഷേ, ശത്രുവിനെ നിഗ്രഹിക്കു

വാനുള്ള അവരുടെ പ്രതിജ്ഞാബദ്ധതയും, അത് ആവർത്തിക്കുമ്പോൾ വീണ്ടെടുക്കുന്ന കരുത്തും അവിശ്വസനീയമായിരുന്നു..."

"ആരാണവരുടെ ശത്രു?"

"ആദ്യം ഞങ്ങൾക്ക് മനസ്സിലായിരുന്നില്ല. പക്ഷേ, ഞങ്ങൾ കോട്ടയിൽ നിന്നെത്തിയവരാണെന്നറിഞ്ഞപ്പോൾ ഞങ്ങളുടെ അധിപനിലേക്കാണ് അവരുടെ പ്രതികാരം ജ്വലിക്കുന്നതെന്ന് അവർ പറഞ്ഞു."

നിഗ്രഹശക്തിയുള്ള ശത്രുവിന്റെ മുൻപിൽ അടിപതറി വീഴുന്ന ഒരുവനെപ്പോലെ വാഴുന്നവർ പതിക്കുകയായിരുന്നു. അയാൾ കിതയ്ക്കുകയും വിറയ്ക്കുകയും ചെയ്തു. അയാൾ തളർന്നു വീഴുവാൻ പോവുകയാണെന്നു വ്യക്തമായപ്പോൾ ഞങ്ങൾ പറഞ്ഞു:

"വടക്കൻ ഗ്രാമത്തിൽനിന്ന് ഞങ്ങൾ മടക്കയാത്ര ആരംഭിച്ചപ്പോൾ ഗ്രാമമൊന്നാകെ ഞങ്ങളെ പിന്തുടർന്നു!"

"അവരെവിടെ?" പതർച്ചയോടെ വാഴുന്നവർ ചോദിച്ചു.

ഞങ്ങൾ കോട്ടവാതില്ക്കലേക്ക് കൈ ചൂണ്ടി. അപ്പോൾ കോട്ടവാതിലിന് വെളിയിൽ അട്ടഹാസമുയർന്നു. കന്യകമാർ താലങ്ങൾ വലിച്ചെറിഞ്ഞ് നിലവിളിച്ചുകൊണ്ട് അകത്തളങ്ങളിലേക്ക് പാഞ്ഞു. വാഴുന്നവർ രക്ഷപ്പെടാൻ ശ്രമിച്ചുവെങ്കിലും കാലുകൾ ഇടറി പരാജിതനെപ്പോലെ നിലംപതിച്ചു. അവിടെ കിടന്ന് ഉച്ചത്തിൽ അലറിക്കൊണ്ട് എഴുന്നേല്ക്കുവാൻ വാഴുന്നവർ വിഫലശ്രമം നടത്തുമ്പോൾ കറുത്ത് മെല്ലിച്ച വാരിയെല്ലുകൾ പൊന്തിനില്ക്കുന്ന മനുഷ്യർ കോട്ടവാതിലിലൂടെ അകത്തേക്ക് കടക്കുവാൻ ശ്രമിക്കുകയായിരുന്നു. വീഥികളിൽ തിരുനാൾ മഹോത്സവത്തിന്റെ കൊട്ടും കുരവയും ആർപ്പുവിളിയും ഉച്ചത്തിലെത്തി. അപ്പോൾ അടിത്തറയിളകി, താഴികക്കുടത്തിലേക്ക് വലിച്ചുകെട്ടിയിരുന്ന സ്വർണ്ണ അലുക്കിട്ട നാട മുറിഞ്ഞുവീണു. വാഴുന്നവരെ വടക്കൻ ഗ്രാമത്തിൽനിന്നുള്ള കറുത്ത അട്ടകൾ പൊതിഞ്ഞ്, അയാളുടെ ഞരമ്പുകളിൽ കടിച്ചു തൂങ്ങിയപ്പോൾ നാവ് ബന്ധിതരായവരെപ്പോലെ ഞങ്ങൾ നിശ്ശബ്ദരായി നില്ക്കുകയായിരുന്നു.

പിന്നീട് ഇടിഞ്ഞു വീണുകിടക്കുന്ന, കോട്ട വാതിലിന്റെ അവശിഷ്ടങ്ങളിൽനിന്ന് ഞങ്ങളുടെ ചിരകാലസ്വപ്നമായ നഗരത്തിന്റെ പണിക്കു വേണ്ട മൂലക്കല്ല് ഞങ്ങൾ തെരഞ്ഞെടുത്തു.

മുക്തിയുടെ തീരം

ഒന്ന്

തുളസിത്തളിരിനുള്ളിൽനിന്ന് ചന്ദനം നെറ്റിയിലണിഞ്ഞ് ഒതുക്കുകൾ ചവുട്ടിക്കയറി വിശാലമായ ആകാശം മുഴുവൻ കാണാവുന്ന കല്പ്പടവിൽ ഇരുന്നപ്പോൾ ആശ്വാസം മനസ്സിനുള്ളിലേക്ക് വലിച്ചിഴച്ചുകൊണ്ടുവരാൻ വെമ്പലെടുക്കുകയായിരുന്നു അവൾ.

തണുത്ത ശ്വാസത്തിനായി, നനുത്ത കുളിരിനായി ദാഹിക്കുന്ന... ദാഹിച്ചുകൊണ്ടേയിരിക്കുന്ന ഹൃദയത്തിലേക്ക് കടന്നുചെല്ലാൻ അറച്ചുനില്ക്കുന്ന സമാധാനത്തെ അവൾ ആഗ്രഹത്തോടെ നോക്കി.

അതങ്ങകലെയാണ്...

തീരങ്ങളെ തേടിയൊഴുകുന്ന മേഘശകലങ്ങളിൽ... കറുത്ത മേഘങ്ങളിൽ...

തീരങ്ങളിൽ മുക്തി തേടിയുള്ള ആ ഒഴുക്കിൽ... മേഘങ്ങളുടെ പ്രയാണത്തിൽ അവൾക്ക് വേദന തോന്നി. ശക്തിയായ ഒഴുക്കാണ്...

കാണാവുന്ന ചക്രവാളത്തിന്റെ തുടക്കത്തിൽനിന്ന് മറുവശത്തേക്ക്...

അവിടെ തീരങ്ങളാണ്. ആശ്വാസത്തിന്റെ, സന്തോഷത്തിന്റെ, സമാധാനത്തിന്റെ തീരങ്ങൾ, തനിക്ക് നിഷേധിക്കപ്പെട്ടിരിക്കുന്ന മോഹങ്ങളുടെ തീരങ്ങൾ...

താൻ ഏകയാണ്.

താൻ വേദനയുടെ സന്താനമാണ്.

ആശ്വാസത്തിന്റെ തീരം എവിടെ? അജ്ഞാതമായ മുക്തിയുടെ തീരങ്ങളിലേക്ക് ഒഴുകിച്ചെന്ന് എല്ലാം അവസാനിപ്പിക്കാനെങ്കിലും കഴിഞ്ഞിരുന്നെങ്കിൽ!

വിധിക്കപ്പെട്ടിട്ടില്ലാത്ത ഒരു ജീവിതത്തിന്റെ അവസാനം അങ്ങനെയാവുന്നതാണ് നല്ലത്. മോഹങ്ങൾ തന്റെ മനസ്സിന്റെ ശത്രുക്കളാവാൻ കാരണമെന്തെന്നറിഞ്ഞുകൂടാ.

തന്റെ മനസ്സിന്റെ ഛേദമുഖത്ത് മോഹങ്ങളുടെ രക്തത്തുള്ളികളില്ല... സ്വപ്നങ്ങളുടെ ശ്വേതകണങ്ങളുമില്ല... മനസ്സിനുള്ളിൽ കൊടുങ്കാറ്റു മാത്രമാണ്. എല്ലാറ്റിനേയും അവസാനിപ്പിക്കാൻ കഴിവുള്ള കൊടുങ്കാറ്റ്. പക്ഷേ, മനസ്സിന്റെ ഒരു ഞരമ്പെങ്കിലും വലിച്ചു പൊട്ടിക്കാൻ അതിന് കഴിയുന്നില്ലെന്നോർത്തപ്പോൾ പ്രകൃതിയോട്, പ്രകൃതിയുടെ ശില്പിയോട് ഒക്കെ പുച്ഛം തോന്നി...

എങ്ങനൊക്കെ ആയിരുന്നെങ്കിലും താൻ വളർന്നു യുവതിയായി... യൗവനത്തിന്റെ മോഹങ്ങളെ മനസ്സിനുള്ളിൽവെച്ച് മെതിച്ചരച്ച് ശരീരത്തിന്റെ വളർച്ച ദർപ്പണത്തിൽകൂടി കണ്ട് ഇഴഞ്ഞിഴഞ്ഞ് നീങ്ങിയ ജീവിതത്തിന്റെ കടന്നുപോയ വീഥിയുടെ ഓരങ്ങളിലേക്ക് നോക്കുമ്പോൾ...

എന്തേ തനിക്ക് നേരത്തെ എല്ലാം അവസാനിപ്പിക്കാൻ കഴിഞ്ഞില്ല...?

ജീവിതത്തിന്റെ നല്ലകാലം ഒരു സംഭവത്തോടുകൂടി അവസാനിച്ചതാണ്. എല്ലാത്തിന്റെയും അവസാനം അന്നായിരുന്നു.

അച്ഛന്റെ മരണം....!

പ്രതാപിയായിരുന്ന അച്ഛന്റെ മരണം തന്റെ സ്വപ്നങ്ങളുടെ അവസാനമായിരുന്നു.

പ്രിയപ്പെട്ട അച്ഛൻ! ഇന്ന് അവ്യക്തമായി അച്ഛന്റെ വിവിധ മുഖങ്ങൾ, ഭാവങ്ങൾ ഓർക്കാൻ കഴിയുന്നുണ്ട്.

വിവാഹം കഴിഞ്ഞ്, കുഞ്ഞമ്മയുടെ കൈ പിടിച്ചുകൊണ്ട് വീടിന്റെ പടി കടന്നുവന്ന അച്ഛന് അപ്പോഴും തന്നോട് സ്നേഹമായിരുന്നു.

മുഖം വെട്ടിത്തിരിച്ച് അകത്തേക്ക് കയറിപ്പോയ ചേച്ചിയുടെ ഭാവം കണ്ട് തരിച്ചുപോയ അച്ഛനെ വെറുക്കാൻ ഒരിക്കലും തനിക്ക് കഴിഞ്ഞില്ല.

അച്ഛനു പറ്റിയ ഏക ദൗർബല്യമായിരുന്നു അതെന്ന് താനിപ്പോഴും വിശ്വസിക്കുന്നു. ജീവിതത്തിൽ ഒരബദ്ധവും പിണഞ്ഞിട്ടില്ലാത്ത അച്ഛന് സംഭവിച്ച ഒരേ ഒരു പിഴവ്.

കുഞ്ഞമ്മയുടെ മുഖം...!

സുന്ദരമായിരുന്നു. വെളുത്ത് വണ്ണം കുറഞ്ഞ് സുന്ദരിയായ കുഞ്ഞമ്മയുടെ മുഖമായിരുന്നു അച്ഛന്റെ പതനത്തിന്റെ തുടക്കം. അവരുടെ ചിരി എല്ലാറ്റിലും മനോഹരമായിരുന്നു.

അമ്മയുടെ ചിത എരിഞ്ഞടങ്ങുന്നത് അവ്യക്തമായിട്ടാണെങ്കിലും ഇപ്പോഴും ഓർക്കുന്നുണ്ട്. അന്ന് തനിക്ക് അഞ്ചുവയസ്സായിരുന്നു. അമ്മ മരിച്ച അന്നുരാത്രിയിൽ തന്റെ കിടക്കയ്ക്കരികിൽ നിറഞ്ഞ കണ്ണുകളോടെ അച്ഛൻ വന്നിരുന്നതും ഓർക്കുന്നുണ്ട്.

തന്നെ കെട്ടിപ്പിടിച്ചുമ്മവെച്ചുകൊണ്ട് അച്ഛൻ പറഞ്ഞതും ഓർക്കുന്നു....

"നമ്മൾക്കാരുമില്ല... ആരുമില്ല കുട്ടീ...." അമ്മയുടെ ചിത്രത്തിനു മുൻപിൽ നിമിഷങ്ങളോളംനിന്ന് വേദന കടിച്ചിറക്കുന്ന അച്ഛന്റെ മുഖം തനിക്ക് വ്യക്തമാണ്.

ഉടുപ്പണിയിച്ച്, മുടി ചീകിത്തന്ന്, പൊട്ടു തൊടുവിച്ച് ഒടുവിൽ ഉമ്മയും

തന്ന് കാറിന്റെ മുൻസീറ്റിൽ കൂടെയിരുത്തി സ്കൂളിൽ കൊണ്ടുവിടുന്ന അച്ഛനോട് ചേച്ചിക്കും അന്ന് സ്നേഹമായിരുന്നു.

തന്റെ ബാല്യവും കൗമാരവും അമ്മയില്ലാതിരുന്നിട്ടു കൂടി സംതൃപ്തി നിറഞ്ഞതായിരുന്നു. അമ്മയിൽനിന്ന് കിട്ടേണ്ട വാത്സല്യം മുഴുവൻ അച്ഛനിൽനിന്ന് തനിക്ക് ലഭിച്ചിട്ടുണ്ട്.

എസ്റ്റേറ്റു കാര്യം നോക്കുന്നതിനിടയിലും തന്റെയും ചേച്ചിയുടെയും കൂടെ എത്രയോ നേരം കഴിച്ചുകൂട്ടുമായിരുന്നു അച്ഛൻ.

തമാശകൾ... പിക്നിക്കുകൾ... സിനിമകൾ... സർക്കസ് കൂടാരത്തിനുള്ളിലെ അത്ഭുതകരമായ കാഴ്ചകൾ കാണാൻ... എല്ലാറ്റിനും അച്ഛൻ കൂടെയുണ്ടായിരുന്നു.

എല്ലാം ഒന്നോടെ അവസാനിച്ചത് തന്റെ യൗവനാരംഭത്തിലായിരുന്നു.

അച്ഛൻ എങ്ങനെയാണ് കുഞ്ഞമ്മയുമായി പരിചയപ്പെട്ടതെന്നറിഞ്ഞുകൂടാ. അവർ വലിയ പാട്ടുകാരിയാണെന്ന് കുഞ്ഞമ്മാവൻ പറഞ്ഞറിഞ്ഞിട്ടുണ്ട്. ഗോപിയും അവരുടെ പാട്ടു കേട്ടിട്ടുണ്ടത്രെ.

മേലുകാവിലെ ഉത്സവത്തിന് അവരുടെ കച്ചേരിയുണ്ടായിരുന്നു. മേലുകാവിലെ ദേവീപൂജയ്ക്ക് ദൂരെ സ്ഥലങ്ങളിൽനിന്നുപോലും ആളുകൾ വരുമായിരുന്നു.

ഉഗ്രപ്രതിഷ്ഠയാണ് ദേവി. കോപാകുലയാണ്. കുന്നത്തെ ഗോപാലൻ നായർ, കാരണവരുമായി വഴക്കടിച്ച് ഒരുകൊല്ലം ഉത്സവം മുടക്കിയതിനെത്തുടർന്നാണത്രെ വസൂരി പടർന്നു പിടിച്ചത്... ധാരാളം ആളുകൾ മരിച്ചത്രെ. ഗോപാലൻ നായരുടെ മുഖത്തെ വസൂരിക്കലകൾ ഇപ്പോഴും ഉണ്ട്. ഗോപാലൻ നായരെ കൊല്ലാഞ്ഞത് ദേവിയുടെ പ്രതികാരത്തിന്റെ ഉഗ്രതയെ കാണിക്കാനാണെന്നാണ് കുഞ്ഞമ്മാവൻ പറയുന്നത്.

ദേവീപൂജ പിന്നീട് ഒരുകൊല്ലവും മുടങ്ങിയിട്ടില്ല. ഗോപാലൻനായർ തന്നെ മുൻകൈയെടുത്താണ് ഉത്സവങ്ങൾ നടത്തിയിട്ടുള്ളത്. എല്ലാ വർഷവും ഗംഭീര പരിപാടികളാണ്.

അച്ഛൻ ക്ഷേത്രസമിതിയുടെ അദ്ധ്യക്ഷനായിരുന്നു. ഒരു കൊല്ലം ദേവീക്ഷേത്രത്തിൽ കുഞ്ഞമ്മയുടെ കച്ചേരിയുണ്ടായിരുന്നത്രെ.

മുറുക്കി ചുവപ്പിച്ച ചുണ്ടുകളുള്ള കുഞ്ഞമ്മയുടെ കച്ചേരി ഒന്നു കേൾക്കേണ്ടതായിരുന്നുവെന്ന് കുഞ്ഞമ്മാവൻ പറഞ്ഞപ്പോൾ പെങ്ങളുടെ സ്ഥാനത്ത് അവർ ഇവിടെ എത്തുമെന്ന് വിചാരിച്ചിരിക്കുകയില്ല.

അന്നാണ് അച്ഛൻ കുഞ്ഞമ്മയുമായി പരിചയപ്പെട്ടതെന്ന് കുഞ്ഞമ്മാവൻ തീർത്തു പറയുന്നു.

ഒരിക്കൽ അച്ഛൻ അവരെയുംകൊണ്ട് വീട്ടിൽവന്നു. മോടിയുള്ള വേഷധാരണം. നീണ്ട മുടിച്ചുരുളിൽ മുല്ലപ്പൂക്കളുടെ ഭാരം. അവരുടെ ചുവന്ന ചുണ്ടുകളിൽ ഗാംഭീര്യത്തിന്റെ നിഴലാട്ടം.

വലതുകാൽ വെച്ച് അച്ഛന്റെ കൈ പിടിച്ചുകൊണ്ട് വീട്ടിലേക്കു കയറിവന്ന കുഞ്ഞമ്മയെ കണ്ടപ്പോൾ താൻ അത്ഭുതത്തോടെ നോക്കിനിന്നുപോയി.

ചേച്ചി തല വെട്ടിത്തിരിച്ച്, അകത്തേക്കു പോയപ്പോൾ തനിക്ക് ചേച്ചിയോട് അരിശം തോന്നി. പക്ഷേ, അവർ തന്നെ കണ്ടിട്ട് ഒന്ന് ചിരിച്ചതു പോലുമില്ല. ഒരു നിസ്സംഗഭാവം.

താൻ ചിരിച്ചു. അപ്പോൾ അച്ഛൻ പറഞ്ഞു. -- "പാർവ്വതിയാണ്. അകത്തേക്ക് പോയത് സീത."

അന്ന് താനൊരു കാര്യം മനസ്സിലാക്കിയില്ലെന്ന് ഇപ്പോൾ വ്യക്തമാകുന്നു... പതിനാറു വയസ്സുണ്ടായിരുന്ന തനിക്ക് ചേച്ചിയെപ്പോലെ എല്ലാം അറിയാമായിരുന്നില്ല. അച്ഛന്റെ വാത്സല്യം കാരണം താനന്നും കുട്ടി മാത്രമായിരുന്നു. യൗവനത്തിന്റെ കാർക്കശ്യത നിറഞ്ഞ ഹൃദയം തനിക്കജ്ഞാതമായിരുന്നു. അച്ഛന്റെ കിടക്കറയിലെ കൂട്ടുകാരിയായിട്ടാണവർ വന്നതെന്നും താനാലോചിച്ചില്ല.

എല്ലാം അറിഞ്ഞപ്പോഴും തനിക്കവരെ വെറുക്കാൻ കഴിഞ്ഞില്ല. അവരുടെ സൗന്ദര്യം അവരെ ആരാധിക്കാൻ തന്നെ നിർബ്ബന്ധിച്ചു.

അച്ഛന്റെ വിവാഹത്തിനുശേഷം രണ്ടുമാസം കഴിഞ്ഞപ്പോഴാണ് ചേച്ചിയുടെ വിവാഹം നടന്നത്. ചേച്ചി വിവാഹിതയായപ്പോൾ തനിക്ക് സന്തോഷമായിരുന്നു. അത്രയ്ക്ക് സൗന്ദര്യമില്ലാത്ത ചേച്ചിക്ക് തന്നോടും കുഞ്ഞമ്മയോടും അസൂയയായിരുന്നു.

ചേച്ചിയുടെ ഭർത്താവ് സുമുഖനാണ്. പുരുഷത്വമുള്ള മുഖം... വളരെ കഴിഞ്ഞാണ് പുരുഷത്വത്തിന്റെ ലക്ഷണം തനിക്കു മനസ്സിലായത്. ചേച്ചിയുടെ വിവാഹത്തിനുശേഷം--- അച്ഛന്റെ എസ്റ്റേറ്റുകാര്യങ്ങൾ നോക്കാൻ ചേച്ചിയുടെ ഭർത്താവ് തയ്യാറായിരുന്നതുകൊണ്ടാണ് ആ വിവാഹം നടന്നത്. ചേച്ചിയെ വിവാഹം ചെയ്യുന്ന ആളിനെ എല്ലാ ചുമതലകളും ഏല്പിച്ച് സ്വസ്ഥനായി കഴിയാനാണ് അച്ഛൻ ഇഷ്ടപ്പെട്ടത്. അതിനു തയ്യാറുള്ള ആരെയെങ്കിലുംകൊണ്ടേ ചേച്ചിയെ കല്യാണം കഴിപ്പിക്കുമായിരുന്നുള്ളു.

ചേട്ടൻ തയ്യാറായിവന്നു. കാര്യപ്രാപ്തിയുള്ളവനാണ്. അച്ഛനേക്കാൾ ഭംഗിയായി എസ്റ്റേറ്റുഭരണം നടത്താൻ ചേട്ടനു കഴിഞ്ഞു. ചേട്ടന്റെ കഴിവിൽ അച്ഛൻ സന്തുഷ്ടനായിരുന്നു.

കൂറ്റൻ രണ്ടുനിലക്കെട്ടിടത്തിന്റെ മുകളിലത്തെ നിലയിൽ ചേച്ചിയുടെ മണിയറ ഒരുക്കപ്പെട്ട ദിവസം മനസ്സ് എന്തൊക്കെയോ ഗ്രഹിക്കുവാൻ ശ്രമിക്കുകയായിരുന്നു. തന്റെ മുറിയിലെ ചേച്ചിയുടെ ശൂന്യമായ കട്ടിൽ കണ്ടപ്പോൾ അസ്വസ്ഥത തന്നിലേക്ക് പടർന്നുകയറി. ചേച്ചിയുടെ ഭാഗ്യത്തിൽ സന്തോഷിച്ചു.

അകലെ മുക്തി തേടിയൊഴുകുന്ന മേഘങ്ങളുടെ ഇടയിൽ.... അച്ഛന്റെ, കുഞ്ഞമ്മയുടെ, ചേച്ചിയുടെ, ചേട്ടന്റെ.... കുഞ്ഞമ്മാവന്റെ.... ഗോപിയുടെ ഒക്കെ മുഖങ്ങൾ മിന്നിമറയുന്നു. എല്ലാവരും മുക്തിയുടെ തീരങ്ങൾ തേടി പരക്കം പായുകയാണോ?

അച്ഛന്റെ മരണശേഷം....

കുഞ്ഞമ്മ, ചേച്ചി, ചേട്ടൻ എന്നിവരുടെ ഇടയിൽ തന്റെ ജീവിതം,

സന്തോഷം, സമാധാനം എല്ലാം ഞെരിഞ്ഞുടയുന്നത് കണ്ടപ്പോൾ ഒരു പലായനത്തിനുവേണ്ടി കൊതിക്കുകയായിരുന്നു.

ഒരു വർഷത്തിനുള്ളിൽ എന്തെല്ലാം സംഭവിച്ചു. സംഭവങ്ങളുടെ ആവർത്തനങ്ങൾ!

എല്ലാം എല്ലാം ഭ്രാന്തുപോലെ തോന്നി... ഓടി... ആവുന്ന ശക്തിയോടെ തന്റെ ഏകാന്തപ്രയാണം ആരംഭിച്ചു. ഒരു യുഗംകൊണ്ട് ലഭിച്ചേക്കാവുന്ന അനുഭവസമ്പത്ത് ഒരു വർഷംകൊണ്ട് തനിക്കു ലഭിച്ചിരിക്കുന്നു. ഒരപൂർവ്വജീവിയാണു താൻ... കൂട്ടിനുള്ളിൽ ഒളിച്ചിരുന്നു ലോകത്തെ നോക്കി ഭയന്നുവിറയ്ക്കുന്ന ഒരു കുരികിൽ പറവയുടെ ജന്മം!

മനസ്സിനൊപ്പം ബുദ്ധിയും പതറുന്നതുപോലെ തോന്നി. ഒടുവിൽ, ശാന്തിക്കുവേണ്ടിയുള്ള ദുസ്സഹമായ വേദനയോടെ കൽപ്പടവുകൾക്കു മുകളിൽ ഈ കൽത്തൂണിൽ താനിരിക്കുന്നു.

പായുന്ന മേഘങ്ങളെ നോക്കി കണ്ണീരൊഴുക്കുന്നു... തുളസിത്തളിരിനുള്ളിൽനിന്ന് വീണ്ടും അല്പം ചന്ദനം എടുത്തു തേച്ചു. സുഖകരമായ കുളിർമ്മ.

"പാർവ്വതീ".... നീണ്ട വിളി കേട്ടു. പടിക്കെട്ടുകൾക്കു താഴെ അശ്വതി.

"നീ എന്തു ചെയ്യുന്നു?"

"ചുമ്മാതെ...."

അശ്വതി പടിക്കെട്ടുകൾ കയറി വന്നു, അവളുടെ മുഖത്ത് ഒരു പ്രത്യേകത. ചിരിക്കുടുക്കയുടെ മുഖമല്ല, അസാധാരണമായ ഒരു ഗൗരവം.

"നിനക്ക് വിസിറ്ററുണ്ട്."

"ആര്?"

"ചേട്ടൻ."

ചേട്ടൻ! ഒരു നിമിഷം തർക്കിച്ചുനിന്നു. അതു കണ്ടിട്ടാവണം അശ്വതി പറഞ്ഞു:-

"അതെ ചേട്ടൻതന്നെ..."

"എന്തിനു വന്നു?"

"ഞാൻ ചോദിച്ചില്ല..."

"കാണാൻ പറ്റില്ലെന്നു പറയൂ...."

അശ്വതി ഗൗരവത്തോടെ പറഞ്ഞു-- "നീ എന്താണീ പറയുന്നത്. അയാൾ നിന്റെ ചേച്ചിയുടെ ഭർത്താവല്ലേ... ചെന്നു സംസാരിക്കൂ..."

കോപമാണ് വന്നത്. അവൾക്കെല്ലാം അറിയാം എന്നിട്ടും പറയുന്നത്.

"എല്ലാം അറിഞ്ഞുകൊണ്ടുതന്നെയല്ലേ നീ പറയുന്നത്."

"അതെ. അയാൾ നിന്റെ ചേട്ടനാണ്, വീട്ടിൽനിന്ന് കാണാൻ വരുമ്പോൾ പറ്റില്ലെന്നു പറഞ്ഞാൽ മദർ എന്തു വിചാരിക്കും. നീ ചെന്ന് സംസാരിച്ചിട്ട് പറഞ്ഞുവിട്."

അശ്വതിയുടെ മുഖത്ത് ഒരു നിമിഷം നോക്കി.

"ചെല്ലൂ" അവൾ പറഞ്ഞു.

പാർവ്വതി ഒതുക്കുകളിറങ്ങി വിസിറ്റേഴ്സ്റൂമിലേക്ക് നടന്നു.

രണ്ട്

വിസിറ്റേഴ്സ് റൂമിന്റെ ജനാലയുടെ വിരിപ്പിനിടയിലൂടെ അവൾ ചേട്ടനെ കണ്ടു. അയാളുടെ മുഖത്ത് പതിവില്ലാത്ത ഗൗരവഭാവമുണ്ട്.

വേദനയോടെ ഓർത്തു. മാനസികമായ തന്റെ തകർച്ചയുടെ കാരണക്കാരനാണ് ഈ ഇരിക്കുന്നത്. ചേച്ചിയുടെ ഭർത്താവ്! ജീവിതങ്ങളെ പന്താടാൻ ഒരു മടിയുമില്ലാത്ത ഒരു മനുഷ്യൻ. അച്ഛന് പറ്റിയ രണ്ടാമത്തെ നോട്ടപ്പിഴവാണ് ഈ മനുഷ്യനെ ചേച്ചിയുടെ ഭർത്താവായി തെരഞ്ഞെടുത്തത്. അതു വളരെ കഴിഞ്ഞാണു തനിക്കു മനസ്സിലായതും. അച്ഛന്റെ മരണത്തിനുശേഷം വളരെ കഴിഞ്ഞ്....

ചേച്ചിയുടെ വേദന കണ്ടു തീരെ സഹിക്കാൻ വയ്യാഞ്ഞപ്പോഴാണ് ചോദിച്ചത്. ചേച്ചി അഭിമാനിയായിരുന്നു. ഒന്നും വിട്ടു പറഞ്ഞില്ല. എങ്കിലും മനോവ്യാപാരങ്ങളെക്കുറിച്ച് ഏറെ മനസ്സിലാക്കാൻ തുടങ്ങിയ തനിക്ക് എല്ലാം വ്യക്തമായിരുന്നു.

ചേച്ചി.... ചേച്ചിയുടെ കുട്ടി....!

ഒരിക്കൽ ചേച്ചിയെ വെറുത്ത തനിക്ക് ഇപ്പോൾ അവരോട് സഹതാപമാണ്. തന്റെ മുഖച്ഛായയുള്ള സുന്ദരിയല്ലാത്ത ചേച്ചി.

എസ്റ്റേറ്റിന്റെ മുഴുവൻ ചുമതലയും അച്ഛന്റെ മരണത്തിനുശേഷം ചേട്ടനായിരുന്നു. അച്ഛനേക്കാൾ പ്രവർത്തനശേഷി ചേട്ടനുണ്ടായിരുന്നു. ലാഭം അടിക്കടി വർദ്ധിച്ചു. ചേട്ടന്റെ പ്രവർത്തനമേഖല കൂടുതൽ വ്യാപിച്ചുവരികയായിരുന്നു. ഒരു വ്യവസായശൃംഖലതന്നെ കെട്ടിപ്പടുക്കാൻ ശ്രമിക്കുന്ന ചേട്ടന്റെ പേരിൽ ചേച്ചി അഭിമാനം കൊണ്ടു.

സീഫുഡ് എക്സ്പോർട്ട് കമ്പനിയിലൂടെ ചേട്ടൻ പ്രമുഖനായി. സുഹൃദ്വലയം ചേട്ടനെ പൊതിഞ്ഞു.

അപ്പോൾ....

അജ്ഞാതമനസ്സിനെ വിശകലനം ചെയ്യാൻ ശ്രമിച്ച് പരാജയമടഞ്ഞ തനിക്ക് മനസ്സിന്റെ ഗതിവിഗതികളുടെ പൊരുൾ മനസ്സിലാവാൻ തുടങ്ങി.

ചേച്ചി വീട്ടിൽ ഇല്ലാതിരുന്ന ഒരു സന്ധ്യയിൽ....,

സമ്പത്തിന്റെ വളർച്ചയനുസരിച്ച് ചേച്ചിയുടെ ആത്മാവും വളരുകയായിരുന്നു. ദേവീക്ഷേത്രത്തിലെ പൂജയെ കളിയാക്കിയിരുന്ന ചേച്ചിക്ക് ദേവീദർശനം കൂടാതെ കഴിച്ചുകൂട്ടുവാൻ വയ്യാത്ത നിലയായി. അമ്പലത്തിൽ, ദേവീദർശനത്തിനായി വിദേശനിർമ്മിതമായ കാറിൽ ചേച്ചി പോയിരുന്ന ഒരു സന്ധ്യയായിരുന്നു അത്---

കുഞ്ഞമ്മയെക്കുറിച്ച് വളരെയൊന്നും ചിന്തിക്കാത്ത കാലമായിരുന്നു. അച്ഛന്റെ മരണശേഷം ഒരേകാന്തപഥികയുടെ മട്ടായിരുന്നു അവർക്ക്. ചിരിക്കുക അസാധാരണമായിരുന്നു. ചുവന്ന ചുണ്ടുകൾ മുറുക്കി ചെമപ്പിച്ചു നടക്കുന്ന സ്വഭാവം മാത്രം മാറ്റിയില്ല.

മുപ്പതാമത്തെ വയസ്സിൽ വിധവയായിത്തീർന്ന അവരോട് തനിക്ക്

സഹതാപമാണുണ്ടായിരുന്നത്. ഒരളവുവരെ ബഹുമാനവും തോന്നിയിരുന്നു.

അച്ഛന്റെ അവസാനശ്വാസംവരെ അവർ അച്ഛനെ ശുശ്രൂഷിച്ചുകൊണ്ടിരുന്നു. രാത്രികളിൽ അച്ഛന്റെ ഓരോ ചലനവും അവർ ശ്രദ്ധിച്ചു. അച്ഛന്റെ മരണത്തിനു മുമ്പിൽ തന്നേക്കാൾ തകർന്നുപോയത് അവരാണെന്നു തോന്നി.

അവരുടെ ജീവിതം ഒരിക്കൽക്കൂടി തളിർക്കുമെന്ന് തോന്നിയതേയില്ല. ഇവിടെ അവരുടെ ജീവിതം അവസാനിക്കുന്നു. അമ്മയെ തനിക്ക് ഓർമ്മയില്ല. ഇവരെ, കുഞ്ഞമ്മയെ അമ്മയായി കാണാൻ ആത്മാർത്ഥമായി ആഗ്രഹിച്ചു. അച്ഛനെ ശുശ്രൂഷിച്ച്, ദൈവമായി കരുതിയ കുഞ്ഞമ്മ തന്റെ അമ്മയായിത്തീർന്നു. മനസ്സിൽ അവരെ ആരാധിച്ചു.

പക്ഷേ, ചേച്ചിക്ക് അവരോട് അരിശമായിരുന്നു. അവരുടെ മുൻപിലേക്ക് ചേച്ചി പോകാറേയില്ല. ചേച്ചിയുടെ കുട്ടിയെ അവരുടെ അടുത്തു പോകുന്നതിൽനിന്നും വിലക്കിയിരുന്നു.

പലപ്പോഴും ഓർത്തിട്ടുണ്ട്, ഈ കാരാഗൃഹത്തിൽ അവരെന്തിനു ജീവിക്കുന്നു? അവർക്കു സ്വാതന്ത്ര്യമുണ്ട്. പ്രസിദ്ധയായ ഒരു കലാകാരിയാണ്. എന്തുകൊണ്ട് അവർക്ക് സ്വതന്ത്രയായിക്കൂടാ...?

അച്ഛനെ ചുറ്റിപ്പറ്റിയുള്ള അവരുടെ മനസ്സ് ഇവിടെ തളയ്ക്കപ്പെട്ടിട്ടുണ്ടോ? ഏതു ചുഴീക്കുറ്റിയിലാണ് അവരുടെ ഹൃദയം കിടന്നു തിരിയുന്നതെന്നു മനസ്സിലാക്കാൻ എത്രയോ പ്രാവശ്യം ശ്രമിച്ചു... വഴുതിവഴുതി പോകുകയായിരുന്നു.

അവരുടെ മനസ്സ് തനിക്ക് അപ്രാപ്യമാണ്. എങ്കിലും അവരെ ബഹുമാനിച്ചു... സ്നേഹിച്ചു. ഒരിക്കൽ അവരോട് ചോദിക്കുകയും ചെയ്തു--

"കുഞ്ഞമ്മയ്ക്ക് ഇവിടുത്തെ ജീവിതം ഇഷ്ടപ്പെടുന്നുണ്ടോ?"

അവർ നിശ്ശബ്ദയായിരുന്നു.

"കുഞ്ഞമ്മ മറ്റൊന്നും വിചാരിക്കരുത്. ഇവിടം ഒരു കാരാഗൃഹമായി കുഞ്ഞമ്മയ്ക്ക് തോന്നുന്നില്ലേ..."

അവർ ഒന്നും പറഞ്ഞില്ല.

"സ്വതന്ത്രയാകാനുള്ള സ്വാതന്ത്ര്യം കുഞ്ഞമ്മയ്ക്ക് വേണ്ടുവോളമുണ്ടല്ലോ."

ഒരു നിമിഷം.

അവർ പൊട്ടിക്കരഞ്ഞു.

കാരണം പറഞ്ഞില്ലെങ്കിലും തനിക്ക് മനസ്സിലാവുന്നുണ്ടായിരുന്നു.

അവർ ഇവിടെ ബന്ധിക്കപ്പെട്ടിരിക്കുന്നു. അച്ഛനുമായി ഇപ്പോഴും അവർ സംസാരിക്കുന്നു. ചിതയിലെരിഞ്ഞവസാനിച്ച അച്ഛന്റെ ദേഹവുമായി അവർ ബന്ധപ്പെടുന്നു. അവർ അച്ഛന്റെ ദാസിയാണ്. അച്ഛന്റെ വിചാരധാരയുടെ നിലയ്ക്കാത്ത പ്രവാഹത്തിന്റെ ആരാധികയാണ്.

അച്ഛന്റെ ഗന്ധം ഇപ്പോഴും ഈ മാളികയുടെ ഭിത്തിക്കുള്ളിൽ തിങ്ങിനില്ക്കുന്നു. ആ ഗന്ധത്തിൽനിന്ന് ഓടിയകലാൻ അവർക്ക് കഴിവില്ല.

ദേവീക്ഷേത്രത്തിലെ കച്ചേരിക്കുശേഷം അവർ ശ്വസിച്ചത് അച്ഛന്റെ ഗന്ധമായിരുന്നു.

അവരോട് എന്തെന്നില്ലാത്ത ബഹുമാനമാണ് പിന്നീട് തോന്നിയത്. എല്ലാം അനുഭവിക്കേണ്ട... പ്രകൃതിയുടെ നിറങ്ങൾക്കുള്ളിലെ അർത്ഥം മനസ്സിലാക്കേണ്ട പ്രായമേ ഉണ്ടായിരുന്നുള്ളു അവർക്ക്. അവിടെവച്ചു നിങ്ങളെ തളർത്തിയ ആ വേർപാട് ദുസ്സഹമാണ്.

അച്ഛൻ മരിക്കേണ്ടിയിരുന്നില്ല....

തന്റെ ശാന്തിക്കുവേണ്ടിയല്ല--

നീറുന്ന ഹൃദയത്തോടെ അച്ഛന്റെ ഗന്ധത്തിനുള്ളിൽ മയങ്ങിക്കിടന്ന് നിലവിളിക്കുന്ന കുഞ്ഞമ്മയുടെ സമാധാനത്തിനുവേണ്ടി.

ചേച്ചി ദേവീദർശനത്തിനുപോയ ആ സന്ധ്യയിൽ വീടിന്റെ താഴത്തെ നിലയിലെ ഇരുളടഞ്ഞ ഇടനാഴിയിലൂടെ കുഞ്ഞമ്മയുടെ മുറിക്കു പുറത്തുകൂടി താൻ പോവുകയായിരുന്നു. കുഞ്ഞമ്മയെ കാണണമെന്നുണ്ടായിരുന്നു. സന്ധ്യയായതുകൊണ്ട് അവർ പ്രാർത്ഥിക്കുകയാവും. ഗുരുവായൂരപ്പന്റെ വിഗ്രഹത്തിനു തൊട്ടടുത്തായി അച്ഛന്റെ മാല ചാർത്തിയ ഫോട്ടോയും ഉണ്ട്. കുഞ്ഞമ്മയുടെ മുറി ബന്ധിച്ചിരുന്നു.

മുറി അടച്ച് അതിനുള്ളിൽ ഏകയായിരിക്കാൻ കുഞ്ഞമ്മ എപ്പോഴും ആഗ്രഹിച്ചിരുന്നു. ഇടനാഴിയിലൂടെ കടന്നുപോയപ്പോൾ മുറിക്കുള്ളിൽ നിന്ന് അടക്കിപ്പിടിച്ച ശബ്ദം കേട്ടു. കുഞ്ഞമ്മ പ്രാർത്ഥിക്കുകയാവും. ചന്ദനത്തിരിയുടെ സുഗന്ധം പുറത്തേക്കു ഒഴുകുന്നുണ്ടായിരുന്നു.

അല്പസമയം തനിക്കും പ്രാർത്ഥിച്ചാൽ കൊള്ളാമെന്നു തോന്നി. ഈയിടെയായി പ്രാർത്ഥന കുറവാണ്, അപേക്ഷിക്കാനൊന്നുമില്ലാത്തതു തന്നെ കാരണം. തന്റെ ജീവിതം പുറന്തോടില്ലാത്തതാണ്. അതുകൊണ്ട് പുറത്തേക്കൊഴുക്കാനായി ഒന്നുമില്ല... അകത്തേക്ക് സ്വീകരിക്കാനും ഒന്നുമില്ല... കൊടുക്കാനും എടുക്കാനും ഒന്നുമില്ലാത്തതുകൊണ്ട് ശൂന്യതയാണ്. ശൂന്യമായ ഒരാത്മാവിൽനിന്ന് അപേക്ഷയായി എന്ത് അർത്ഥിക്കാനാണ്?

ഒന്നുമില്ല....

എങ്കിലും ഇപ്പോൾ പ്രാർത്ഥിക്കണമെന്നു തോന്നുന്നു....

കുഞ്ഞമ്മയുടെ മുറിയുടെ വാതിൽ മുട്ടി വിളിച്ചു.

പെട്ടെന്ന് ശബ്ദം നിലച്ചു. നിശ്ശബ്ദത.

വീണ്ടും കതകിൽ മുട്ടി. കതക് തുറന്നില്ല. അകത്ത് പരിഭ്രമം നിറഞ്ഞ അടക്കിപ്പിടിച്ച ശബ്ദം. കുഞ്ഞമ്മ കതക് തുറക്കാത്തതെന്താണ്?

താക്കോൽപ്പഴുതിലൂടെ അകത്തേക്ക് നോക്കി. കുഞ്ഞമ്മ സാരിയുടുക്കുകയാണ്. പൂർണ്ണമായും മറച്ചിട്ടില്ലാത്ത മാറിടം തുറന്നുകിടക്കുന്നു. മുഖത്ത് പരിഭ്രമം.

കുഞ്ഞമ്മയുടെ കിടക്കയിൽ പരിഭ്രമിക്കുന്ന മുഖവുമായി ചേട്ടൻ. ചേച്ചിയുടെ ഭർത്താവ്!

തരിച്ചുനിന്നുപോയി. മനസ്സ് വിറങ്ങലിച്ച് മരവിക്കുകയാണെന്നു തോന്നി. പിന്നീടവിടെ നിന്നില്ല. വേഗത്തിൽ നടന്നുനീങ്ങി... ഹൃദയത്തിൽ

എന്തൊക്കെയോ ഇരുന്ന് വിങ്ങുന്നതുപോലെ. അപഗ്രഥിച്ച് സൂക്ഷ്മമായി മനസ്സിലാക്കിയ കുഞ്ഞമ്മയുടെ മനസ്സിന്റെ അറിയപ്പെടാത്ത കോണുകൾ തുറന്നുകണ്ടപ്പോൾ...

അച്ഛന്റെ മരണത്തിനുശേഷം കുഞ്ഞമ്മ ഇവിടം വിട്ടുപോകാത്തതിന്റെ കാരണം മനസ്സിലാകുകയായിരുന്നു.

ഇതെന്നു തുടങ്ങി?

ചേച്ചി അറിഞ്ഞിരിക്കുമോ? ദിവസവും അവർ ക്ഷേത്രത്തിൽ പോകുന്നത് ചേട്ടന്റെ ഉയർച്ചയ്ക്കുവേണ്ടി പ്രാർത്ഥിക്കാനോ അതോ സ്വന്തം മനസ്സിന്റെ സമാധാനത്തിനുവേണ്ടി അപേക്ഷിക്കാനോ?...

ഇവിടം ഒരു മരീചികയാണ്... മനസ്സിലാക്കാൻ ശ്രമിക്കുംതോറും അകന്നകന്നുപോകുന്നു. എല്ലാവരുടേയും മുഖത്ത് മുഖംമൂടികൾ... ആരും തുറന്ന്, ആത്മാർത്ഥമായി ഒന്നു ചിരിക്കുന്നുപോലുമില്ല-- വീട്ടിലെ വേലക്കാർപോലും. എല്ലാവരുടെയും ദൃഷ്ടികൾ കൂർപ്പിച്ചിരിക്കുന്നു. നോക്കുന്നതിലും സ്പർശിക്കുന്നതിലുമൊക്കെ സംശയത്തിന്റെ കണികകൾ...

എല്ലാവരും ഇവിടെ എങ്ങനെ ജീവിക്കുന്നു....? കുഞ്ഞമ്മയിലൊളിച്ചിരുന്ന രഹസ്യം മനസ്സിലാക്കിയ ആ സന്ധ്യയിൽ താൻ വീണ്ടും തകരുകയായിരുന്നു.

അച്ഛന്റെ മരണത്തിനുശേഷം ശക്തി വീണ്ടെടുത്ത ഹൃദയത്തിന്റെ തന്ത്രികൾ വലിഞ്ഞു പൊട്ടിത്തുടങ്ങി.

ഇവിടെ താൻ സുരക്ഷിതയല്ല... തന്റെ തീരം ഇവിടെയല്ല... ഈ മാളികയ്ക്കുള്ളിൽ ഇരുട്ടാണ്... രക്ഷപ്പെടണമെങ്കിൽ ഇവിടെ വരാനേ പാടില്ല.

അന്നു കുഞ്ഞമ്മയെ കണ്ടതേയില്ല. ചേട്ടൻ അതുകഴിഞ്ഞ് കാറിൽ എവിടെയോ പോകുന്നതു കണ്ടു. ഇരുട്ടു പരന്നുകഴിഞ്ഞപ്പോഴാണ് ചേച്ചി എത്തിയത്. മുറിയിലേക്കു കയറാൻ തുടങ്ങിയപ്പോൾ തന്നെ കണ്ടു. പ്രസാദം കൈയിൽ തന്നുകൊണ്ട് ചിരിക്കാൻ ശ്രമിച്ചു... വികൃതമായ ചിരി...

ചേച്ചിക്ക് എല്ലാം അറിയാം. തീർച്ചയാണ്. ചേച്ചിയുടെ മുഖത്ത് എന്നെന്നേക്കുമായി അസ്തമിച്ച പ്രസാദത്തിന്റെ ഓർമ്മകൾ മറക്കാൻ ശ്രമിച്ചുകൊണ്ട് ചേച്ചി തന്ന പ്രസാദം കണ്ണിൽ വച്ചു.

അവർ എരിഞ്ഞടങ്ങുകയാണ്. ദിവസംപ്രതി അവരുടെ മനസ്സിന്റെ ശക്തി നശിച്ചുകൊണ്ടിരിക്കുന്നു. അവരുടെ പേശികൾ വലിഞ്ഞുമുറുകി നില്ക്കുന്നു.... ഒരു നിമിഷം മതി അതു പൊട്ടിത്തകരാൻ....

ചേച്ചിക്ക് എതിർക്കാൻ അറിഞ്ഞുകൂടേ? കുഞ്ഞമ്മയേയുംകൊണ്ട് അച്ഛൻ വീട്ടിൽ വന്നപ്പോൾ ചേച്ചിയുടെ മുഖം കാണേണ്ടതായിരുന്നു. അന്നത്തെ ആ ഒരു ഭാവംപോലും കാണാനില്ല. അവർക്ക് സ്വാതന്ത്ര്യമില്ല. ഇവിടെ ആർക്കും സ്വാതന്ത്ര്യമില്ല. എല്ലാവരും തളയ്ക്കപ്പെട്ടിരിക്കുന്നു. സ്വയം നിർമ്മിച്ച ചങ്ങലകളാണെന്ന് താൻ പറയും.

എന്തുകൊണ്ട് തന്നെപ്പോലെ എല്ലാവർക്കും രക്ഷപ്പെട്ടുകൂടാ...

ചേട്ടൻ വീണ്ടും വന്നിരിക്കുന്നത് തന്നെ ചങ്ങലയിൽ ബന്ധിക്കുന്നതിനാണോ? സത്യത്തിൽ ചേട്ടനെ തനിക്ക് ഭയമാണ്. ഭയത്തെക്കാളേറെ

അയാളോട് വെറുപ്പാണ്.

അശ്വതി പറഞ്ഞില്ലായിരുന്നെങ്കിൽ അയാളെ കാണാൻകൂടി കൂട്ടാക്കില്ലായിരുന്നു.

വിസിറ്റേഴ്സ് റൂമിലേക്ക് കടന്നുചെന്നപ്പോൾ അയാൾ ചിരിച്ചു. അവൾക്ക് ചിരിക്കാൻ കഴിഞ്ഞില്ല. എന്തേ എന്ന അർത്ഥത്തിൽ അയാളുടെ മുഖത്തുനോക്കി--

പഴയ ഗാംഭീര്യത്തിനുടവ് തട്ടിയിട്ടില്ല. ടീപ്പോയിൽ വിലകൂടിയ സിഗരറ്റും സ്വർണ്ണ ചട്ടക്കൂടുള്ള കറുത്ത കണ്ണടയും....

അയാൾ വീണ്ടും ചിരിച്ചു.

"ചേട്ടൻ എപ്പോൾ വന്നു?" പാർവ്വതി ചോദിച്ചു.

"കുറെ നേരമായി."

"ചേച്ചിക്ക്?"

"അതു പറയാനാണ് വന്നത്. സീതയ്ക്കു തീരെ സുഖമില്ല... ഹോസ്പിറ്റലിൽനിന്ന് ഇന്നലെ തിരികെ കൊണ്ടുവന്നു. അവിടെ കിടത്തിയതുകൊണ്ട് വിശേഷിച്ചു പ്രയോജനമില്ല."

അയാളുടെ മുഖത്ത് കാർക്കിച്ചു തുപ്പാനാണ് തോന്നിയത്. അതു പറയുമ്പോഴും അയാൾ പുഞ്ചിരിക്കുകയാണ്. ചേച്ചിയുടെ നാശത്തിന്റെ ഉത്തരവാദി...!

"ഞാൻ രണ്ടു കത്തെഴുതിയിരുന്നു. കിട്ടിയില്ലേ."

"കിട്ടി-- മറുപടി അയയ്ക്കണമെന്നു തോന്നിയില്ല--"

"സീതയ്ക്കു കൂടുതലാണെന്നറിഞ്ഞിട്ടും...?"

അവൾ അയാളുടെ മുഖത്തേക്ക് ക്രുദ്ധിച്ചു നോക്കി, അയാൾ അതു ശ്രദ്ധിച്ചതേയില്ല.

"ഇപ്പോൾ ഞാൻ വന്നത് പാർവ്വതിയെ കൂട്ടിക്കൊണ്ടു പോവാനാണ്."

ഭയപ്പെട്ടതുതന്നെ സംഭവിക്കുന്നു. ചേട്ടൻ വന്നത് ആ മാളികയിൽ തന്നെ തടവുകാരിയാക്കാനായിട്ടാണ്. ചേച്ചിയുടെ അസുഖത്തിന്റെ പേരും പറഞ്ഞ് കൊണ്ടുപോയി അടിമയാക്കാനുള്ള ശ്രമം അനുവദിച്ചുകൂടാ. ശക്തി സംഭരിച്ചുകൊണ്ടാണ് പറഞ്ഞത്:-

"ഞാൻ വരുന്നില്ല..."

"സീതയെ കാണണ്ടേ...?"

അതിനായിട്ടാണോ? അവരുടെ എരിഞ്ഞടങ്ങുന്ന നിമിഷങ്ങൾക്ക് സാക്ഷിയായി നില്ക്കണോ? അവരെന്റെ സഹോദരിയാണ്. ഒരു സഹോദരിക്കതിന് കഴിയില്ല. നിങ്ങൾക്കേ അതിനു കഴിയൂ. അയാളോട് പറഞ്ഞിട്ട് പ്രയോജനമില്ല.

"ചേച്ചിക്കുവേണ്ടി പ്രാർത്ഥിച്ചുകൊള്ളാം. ഇപ്പോൾ ഞാൻ വരുന്നില്ല."

അയാളുടെ മുഖഭാവം മാറുന്നത് അവൾ ശ്രദ്ധിച്ചു. ആ മനസ്സിലെന്തോ കുടിലമായ ചിന്ത രൂപംകൊള്ളുകയാണ്. അയാൾ പറഞ്ഞു:-

"പാർവ്വതിയെ കൊണ്ടുപോകാനാണ് ഞാൻ വന്നത്. ഇപ്പോൾ വന്നി

ല്ലെങ്കിൽ ഒരുപക്ഷേ, സീതയെ കാണാൻ പറ്റിയെന്നു വരില്ല."

താൻ നിശ്ശബ്ദയായി നിന്നതുകൊണ്ട് അയാൾ തുടർന്നു:-

"വന്നില്ലെങ്കിൽ മദറിനോട് വിവരം പറയും. വിടാതിരിക്കുമോ എന്ന റിയണം..."

അപ്പോൾ അതാണയാളുടെ പദ്ധതി. മദറിനോട് പറയുമെന്ന് പറഞ്ഞ് തന്നെ ഭീഷണിപ്പെടുത്തുകയാണ്. തീർച്ചയായും വിലപ്പോകില്ല.

"മദറിനോട് പറഞ്ഞ് എന്നെ കൊണ്ടുപോകാനാണ് ഭാവമെങ്കിൽ, അതിനായിട്ടാണ് ആലോചിക്കുന്നതെങ്കിൽ ഒന്നും മറച്ചുവെക്കാതെ ചേട്ടനെ അവർക്കു മനസ്സിലാക്കിക്കൊടുക്കും. എനിക്ക് അഭിമാനം വലു താണ്. എന്റെ ചേട്ടനെക്കുറിച്ച് മുഴുവൻ മനസ്സിലാക്കുന്നത് ചേട്ടനേക്കാൾ എന്റെ മാനം കെടുത്തും... ചേട്ടൻ പോകുന്നതാണ് നല്ലത്... ഞാൻ വരില്ല."

അയാൾ ഒരു നിമിഷം ആലോചിച്ചു. ഒന്നും പറയാതെ പോയി...

അവൾക്ക് ശക്തിയില്ലായിരുന്നു.... വിസിറ്റേഴ്സ്റൂമിലെ കസേരയിൽ അവൾ തളർന്നിരുന്നു.

എരിഞ്ഞടങ്ങുന്ന ചേച്ചിയുടെ മുഖം അവളെ തളർത്തി... താൻ തെറ്റാണോ ചെയ്യുന്നത്? പക്ഷേ, ചേച്ചിയെ കാണാൻ തന്നെക്കൊണ്ടാവില്ല... ചേച്ചിയുടെ മുഖം...

"ചേച്ചീ..." മുഖം പൊത്തി അവൾ ഏങ്ങിയേങ്ങി കരഞ്ഞു....

മൂന്ന്

കാലത്തെ എഴുന്നേറ്റു. ഇന്നത്തെ ദിവസത്തെക്കുറിച്ചാലോചിച്ച പ്പോൾ അവൾക്ക് സന്തോഷം തോന്നി. ഇതുപോലെയുള്ള ദിവസങ്ങൾ ക്കുവേണ്ടി താൻ കൊതിക്കുന്നു. കാലത്തിന്റെ ഒഴുക്ക് ഇവിടെ തടഞ്ഞു നിർത്തപ്പെട്ടിരുന്നെങ്കിൽ....! ഈ സേതുബന്ധനത്തിന്റെ നിറുകയിൽ ഒരു കുടിൽ കെട്ടി, തല നിറയെ പൂവും ചൂടി... ഈറനണിഞ്ഞ വസ്ത്രവുമു ടുത്ത് ഒരു ശിലയായി മാറിയിരുന്നെങ്കിൽ...

നിത്യമായ തന്റെ വേദനകളിൽനിന്ന് ഓടിയൊളിക്കാൻ ഇതുപോ ലെയുള്ള ദിവസങ്ങളിലേ കഴിയൂ...

ഇന്ന് തിരുവാതിരയാണ്....

വെളുപ്പിനെ അമ്പലത്തിൽ പോകാൻ തലേദിവസമേ മദറിനോട് അനു വാദം വാങ്ങിയതാണ്.

നാലുമണിയായപ്പോഴേ ലളിത വന്ന് എല്ലാവരേയും ഉണർത്തി. മുഖത്ത് വെള്ളം കോരിയൊഴിച്ചാണ് തന്നെ ഉണർത്തിയതത്രെ. അവള റിയുന്നുണ്ടോ താൻ ഉറങ്ങിയതേയില്ല എന്ന്. ഉറക്കം ഒരപരിചിതയെ പ്പോലെ തന്നോടു പെരുമാറാൻ തുടങ്ങിയിട്ട് എത്രയോ നാളുകളായിരി ക്കുന്നു. അശ്വതിക്ക് മാത്രമേ അതറിയാവൂ. തന്നെ മനസ്സിലാക്കിയിട്ടു ള്ള ഒരേയൊരാൾ അവൾ മാത്രമാണ്.

ബാക്കിയുള്ളവരുടെ ധാരണ തെറ്റാണെന്ന് പറയാൻ പറ്റില്ല. ലക്ഷ

പ്രഭുവിന്റെ രണ്ടു പെൺമക്കളിലൊരാൾ. പണത്തിനു പുറമെ പെണ്ണിനു വേണ്ട എല്ലാ ഗുണങ്ങളും തികഞ്ഞവളെന്ന് എല്ലാവരും പറയുന്നു.

അശ്വതി സുന്ദരിയാണ്. മെലിഞ്ഞ് പൊക്കമുള്ള അഴകേറിയ പെണ്ണ്. അവളേക്കാൾ സൗന്ദര്യം തനിക്കാണെന്ന് ഹോസ്റ്റലിൽ ഉള്ളവരെല്ലാം പറയാറുണ്ട്. എങ്കിലും ഒന്നുമാത്രമില്ല. മറ്റുള്ളവർ അനുഭവിക്കുന്ന ഒന്നു മാത്രം തനിക്ക് നിഷേധിക്കപ്പെട്ടിരിക്കുന്നു.

ശാന്തി....!

ആരോടൊക്കെയോ കടം വാങ്ങണമെന്ന് ആശയുണ്ട്. ആർക്കും തരാൻ മടി കാണുകയുമില്ല. പക്ഷേ, തന്നിലേക്ക് അതു പകർന്നെടുക്കാൻ കഴിവില്ല. അത് കിട്ടിയിരുന്നെങ്കിൽ--

ഇന്നലെ ചേട്ടനോട് അങ്ങനെയൊക്കെ പറഞ്ഞിട്ട് തിരികെ മുറിയിൽ വന്നപ്പോൾ ഹൃദയം പിടയ്ക്കുകയായിരുന്നു.

തന്റെ ചേച്ചിയുടെ ഭർത്താവാണ്. ബഹുമാനിക്കേണ്ട വ്യക്തി. ചേച്ചിയെ സ്നേഹിക്കുന്നതുപോലെ സ്നേഹിക്കേണ്ട ആൾ.... പക്ഷേ,

തന്റെ വിധിയാണ്. സ്നേഹിക്കാൻ വിധിയില്ല. സ്നേഹിക്കപ്പെടാൻ അർഹതയുമില്ല. കുഞ്ഞമ്മയെ സ്നേഹിച്ചു. അവരുടെ ഉള്ളിലെ അറിയപ്പെടാത്ത സത്യങ്ങൾ തന്നെ ഞെട്ടിച്ച അവസരത്തിൽ ആ കണ്ണി അറ്റുപോയി.

ചേട്ടനുമായുള്ള ബന്ധം താനറിഞ്ഞതായി അവർക്കു മനസ്സിലായപ്പോൾ അവർ പറഞ്ഞു:

“അയാൾ ദുഷ്ടനാണ്. ഞാനൊന്നും അറിഞ്ഞുകൊണ്ടല്ല. അയാൾ എന്നെ നശിപ്പിച്ചു, പക്ഷേ....”

“എന്തു പക്ഷേ...? നിങ്ങൾക്ക് ഇവിടെനിന്ന് ഓടിയകലാൻ പാടില്ലേ?”

അവർ ദയനീയതയോടെ പറഞ്ഞു:-

“പറ്റില്ല. തേടിപ്പിടിച്ച് എന്റെ സ്ത്രീത്വം ഒന്നൊന്നായി അരിഞ്ഞുവീഴ്ത്തുമെന്ന് അയാളെന്നെ ഭയപ്പെടുത്തി. അല്ലായിരുന്നെങ്കിൽ...”

“വേണ്ട, പറയണ്ടാ എനിക്കറിയാം. അല്ലായിരുന്നെങ്കിൽ അച്ഛന്റെ മരണത്തോടെ നിങ്ങൾ ഇവിടം വിടുമായിരുന്നു. അല്ലേ? നിങ്ങളെ ഇവിടെ ബന്ധിച്ച ചങ്ങല അച്ഛനെക്കുറിച്ചുള്ള ആദരവായിരുന്നില്ല... നിങ്ങളിലെ പൂർത്തീകരിക്കപ്പെടാത്ത അഭിലാഷങ്ങളുടെ ആവേശമായിരുന്നു....”

കുഞ്ഞമ്മയെ എന്തിനു കുറ്റപ്പെടുത്തുന്നു. സ്ത്രീത്വം എപ്പോഴും സാഫല്യത്തിൽ മോക്ഷം കണ്ടെത്താൻ ശ്രമിക്കുന്ന പ്രതിഭാസമാണ്. തനിക്ക് വ്യക്തമായറിയാം. തന്റെ ചിന്തകൾ പുതിയ ഭാവങ്ങൾ തേടിപ്പോവുകയാണ്. എല്ലാം മനസ്സിലാക്കാൻ കഴിയുന്നുണ്ട്.

ചേച്ചിയുടെ സ്നേഹം....! അവർക്കു സ്നേഹിക്കാനുള്ള കഴിവ് നഷ്ടപ്പെട്ടിരുന്നതുകൊണ്ട് അതും തനിക്ക് നിഷേധിക്കപ്പെട്ടു. എന്തുകൊണ്ട് തനിക്കു ചേച്ചിയെ സ്നേഹിക്കാൻ കഴിഞ്ഞില്ല?!

ചേട്ടന് കിടക്കറയിൽ ആദ്യം മദ്യം പകർന്നു കൊടുത്തതു ചേച്ചിയുടെ കൈകൾകൊണ്ടാണ്. വേലയ്ക്കു നിന്നിരുന്ന പെണ്ണിന്റെ ഗർഭം

ആരുമറിയാതെ അലസിപ്പിക്കാൻ പണം കൊടുത്തത് ചേച്ചിയായിരുന്നു. അന്നൊന്നും ചേച്ചിക്ക് ചേട്ടനെ കുറ്റപ്പെടുത്താൻ കഴിഞ്ഞില്ല. എല്ലാം വളരെ താമസിച്ചാണ് അറിഞ്ഞത്.

ഉണ്ടായിരുന്ന സ്നേഹമെല്ലാം ചേച്ചി ഒരു ചാലിലൂടെ മാത്രമാണൊഴുക്കിയത്. ചെറിയ കൈവഴികളിലൂടെ മറ്റുള്ളവർക്ക് പകരാൻ നിഷേധിച്ച ചേച്ചിയുടെ സ്നേഹം ഒഴുകിയൊഴുകി ഒരിടത്തുതന്നെ അവസാനിച്ചു. എത്ര ശ്രമിച്ചിട്ടും നിറയ്ക്കാൻ സാധിക്കാത്ത അലയടിച്ച് അലറുന്ന ചെങ്കടലിൽ. അവിടെ ആ കടലിലെ തിരകൾ പുതിയ തീരങ്ങൾക്കുവേണ്ടി, പുത്തൻ ബന്ധങ്ങളുടെ നീർച്ചാലുകൾക്കുവേണ്ടി അലറുകയായിരുന്നു. ആ അട്ടഹാസത്തിൽ ചേച്ചിയുടെ സ്നേഹം ആരുമറിയാതെ വിലയം പ്രാപിച്ചതും ചേച്ചി ചങ്കുറപ്പോടെ, പരാതിയില്ലാതെ നോക്കി നിന്നു.

കട്ടിലിൽ മുഖമമർത്തി പൊട്ടിക്കരഞ്ഞപ്പോൾ അശ്വതി അടുത്തുവന്നു. തന്റെ മനസ്സ് അപ്പാടെ മനസ്സിലാക്കിയിട്ടുള്ള പ്രിയപ്പെട്ട കൂട്ടുകാരിയാണവൾ. അവളോട് ഒന്നും മറച്ചുവെച്ചിട്ടില്ല. സ്നേഹിക്കാനറിയാവുന്ന അവളുടെ മുൻപിൽ താനൊന്നുമല്ല...

സ്നേഹിക്കാനറിയണമെങ്കിൽ സ്നേഹിക്കപ്പെടണം. അച്ഛന്റെ മരണത്തിനു മുൻപ് എല്ലാവരെയും എല്ലാറ്റിനെയും സ്നേഹിക്കാൻ കഴിഞ്ഞിരുന്നു.

പൂവുകളിൽനിന്നു തേൻ നുകരുന്ന ചിത്രശലഭത്തിനെയും കുരുവിപ്പക്ഷിയെയും ഒക്കെ സ്നേഹിച്ചു. എല്ലാവരെയും ഇഷ്ടപ്പെടാനും കഴിഞ്ഞു:-

ഒക്കെ കഴിഞ്ഞകാലത്തിന്റെ മനോഹര ചിത്രങ്ങളായി അവശേഷിക്കുന്നു.

അശ്വതിയുടെ മനസ്സ് അവളുടെ വീടിന്റെ പ്രതീകമാണ്. അവളുടെ ഹൃദയം ആ വീട്ടിലുള്ളവരുടെ സ്നേഹം കൊണ്ട് പരിപുഷ്ടമാണ്. അവൾക്കെല്ലാറ്റിനെയും സ്നേഹിക്കാൻ കഴിയുന്നതിന്റെ സത്യമതാണ്.

അശ്വതി ചോദിച്ചു:-

"എന്തിനാണ് ചേട്ടൻ വന്നത്?"

"ചേച്ചിക്ക് സുഖമില്ല. ഹോസ്പിറ്റലിൽനിന്ന് വീട്ടിൽ കൊണ്ടുവന്നിരിക്കുകയാണ്. എന്നെ കൊണ്ടുപോകാനാണ് വന്നത്."

"നീ പോകാഞ്ഞത്?...."

ഒന്നും പറഞ്ഞില്ല. ശരിയാണ്. പോകാഞ്ഞത് തെറ്റാണ്. ഇപ്പോൾ തന്നെ വീടുമായി ബന്ധിപ്പിക്കുന്ന ഒരേ ഒരു കണ്ണിയാണ് ചേച്ചി. പക്ഷേ, അവർ നീറിനീറിയൊടുങ്ങുന്നതു കാണാനുള്ള കരുത്തു തനിക്കില്ല... ചേച്ചിയുടെ മുഖം!

"എന്നെക്കൊണ്ടാവില്ല അശ്വതീ. ചേച്ചിയുടെ മുഖം എന്നെ പേടിപ്പെടുത്തും. അവർക്ക് ഇപ്പോൾ എന്നെ മനസ്സിലാക്കുവാൻകൂടി കഴിവുണ്ടായിരിക്കുകയില്ല."

"അതുകൊണ്ടല്ല നീ പോകാഞ്ഞതെന്ന് എനിക്കറിയാം."

അശ്വതി അതു മനസ്സിലാക്കിയിരിക്കുന്നു. വിങ്ങിക്കൊണ്ടു പറഞ്ഞു:

"ശരിയാണ്. അയാളുടെ ഉദ്ദേശ്യം മറ്റ് പലതുമാണ്."

"നീ വിഷമിക്കണ്ട. നാളെ നമ്മൾക്ക് ഒരുമിച്ച് ചേച്ചിയെ കാണാൻ പോകാം. മദറിനോട് പറയാം."

അശ്വതിയുടെ വാക്കുകൾ ആശ്വാസം പകർന്നു. ചേച്ചിയെ ഒന്നു കണ്ടിരുന്നെങ്കിൽ.... തന്നെ മനസ്സിലാക്കാൻ ബദ്ധപ്പെടുന്ന ആ മുഖത്ത് ഒന്നുമ്മവെക്കാൻ കഴിഞ്ഞിരുന്നെങ്കിൽ...

ഉറക്കത്തിന്റെ പിടിയിലേക്ക് വിടാതെ തടുത്തു നിർത്തപ്പെട്ടിരിക്കുന്ന തന്റെ മനസ്സിനെക്കുറിച്ച് അല്പമെങ്കിലും അറിഞ്ഞിരുന്നെങ്കിൽ അത്രയും നേരത്തെ ലളിത വിളിക്കുമായിരുന്നില്ല.

എങ്കിലും സന്തോഷം തോന്നി.

അച്ഛന്റെ മരണത്തിനുശേഷം ഇതുപോലുള്ള ദിവസങ്ങൾക്കായി കൊതിച്ചിട്ടുണ്ട്. തന്നെത്തന്നെ മറന്ന് സന്തോഷത്തിന്റെ വേലിയേറ്റത്തിൽ പെട്ട് അങ്ങനെ ഒഴുകി നടക്കുക.

ഒന്നുമറിയുകയില്ല. പക്ഷേ, അതിന്റെ അവസാനത്തിൽ തളർന്നവ ശയാകുമ്പോൾ നാളയെക്കുറിച്ചോർക്കുന്നതും ഭയത്തോടെയാണ്.

നാളെ പുലരാതിരുന്നെങ്കിൽ....

ഈ ദിവസം. നൂറായിരം ഋതുക്കളെ ഒന്നിച്ചുൾക്കൊണ്ട് അനശ്വര മായി മാറിയിരുന്നെങ്കിൽ:--

അമ്പലത്തിലേക്ക് പോകുമ്പോൾ അശ്വതിയും ഉണ്ടായിരുന്നു.

ലളിത പറഞ്ഞു: "നീ അമ്പലത്തിൽ ചെല്ലുമ്പോൾ കുരിശു വരച്ചുക ളയരുത്."

"പിന്നെ?"

"കൈ തൊഴുതുപിടിച്ച് പറയണം, ഗുരുവായൂരപ്പാ, ഭഗവാനേ, ഒരു വനെ നേടാൻ എന്നെ അനുഗ്രഹിക്കണേ... ശിവശിവ... ശാന്തി! ആമേൻ എന്നു പറഞ്ഞുപോയാൽ ശുദ്ധികലശത്തിന് കുറഞ്ഞത് ആയിരം രൂപ യെങ്കിലും കൊടുക്കേണ്ടിവരും." ലളിതയുടെ തമാശ കേട്ടപ്പോൾ എല്ലാ വരും ചിരിച്ചു.

തനിക്കുമാത്രം ചിരിക്കാൻ കഴിയുന്നില്ല. പക്ഷേ, ചിരിച്ചേ മതിയാവൂ...

ഇന്നു തിരുവാതിരയാണ്. താനും ചിരിക്കാൻ പോവുകയാണ്. ഉറക്കെ ചിരിക്കാൻ തുടങ്ങുന്നു. ഞാൻ ഞാനല്ലാതാവുന്ന ദിവസമാണിന്ന്.

എന്നിലെ എന്നെ മുഴുവനായി മാറ്റി പ്രതിഷ്ഠിക്കുന്ന ദിവസം! ഈ ദിവസത്തിൽ ഒരു പുതിയ ജന്മമാണെനിക്ക്. ശിവനുവേണ്ടി തപസ്സുചെയ്ത പാർവ്വതിയല്ല....

മനസ്സിലെ ദുഃഖങ്ങളെന്ന കാമുകനെ ഒരു ദിവസത്തേക്ക് മാറ്റി നിർത്തി, വീണ്ടും നാളെ സ്വീകരിക്കാൻവേണ്ടി, ഇന്നൊരു ദിവസത്തെ വിശ്രമം മാത്രം ആവശ്യപ്പെടുന്ന പാർവ്വതി.

അതേ ഞാൻ ചിരിക്കുന്നു.

ഉറക്കെയുറക്കെ ചിരിക്കുന്നു. ചിരിച്ചുചിരിച്ച് ഒരു പൊങ്ങുതടിയായി

ഉയർന്ന്, ആകാശം മുട്ടിയൊഴുകുന്ന മേഘങ്ങൾക്കിടയിലെത്തി മുക്തിയുടെ തീരങ്ങളിലേക്ക് ഒഴുകാൻ ആഗ്രഹിക്കുന്നു.

പക്ഷേ, മേഘങ്ങൾ മാത്രം ഒഴുകുന്നു. താനിവിടെ അറ്റം കാണാത്ത മരുഭൂമിയിൽ, ഭാരിച്ച തടിയുടെ കഷണമായി നിശ്ചലയായി കിടക്കുന്നു. മേഘങ്ങൾക്കൊപ്പം എത്തുക എന്നത് അപ്രാപ്യമായ ഒരാഗ്രഹം മാത്രം!

കുളികഴിഞ്ഞ് ഈറനുടുത്ത് കരയ്ക്കു കയറി, പ്രതിഷ്ഠയ്ക്കു മുമ്പിൽ കൂട്ടുകാരികൾ കൈ തൊഴുതുപിടിച്ച്, തിരുവാതിരയുടെ ഈ നനുത്ത പ്രഭാതത്തിൽ, കാമ്യനായ ഭർത്താവിന്റെ വരവിനുവേണ്ടി പ്രാർത്ഥിച്ചപ്പോൾ താനാഗ്രഹിച്ചത് ഒരു നിമിഷത്തെ ശാന്തിക്കുവേണ്ടിയാണ്.... ആത്മാർത്ഥതയോടെ ചോദിച്ചു:--

ഒരു നിമിഷത്തെ ശാന്തി എനിക്ക് കടം തരുമോ? തിരികെ തരാനാവില്ലെന്നറിയാം... എങ്കിലും കടമായിട്ട് ഒരു നിമിഷനേരത്തെക്കെങ്കിലും.... ഈ ദിവസത്തിന്റെ ഈ പ്രഭാതത്തിലെങ്കിലും ഞാനൊന്നു സന്തോഷിച്ചുകൊള്ളട്ടെ.

കണ്ണിൽനിന്ന് കണ്ണീർ അടർന്നുവീണതു തുടച്ചപ്പോൾ അശ്വതി തന്നെ നോക്കി നില്ക്കുന്നതു കണ്ടു. അവൾ കൈകൂപ്പി പിടിച്ചിട്ടുണ്ട്. തന്റെ വേദന അറിയാവുന്നതുകൊണ്ടായിരിക്കും, അവൾക്ക് പ്രാർത്ഥിക്കാൻ കഴിയാത്തത്.

പ്രസാദം നെറ്റിയിലണിഞ്ഞപ്പോൾ കുളിർമ്മ തോന്നി. അശ്വതിക്കും ചന്ദനം തേച്ചുകൊടുത്തു.

തിരികെ ഹോസ്റ്റലിലേക്ക് വരുന്ന വഴിയിൽവച്ച് ശശിയെ കണ്ടു. അയാൾ അമ്പലത്തിലേക്ക് പോവുകയായിരിക്കുമോ?

നേരെ മുൻപിലെത്തിയപ്പോൾ ശശി നിന്നു. പാർവ്വതി ആകെ പരിഭ്രമിച്ചുപോയി. അയാൾ നിന്നത് തന്നോട് എന്തോ പറയാനാണ്. ലളിതയും മറ്റുള്ളവരും കുറെക്കൂടി മുൻപോട്ടു മാറിനിന്നു. പാർവ്വതി മെല്ലെ അശ്വതിയുടെ കൈ പിടിച്ചപ്പോൾ ശശി പറഞ്ഞു.

"ഇന്ന് വെളുപ്പിന് അമ്പലത്തിൽ വരുമെന്ന് അറിയാമായിരുന്നു. അതുകൊണ്ടാണ് ഞാൻ ഇങ്ങോട്ടു വന്നത്."

പാർവ്വതിയും അശ്വതിയും ഒന്നും മിണ്ടിയില്ല.

"ഇവിടെവച്ചാകുമ്പോൾ എന്തെങ്കിലും പറയാൻ പറ്റുമല്ലോ എന്നു കരുതി. എന്താണ് പാർവ്വതി ഒന്നും മിണ്ടാത്തത്?"

പാർവ്വതി സ്തംഭിച്ചു നില്ക്കുകയാണ്.

"പാർവ്വതിക്ക് എന്നെക്കുറിച്ച് തെറ്റായ ധാരണകളുണ്ടെന്ന് എനിക്കറിയാം. ഒരു പരിധിവരെ ശരിയുമാണ്. എങ്കിലും ഞാൻ തിരുത്തിയാൽ പോരേ?"

പാർവ്വതിക്ക് എന്തുപറയണമെന്ന് അറിഞ്ഞുകൂടായിരുന്നു. അവൾ അശ്വതിയുടെ പിറകിലേക്ക് മാറിനിന്നു. ശശിയുടെ മുഖത്തേക്കു നോക്കാൻപോലും അവൾ പേടിച്ചു.

ഒടുവിൽ അശ്വതിയാണ് സംസാരിച്ചത്. അശ്വതി പറഞ്ഞു.

"ഇവിടെനിന്ന് ഇതൊക്കെ സംസാരിക്കുന്നത് ശരിയല്ല. ഇന്ന് കുറച്ചു നേരത്തെ ഞങ്ങൾ കോളേജിൽ വരാം. അപ്പോൾ മതി."

ആവൂ രക്ഷപ്പെട്ടു. പാർവ്വതിക്ക് ശ്വാസം നേരെ വീണു. ശശി നടന്നു പോയി.

തിരികെ ഹോസ്റ്റലിൽ എത്തിയപ്പോൾ ഗോപി കാത്തുനില്ക്കുന്നു ണ്ടായിരുന്നു. ഗോപിയെ കണ്ടപ്പോൾ അത്ഭുതം തോന്നി. അവനിവിടെ വന്നിട്ടേയില്ല. വരാൻ പ്രത്യേകിച്ച് കാരണം...?

"ഗോപി എപ്പോൾ വന്നു?"

"ഇപ്പോൾ എത്തിയതേയുള്ളൂ."

"ഇത്ര രാവിലെ വിശേഷിച്ച്....?"

"സീതച്ചേച്ചിക്കു വളരെ കൂടുതലാണ്. ആശുപത്രിയിൽനിന്ന് വീട്ടിൽ കൊണ്ടുവന്ന വിവരം അറിഞ്ഞില്ലേ?"

മനസ്സിന്റെ സമനില തെറ്റുന്നതുപോലെ തോന്നി. ചേച്ചിക്ക്...

"ചേട്ടൻ പറഞ്ഞയച്ചതാണോ?"

"അല്ല. ചേച്ചി.... സീതച്ചേച്ചി."

"ചേച്ചി..."

"എപ്പോഴാണെന്നറിയില്ല, ചേച്ചി ഉടനെ വരണം. അച്ഛനും പറഞ്ഞു."

"കുഞ്ഞമ്മാവൻ അവിടെയുണ്ടോ?"

"ഉണ്ട്. നമുക്കുടനെ പോകണം."

പാർവ്വതി അശ്വതിയുടെ മുഖത്തേക്ക് നോക്കി. അശ്വതി പറഞ്ഞു.

"ഞാൻ നിന്റെ പെട്ടിയൊക്കെ എടുത്തുവയ്ക്കാം, നീ മദറിനോട് വിവരം പറയൂ."

ഗോപിയുമൊത്ത് ബസിലിരിക്കുമ്പോൾ ചേച്ചിയുടെ മരവിച്ച മുഖ മായിരുന്നു അവളുടെ മനസ്സിൽ.

നാല്

സന്ധ്യയുടെ മുഖം ചുവന്നിരുന്നു. വിഷാദമനസ്സുകളും, സന്ധ്യയും ഒരുപോലെയാണ്. അസ്തമനസൂര്യന്റെ ദുഃഖം ഇന്നോ ഇന്നലെയോ തുട ങ്ങിയതല്ല. ശാന്തമായ പടിഞ്ഞാറൻപ്രദേശത്ത് ഒരുദിവസം മുഴുവൻ താൻ പ്രഭ വിടർത്തിയ ഭൂമിയെ വിട്ടുപിരിയാൻ ഗദ്ഗദത്തോടെ ചുവന്ന് വിളറി താഴ്ന്നിറങ്ങുന്ന സൂര്യന്റെ ദുഃഖം വിഷാദഹൃദയങ്ങളിൽ ദുഃഖത്തിന്റെ കരിനിഴൽ വീഴ്ത്തുന്നു.

സൂര്യൻ ഇന്ന് പോകുന്നു. നാളെ ഉജ്ജ്വലമായി പ്രകാശിച്ചുകൊണ്ട് തിരിച്ചുവരുന്നു.

പാർവ്വതിക്ക് ഇന്നത്തെ ദുഃഖം തുടരുന്നു. ഒരു നൂലിഴപോലെ, ഉദയ ത്തിന്റെ തുടക്കംമുതൽ സന്ധ്യയുടെ അവസാനംവരെയും, വീണ്ടും സന്ധ്യയുടെ ആരംഭംമുതൽ ഉദയത്തിന്റെ അവസാനംവരെയും പടർന്നു കിടക്കുകയാണ്.

അതിനവസാനമില്ല.

ഋതുക്കളുടെ സമ്മാനമാണ് തന്റെ ദുഃഖം. അതവസാനിക്കണമെങ്കിൽ താൻ അവസാനിക്കണം. ആർക്കുവേണ്ടി ഈ ദുഃഖം താങ്ങുന്നുവെന്നു മാത്രം മനസ്സിലാവുന്നില്ല. എന്തിനോവേണ്ടി താൻ ഇതൊക്കെ അനുഭവിക്കുന്നു. തന്റെ വിധിയാണ്.

ചേച്ചിയുടെ വിധിയുടെ മറ്റൊരു വശം. ജീവിതം മുഴുവൻ അഗ്നിയിലൂടെ ഇഴഞ്ഞുനീങ്ങിയപ്പോഴും അവർ അവസാനിച്ചിരുന്നില്ല. ഇന്ന് കേവലം അരമണിക്കൂറിനുള്ളിൽ അവർ ഒന്നുമല്ലാതായിരിക്കുന്നു. ചേതനയറ്റ ശരീരത്തിന് എരിഞ്ഞടങ്ങാൻ അരമണിക്കൂർ മാത്രം.

തൊട്ടരികിൽ കിടക്കുന്ന ചേച്ചിയുടെ കുട്ടിയുടെ മുഖത്തു നോക്കിയപ്പോൾ ധൂമപടലങ്ങൾ... കരിഞ്ഞ മാംസത്തിന്റെ ഗന്ധമുള്ള ധൂമപടലങ്ങൾ അവളെ മൂടിയിരിക്കുകയാണെന്ന് തോന്നി.

വീട്ടുവളപ്പിൽ മൂലയ്ക്കു എരിഞ്ഞുതീർന്നിട്ടില്ലാത്ത ചേച്ചിയുടെ ചിത....

അവർ രക്ഷപ്പെട്ടിരിക്കുന്നു. നിത്യമായ വേദനയിൽനിന്നു നിത്യമായ രക്ഷപ്പെടൽ.

ഇനി ഒരിക്കലും അവർ തിരിച്ചുവരികയില്ല. തനിക്ക് ഇന്ന് വല്ലാത്ത ഒരു സമാധാനം തോന്നുന്നു. ഹൃദയത്തിന്റെ ഒരു കോണിൽനിന്ന് ഒരു ഭാരം നീങ്ങിയതുപോലെ. സത്യത്തിൽ ചേച്ചിയുടെ മരണത്തിൽ താൻ സന്തോഷിക്കുന്നു. ഇരുളിന്റെ നനവുള്ള ഈ മണിമാളികയിൽനിന്ന് അവർ എന്നെന്നേക്കുമായി പോയതോർക്കുമ്പോൾ ഒരേ ഒരു നിമിഷമേ തന്റെ മുൻപിലുള്ളൂ....

ചേച്ചിയുടെ കുട്ടിയെ താൻ ഏറ്റ നിമിഷം!...

ഗോപിയോടൊപ്പം വീട്ടിലെത്തിയപ്പോൾ അവിടുത്തെ കനത്ത നിശ്ശബ്ദത അസഹ്യമായി തോന്നി.

ചേട്ടനവിടെ കാണുമോ എന്നാണ് ആദ്യം നോക്കിയത്. പേടിച്ചരണ്ട കണ്ണുകൾ നാലുപാടും പരതി.

കാർഷെഡ്ഡ് ഒഴിഞ്ഞുകിടന്നിരുന്നു.

ഷാംപെയ്ന്റെ മുൻപിലിരുന്ന് അട്ടഹസിക്കുകയാവും ചേട്ടൻ! (ചേച്ചിയാണൊരിക്കൽ പറഞ്ഞത് ചേട്ടന്റെ പ്രിയപ്പെട്ട മദ്യം ഷാംപെയ്ൻ ആണെന്ന്.)

ചേട്ടൻ ഇല്ലെന്നറിഞ്ഞപ്പോൾ സമാധാനമായി. വീട്ടിലേക്ക് കയറിയപ്പോൾ കുഞ്ഞമ്മയെ കണ്ടു. മുഖത്ത് ചുളിവുകൾ വീഴാൻ തുടങ്ങിയിരിക്കുന്നു. ചുവന്ന കവിൾത്തടങ്ങളിൽ വിളർച്ചയുടെ പാടുകൾ....

ഇവിടം ശപിക്കപ്പെട്ട ഭൂമിയാണോ? ആരുടെ രക്തം ചൊരിഞ്ഞാണിവിടം പങ്കിലമായിത്തീർന്നത്. ഇവിടുത്തെ അന്തേവാസികൾ പ്രേതങ്ങളാണ്, ചുവന്ന കണ്ണുകളുള്ള രക്തദാഹികളായ പ്രേതങ്ങൾ!

പക്ഷേ, കുഞ്ഞമ്മയുടെ ഈ പ്രേതം കണ്ണുകളൊപ്പുന്നു. തീക്ഷ്ണമായ അവരുടെ നയനങ്ങളിൽ ഒന്നേ നോക്കിയുള്ളൂ. അവിടം താണി

രിക്കുന്നു. തോളെല്ലുകൾ ഉയർന്ന് ക്ഷീണിച്ച ശരീരം.

തകർച്ചയുടെ കോലമാണവർ. രക്ഷപ്പെടാനാവാത്ത ഒരന്തേവാസി. ചൊരിയപ്പെട്ട രക്തത്തിന് വിലപേശാൻ അറിവില്ലാത്ത അടിമകളിലൊരാൾ....

ചേച്ചിയുടെ മുറിയിലേക്ക് കടന്നപ്പോൾ വല്ലാത്ത മനഃപ്രയാസമനുഭവപ്പെട്ടു. കട്ടിലിലേക്ക് നോക്കിയപ്പോൾ ഹൃദയം പതറി.

ചേച്ചി!

തന്റെ ചേച്ചി...

തടഞ്ഞുനിർത്താൻ പറ്റിയില്ല. നിയന്ത്രിക്കാൻ കഴിഞ്ഞില്ല. പൊട്ടിക്കരഞ്ഞുകൊണ്ട് ചേച്ചിയെ കെട്ടിപ്പിടിച്ചു. അപ്പോഴും മനസ്സ് പിറുപിറുക്കുന്നുണ്ടായിരുന്നു.

"രക്ഷപ്പെടൂ... ഇവിടം കശാപ്പുശാലയാണ്."

അവരുടെ കണ്ണുകൾ നിറയുന്നത് കണ്ടു. പ്രകാശം വറ്റിയ കണ്ണുകളിൽ ഒരായിരം അപേക്ഷകൾ ശേഖരിച്ചു വെക്കപ്പെട്ടിട്ടുണ്ടെന്നു തോന്നി.

ചേച്ചിയുടെ കുട്ടി അടുത്തുതന്നെ ഉണ്ടായിരുന്നു. അവളുടെ മുഖത്തേക്ക് നോക്കിയിട്ട് ചേച്ചി തന്നെ നോക്കി. അമ്മയില്ലാതാവാൻ പോകുന്ന കുട്ടിയെ നോക്കിക്കൊള്ളണമെന്നല്ലേ അവർ നിശ്ശബ്ദയായി ആവശ്യപ്പെടുന്നത്?

ചേച്ചി ഒന്നും പറഞ്ഞില്ല. കുറേനേരം നോക്കി നിന്നപ്പോൾ മെല്ലെ വിളിച്ചു:-

"ചേച്ചീ..."

സജലങ്ങളായ മിഴികളുയർത്തി അവർ നോക്കി. എന്താണ് ഇനി ചോദിക്കേണ്ടതെന്ന് അറിഞ്ഞുകൂടായിരുന്നു. അവരോടെന്തെങ്കിലും ചോദിക്കാൻ തനിക്കാവില്ല.

അപ്പോൾ കുഞ്ഞമ്മ മെല്ലെ പറഞ്ഞു:

"കുറെ ദിവസമായി ആരോടും ഒന്നും പറയാറില്ല."

കുഞ്ഞമ്മയുടെ മുഖത്തേക്കു നോക്കി.

ചേച്ചിയുടെ നാവ് നിശ്ശബ്ദമാക്കുന്നതിൽ ഒരു പങ്ക് അവർക്കുമുണ്ടായിരുന്നില്ലേ? സന്ധ്യകളിൽ ചേച്ചി അമ്പലത്തിൽ പൊയ്ക്കൊണ്ടിരുന്നത് അവരുടേയും ചേട്ടന്റെയും സൗകര്യത്തിനായിരുന്നില്ലേ?

ചേച്ചി പോയില്ലെങ്കിൽക്കൂടി നടക്കേണ്ടതെല്ലാം നടക്കുമായിരുന്നു. ഈ വീടിന്റെ ഏതെങ്കിലും ഒരു മുറിയിൽ കൂനിക്കൂടിയിരുന്ന് നിശ്ശബ്ദസാക്ഷി ആകേണ്ടിവരുമായിരുന്നു.

അതിന് കഴിയാഞ്ഞിട്ടാണ് അവർ എന്നും ക്ഷേത്രത്തിൽ പൊയ്ക്കൊണ്ടിരുന്നത്. സ്വന്തം മനസ്സിന്റെ തീക്ഷ്ണമായ ദുഃഖത്തിന് തിരശ്ശീലയിട്ടുകൊണ്ട് നടക്കാൻ അവർക്കു കഴിഞ്ഞു.

അപ്പോഴും പരാതികളില്ലായിരുന്നു. പരിഭവങ്ങളില്ലായിരുന്നു. സ്വയം കത്തിയെരിഞ്ഞ ഓരോ നിമിഷത്തിലും, പ്രസാദം ഭക്ഷണമാക്കിക്കൊണ്ടിരുന്നു...

ചേച്ചി കുട്ടിയെ നോക്കിയപ്പോൾ പറഞ്ഞു:

"ഇവൾക്ക് ഞാനുണ്ട് ചേച്ചീ..."

ചേച്ചിക്ക് ആശ്വാസമായതുപോലെ തോന്നി. മെല്ലെ ചിരിക്കാൻ ശ്രമിച്ചു. കണ്ണുകൾ ഇറുകെ അടച്ച് കിടന്നപ്പോൾ മുറിയിൽനിന്നിറങ്ങി തന്റെ മുറിയിലേക്ക് പോയി.

അവിടെ ചെന്നിരുന്നപ്പോൾ മനസ്സിന് വിങ്ങലനുഭവപ്പെട്ടു. കരച്ചിലടക്കാൻ കഴിഞ്ഞില്ല. ചേച്ചിയുടെ ജീവിതം അണയാറായിരിക്കുന്നു. തനിക്ക് സഹിക്കാനാവില്ലെങ്കിലും ആ വേർപാടിൽ ആശ്വസിക്കുകയാണ് വേണ്ടത്.

അവർ ഇങ്ങനെ ജീവിക്കുന്നതിലും ഭേദം മരിക്കുന്നതാണ്. നേരത്തെ അത് സംഭവിക്കേണ്ടതായിരുന്നു. എല്ലാം അവസാനിപ്പിക്കാൻ അവർക്ക് ധൈര്യം ഉണ്ടാകേണ്ടതായിരുന്നു. ഒരുപക്ഷേ, നേരത്തെ അതിനെപ്പറ്റി ആലോചിക്കാൻ കഴിഞ്ഞിരിക്കുകയില്ല.

ഉച്ച കഴിഞ്ഞപ്പോഴാണ് പാർവ്വതി വീണ്ടും ചേച്ചിയുടെ മുറിയിലേക്ക് ചെന്നത്. ചേച്ചി ഉറങ്ങുകയാണ്. ശാന്തമായ അവരുടെ മയക്കം കണ്ടപ്പോൾ സഹതാപം തോന്നി. ഇങ്ങനെ കിടക്കുമ്പോൾ ചേച്ചി സുന്ദരിയാണ്.

മെല്ലെ അടുത്തു ചെന്നിരുന്നു. നെറുകയിൽ ഒന്നു ചുംബിക്കാനാഞ്ഞപ്പോഴാണ് ചേച്ചിയുടെ കൈ ദൃഷ്ടിയിൽ പെട്ടത്. മുറുകെ അടച്ചുപിടിച്ചിരിക്കുന്നു. കൈപ്പത്തികൾ മെല്ലെ വിടുവിക്കാൻ ശ്രമിച്ചു, സാധിച്ചില്ല.

സംശയം തോന്നി. മുഖത്തേക്കു നോക്കി. നിശ്ചലം. മൂക്കിനടിയിൽ കൈവിരലുകൾ വെച്ചുനോക്കി. ശ്വാസമില്ലാത്തതുപോലെ.

പാർവ്വതി പരിഭ്രമിച്ചുപോയി. നെഞ്ചത്ത് കൈവച്ചു നോക്കിയപ്പോൾ ഞെട്ടിച്ച ആ സത്യം അവൾക്ക് മനസ്സിലായി.

"ചേച്ചീ... എന്റെ ചേച്ചീ" പാർവ്വതി ഉറക്കെ നിലവിളിച്ചു. പിന്നീട് തന്നിലേക്ക് തിരിച്ചെത്തിയപ്പോൾ സ്വയം ആശ്വസിച്ചു, ചേച്ചി രക്ഷപ്പെട്ടിരിക്കുന്നു.

ചിത ഒരുക്കിയ സമയത്ത് ദുഃഖത്തിന്റെ രണ്ടുതുള്ളി കണ്ണുനീർ കണ്ണുകളിൽ ശേഖരിച്ചുവച്ചിരിക്കുന്ന ചേട്ടനെ കണ്ടു. ആ കണ്ണീർ ചേട്ടന്റെ സ്വന്തമാണെന്നു കരുതാൻ വളരെ വിഷമിച്ചു.

കുഞ്ഞമ്മ കണ്ണീരൊപ്പുന്നുണ്ടായിരുന്നു. അച്ഛന്റെയടുത്ത് ചേച്ചിയുടെ ചിത ഒരുക്കുന്നത് ചഞ്ചലമായ മനസ്സോടെ കണ്ടുകൊണ്ടു നിന്നു.

ഒടുവിൽ തീ പടർന്നുകയറി ചേച്ചിയുടെ ദേഹം കാണാൻ വയ്യാതായപ്പോൾ തിരികെ നടന്നു. ഒരഗ്നിസ്ഫുലിംഗമായി ചേച്ചി ഉയർന്നു പൊങ്ങുന്നതു കാണാൻ ശക്തിയുണ്ടായിരുന്നില്ല. ആ ധൂമപടലങ്ങൾക്കിടയിലൂടെ തെളിഞ്ഞുനിന്ന മുഖം ചേച്ചിയുടെ മകളുടേതായിരുന്നു--

ഇവിടെ തന്റെ അരികിൽ ഒന്നുമറിയാതെ മയങ്ങുന്ന ചേച്ചിയുടെ മകളുടെ...!

സന്ധ്യ കറുത്തിരുണ്ട് രൂപം മാറിയത് അറിഞ്ഞതേയില്ല. കുട്ടിയെ എവിടെ ആക്കണമെന്നതാണ് ഇപ്പോഴത്തെ പ്രശ്നം.

ഒരു രാത്രിക്കുശേഷം അവൾ അമ്മയെ തിരക്കിയപ്പോൾ പുക ഉയ

രുന്ന ചിതയിലേക്ക് ചൂണ്ടി കാണിച്ചുകൊണ്ട് അവൾക്ക് മനസ്സിലാവുകയില്ലെന്നറിഞ്ഞുകൊണ്ടു തന്നെ പറഞ്ഞു--

"അമ്മ അവിടെ ആ അഗ്നിയിൽ ഹോമിക്കപ്പെട്ടു. ഇനി തിരിച്ചുവരില്ല. ഇന്നു മുതൽ നിന്റെ അമ്മ ഞാനാണ്. മുലയൂട്ടാത്ത... പ്രസവിച്ചിട്ടില്ലാത്ത... കന്യകയായ അമ്മ!"

കുഞ്ഞമ്മ മുറിയിലേക്ക് കടന്നുവന്നു. അവർക്കു തന്റെ നേരെ നോക്കാൻ പേടിയാണെന്നു തോന്നി. തന്റെ മുൻപിലെത്തുമ്പോൾ കുനിഞ്ഞുപോകുന്ന അവരുടെ മുഖം അപരാധങ്ങളെ അംഗീകരിക്കുകയാണെന്ന് എപ്പോഴും തനിക്ക് തോന്നാറുണ്ട്.

കുഞ്ഞമ്മ കട്ടിലിൽ ചേച്ചിയുടെ കുട്ടിയുടെ അടുത്തിരുന്നു. എന്തൊക്കെയോ പറയാൻ അവർ വെമ്പുന്നുണ്ടായിരുന്നു. താൻ നോക്കിയത് രൂപഭേദം പ്രാപിച്ച സന്ധ്യയെയാണ്.

നിശ്ചലമായ ഇരുട്ട്. ഇരുട്ടിലൂടെ മൂളിവരുന്ന തണുത്ത കാറ്റ്. കാറ്റിന് വേദനയുടെ ഗന്ധം. ആ ഗന്ധത്തിന് ചേച്ചിയുടെ ഗന്ധവുമായി സാമ്യമുണ്ടെന്ന് തോന്നി. ചേച്ചി മരിച്ചതിനുശേഷമുള്ള രണ്ടാമത്തെ രാത്രി.

കുഞ്ഞമ്മ തന്റെ മുഖത്തേക്ക് നോക്കി, എന്തോ പറയാനാഞ്ഞു. പെട്ടെന്ന് നിർത്തിക്കളഞ്ഞു.

"എന്താണ്? കുഞ്ഞമ്മയ്ക്ക് എന്താണ് പറയാനുള്ളത്."

"കുട്ടിയുടെ കാര്യം--"

എങ്ങനെയാണെന്നറിയാൻ ധൃതിയായിരിക്കുന്നു. അല്ലേ? അതിന്റെ അമ്മയുടെ ചിതയുടെ പുക കെട്ടടങ്ങിയിട്ടില്ല. പുകയിലൂടെ ഉയർന്നു ഘനീഭവിച്ച് ഈ അന്തരീക്ഷത്തിൽ തങ്ങിനില്ക്കുന്ന മുലപ്പാൽ അതിന്റെ ചുണ്ടുകളിലേക്ക്, കുറഞ്ഞപക്ഷം ഒന്നോ രണ്ടോ പകലുകളിലെങ്കിലും ഒന്നു പെയ്തുകൊള്ളട്ടെ. ശൈശവത്തിന്റെ തൊട്ടിലിൽവെച്ച് അമ്മയുടെ വിയർപ്പ് നുണയാനാവാതെ, അനാഥമായി, നിശ്ശബ്ദയായി ഉറങ്ങുന്ന കുട്ടിയുടെ തൊട്ടടുത്തിരുന്ന് അവർ ചോദിക്കുന്നു, അവളുടെ ഭാവിയെന്തെന്ന്?

ദേഷ്യമാണ് തോന്നിയത്. അവരോട് വെറുപ്പ് പ്രകടിപ്പിക്കുന്നത് വിഡ്ഢിത്തമാണ്. സ്വബോധം നശിച്ച സ്ത്രീയാണവർ. പാർവ്വതി അവരുടെ മുഖത്തേക്ക് തുറിച്ചുനോക്കി.

അവർ പതറിയില്ല. കുഞ്ഞമ്മ പറഞ്ഞു:-

"നോക്കൂ... ഈ കുട്ടിയുടെ കാര്യത്തിൽ പാർവ്വതിയുടെ തീരുമാനം എന്തെന്ന് എനിക്കറിയണം."

"കുഞ്ഞമ്മ പറയൂ എന്തു വേണമെന്ന്?"

അവർ പരിഭ്രാന്തയായി ചുറ്റുമൊന്നു നോക്കി. ശ്വാസം അകത്തേക്ക് വലിച്ചെടുത്തുകൊണ്ട് അവർ പറഞ്ഞു.

"ഈ ഭിത്തികൾക്ക് ശ്രവണശക്തിയുണ്ട്. ഞാൻ പതുക്കെ പറയാം. ഈ കുട്ടിയേയുംകൊണ്ട് ഉടനെ ഇവിടെനിന്നു പോകണം."

പാർവ്വതിക്ക് ഒന്നും മനസ്സിലായില്ല. അവൾ സംശയത്തോടെ കുഞ്ഞമ്മയുടെ മുഖത്തു നോക്കി.

"കുഞ്ഞേ... അയാളുടെ തീരുമാനം എന്തെന്നറിയണോ?"

"ആരുടെ?"

"അയാളുടെ... ഈ കുട്ടിയുടെ അച്ഛന്റെ."

"ചേട്ടന്റേയോ?" ഒരു ഞെട്ടലോടെ പാർവ്വതി ചോദിച്ചു.

"അതെ. അയാളുടെതന്നെ. കുട്ടിയെ ഇവിടെ താമസിപ്പിക്കാൻതന്നെയാണ് നിശ്ചയിച്ചിട്ടുള്ളത്."

"എന്നിട്ട്...."

"എന്നിട്ട്?" ബാക്കിയാണ് തനിക്ക് കേൾക്കേണ്ടത്. അതു കേൾക്കാൻ ശക്തി സംഭരിച്ചു.

"കുട്ടിയെ നോക്കാൻ പാർവ്വതിയെ ഇവിടെ നിർത്താൻ പോവുകയാണ്... സീതയുടെ സ്ഥാനത്ത്."

സ്തംഭിച്ചു നിന്നുപോയി. കഴിഞ്ഞ രണ്ടു രാത്രികളിലായി താൻ ഭയന്നത് ഈ ഒരു കാര്യമാണ്. ചേട്ടന്റെ തീരുമാനത്തിനെതിരായി പ്രവർത്തിക്കേണ്ട അവസരമാണിത്.

കുഞ്ഞമ്മ വല്ലാത്തൊരാവേശത്തോടെ പറഞ്ഞു:

"പാർവ്വതി ഇവിടെനിന്ന് രക്ഷപ്പെടണം. ഉടനെ തന്നെ."

അവരുടെ മുഖത്തേക്കു നോക്കി. പേടമാനിന്റെ നിർദ്ദോഷമായ, ഭയന്ന കണ്ണിണകൾ. അതിൽ ആത്മാർത്ഥതയുടെ ചുവന്ന രേഖകൾ...

"എന്താണു കുഞ്ഞമ്മേ ചെയ്യേണ്ടത്?" ഭയപ്പാടോടെ ചോദിച്ചു.

"കുട്ടിയെ ഏതെങ്കിലും കോൺവെന്റിൽ ചേർക്കണം. അവൾ അവിടെ സുരക്ഷിതയായിരിക്കും. പിന്നെ കുഞ്ഞിന്റെ കാര്യം. ഒരു നിർദ്ദേശം തരാൻ ഞാൻ അജ്ഞയാണ്. സ്വയം തീരുമാനിക്കാനുള്ള കഴിവുണ്ട്... എന്തെങ്കിലും ഉടനെ തീരുമാനിക്കണം."

അവരുടെ കണ്ണുകൾ നിറയുന്നത് കണ്ടു.

കുഞ്ഞമ്മേ മാപ്പ്....

നിങ്ങളുടെ ഹൃദയത്തിന്റെ അറിയപ്പെട്ടിട്ടില്ലാത്ത മറ്റൊരു കോണു കൂടി എനിക്കു മുമ്പിൽ തുറക്കപ്പെട്ടിരിക്കുന്നു.

അവിടം പരിശുദ്ധമാണ്.

ഒരിക്കൽക്കൂടി മാപ്പ്.

കുട്ടിയെ കുഞ്ഞമ്മയുടെ അടുത്ത് ആക്കിയിട്ട് പാർവ്വതി കുഞ്ഞമ്മാവന്റെ വീട്ടിലേക്ക് പോയി.

അഞ്ച്

കുത്തനെയുള്ള കുന്നിൻപുറത്തേക്ക് കയറിയപ്പോൾ മനസ്സിനും ശരീരത്തിനും ഒരുന്മേഷം തോന്നി. പുറകിൽനിന്ന് ഗോപി വിളിച്ചുപറഞ്ഞു:

"ചേച്ചീ സൂക്ഷിക്കണേ. കൂർത്ത കല്ലുകളാണ്. ചെരിപ്പിനേം തുളച്ച് അകത്തു കയറും. ഉരുളൻകല്ലിൽ ചവിട്ടിയാൽ കാലു തെറ്റുകയും ചെയ്യും."

ഒരു മുന്നറിയിപ്പാണത്. ജീവിതത്തിന്റെ കാലടികൾ തെറ്റരുതെങ്കിൽ നിരപ്പായ പ്രദേശത്തുകൂടി നടക്കണം. ഉരുളൻകല്ലുകളിൽ ചവിട്ടരുത്. തന്റെ ജീവിതം കുത്തനെയുള്ള, ഉരുളൻ കല്ലുകൾ നിറഞ്ഞ കുന്നിൻപ്രദേശത്തുകൂടിയാണ് നുഴഞ്ഞുകയറിയത്. അടിതെറ്റാതിരിക്കാൻ എന്തു മാത്രം ശ്രദ്ധിച്ചു.

കുന്നിന്റെ മുകളിലേക്ക് കയറുന്തോറും ചക്രവാളത്തിന്റെ വലിപ്പം വർദ്ധിച്ചുവന്നു. ശ്വാസം ആഞ്ഞു വലിച്ചുകൊണ്ട് പാർവ്വതി വീണ്ടും വീണ്ടും കയറാൻ തുടങ്ങി. ഗോപി അവളുടെ തൊട്ടു പുറകിലുണ്ട്.

കുന്നിന്റെ നിറുകയിലെത്തിയപ്പോഴേക്ക് അവൾ തളർന്നുകഴിഞ്ഞിരുന്നു. വീശിയടിച്ചുകൊണ്ടിരുന്ന തണുത്ത കാറ്റ് ആശ്വാസം പകർന്നപ്പോൾ അവൾ ഗോപിയോട് പറഞ്ഞു.

"നമുക്കിവിടെ കുറേനേരം ഇരിക്കാം. ഇവിടിരുന്നാൽ ലോകം മുഴുവൻ കാണാം, അല്ലേ?"

ഗോപി ചിരിച്ചുകൊണ്ട് തലകുലുക്കി. എന്നിട്ടു പറഞ്ഞു.

"ലോകം മുഴുവൻ കാണാൻ പറ്റില്ല. അതിന് എവറസ്റ്റിൽ പോകണം. ഇവിടിരുന്നാൽ പകുതി കാണാൻ പറ്റുമായിരിക്കും."

അവന്റെ നിഷ്കളങ്കത്വം നിറഞ്ഞ വാക്കുകൾ കേട്ടപ്പോൾ ചിരിച്ചുപോയി.

"നിനക്കു ക്ഷീണമില്ലേ?"

"ഇല്ല. ഞാൻ സാധാരണ ഇവിടെ വരാറുണ്ട്."

"എന്തിനാണ്?"

"വെറുതെ. ഇവിടെ ഇങ്ങനെ കുറേനേരം ഇരുന്നാൽ നല്ല രസമാണ്. ആട്ടെ, ചേച്ചിക്ക് മുള്ളിൻകായ് വേണോ? നല്ല രുചിയാണ് തിന്നാൻ."

ഗോപി കുന്നിന്റെ ചരിവിലുള്ള കുറ്റിച്ചെടിയിൽനിന്നു മുള്ളിൻകായ് പറിച്ചുകൊണ്ടുവന്നു. കറുത്ത നിറമുള്ള പഴുത്ത മുള്ളിൻപഴം കറുത്ത മുത്തുകൾപോലെയുണ്ട്. മുള്ളിൻപഴം വായിലിട്ടു നുണച്ചുകൊണ്ട് ദൂരത്തേക്കു കൈചൂണ്ടി പാർവ്വതി ചോദിച്ചു.

"ആ കാണുന്നതെന്താണ്?"

"ആറ്റിനക്കരെയുള്ള സിനിമാകൊട്ടകയാണ്. അതിനപ്പുറത്തു കാണുന്നത് ഓട്ടാപ്പീസ്. അതിനും അപ്പുറത്താണ് ഞാൻ പഠിച്ച സ്കൂൾ."

പാർവ്വതി ഗോപിയുടെ മുഖത്തേക്കു നോക്കി. നിഷ്കളങ്കമായ മുഖം. കുഞ്ഞമ്മാവന്റെ മുഖംപോലെതന്നെയുണ്ട്. നിഷ്കളങ്കമായ ഇവന്റെ ചിരിയും, കുഞ്ഞമ്മാവന്റെ ചിരിപോലെ തന്നെ. വളഞ്ഞുവളഞ്ഞു ഒരു വെള്ളിനൂലിഴപോലെ നീണ്ടുപോകുന്ന നദിയുടെ തിളക്കം നോക്കിക്കൊണ്ടു പാർവ്വതി ചോദിച്ചു:

"ഗോപി എന്താണ് പഠിത്തം നിർത്തിക്കളഞ്ഞത്?"

"പത്താംതരത്തിൽ തോറ്റപ്പോൾ അച്ഛൻ പറഞ്ഞു ഇനി പഠിക്കാൻ പോകണ്ടെന്ന്. നിലത്തിലെയും കരയിലെയും ഒക്കെ കൃഷി നോക്കി നടന്നാൽ മതിയെന്ന്. പിന്നെ ഞാനെന്താ ചെയ്ക?".... അവൻ നിസ്സാരമാ

യി പറഞ്ഞു.

"നിനക്കു പഠിക്കണമെന്നുണ്ടായിരുന്നോ?"

"ഇഷ്ടമായിരുന്നു. എന്നാലും കൃഷിയൊക്കെ നോക്കുന്നതാണ് രസം."

കുഞ്ഞമ്മാവൻ നിർദ്ധനനായിരുന്നു. അമ്മയുടെ ഒരേയൊരു സഹോദരനാണ്. അച്ഛൻ അമ്മയെ വിവാഹം കഴിച്ചത് ഒട്ടേറെ എതിർപ്പുകൾ നേരിട്ടാണെന്ന് കുഞ്ഞമ്മാവൻതന്നെയാണ് പറഞ്ഞത്. അമ്മയുടെ അച്ഛന് പറയത്തക്ക ജോലിയൊന്നുമുണ്ടായിരുന്നില്ല. അമ്മയുടെ സൗന്ദര്യവും സ്വഭാവവും ഒക്കെ അച്ഛനെ ആകർഷിച്ചത്രെ. ഒരിക്കൽ അച്ഛൻ അമ്മയുടെ വീട്ടിൽ ചെന്ന് പെണ്ണു ചോദിച്ചു. അപ്പൂപ്പന് സ്വപ്നം കാണാൻ പോലും സാധിക്കാത്ത ബന്ധമായിരുന്നു അത്. സ്വന്തം വീട്ടിൽനിന്നുള്ള എതിർപ്പുകളെ ലേശം വകവയ്ക്കാതെയാണ് അച്ഛൻ അമ്മയെ താലി കെട്ടിയത്.

കുഞ്ഞമ്മാവൻ അമ്മയുടെ ഇളയതാണ്. കുഞ്ഞമ്മാവന് ഇപ്പോഴുള്ള സ്വത്ത് മുഴുവനും അച്ഛൻ കൊടുത്തതാണ്. അമ്മയുള്ളപ്പോൾ എസ്റ്റേറ്റ് കാര്യങ്ങളിലും മറ്റും കുഞ്ഞമ്മാവൻ അച്ഛനെ സഹായിക്കുമായിരുന്നു. ആരെയും ഉപദ്രവിക്കാതെ ഉള്ളതുകൊണ്ട് ഒതുങ്ങി ജീവിക്കുന്ന പ്രകൃതമായിരുന്നു കുഞ്ഞമ്മാവന്റേത്.

താനിന്നലെയാണ് ആദ്യമായി കുഞ്ഞമ്മാവന്റെ വീട്ടിൽ വരുന്നത്. അമ്മയുള്ളപ്പോൾ കുഞ്ഞമ്മാവൻ മുറയ്ക്ക് വീട്ടിൽ വരാറുള്ളതുകൊണ്ട് ആരും അങ്ങോട്ടു പോകാറില്ലായിരുന്നു. അമ്മയുടെ മരണത്തിനുശേഷവും കുഞ്ഞമ്മാവൻ മിക്കപ്പോഴും വീട്ടിൽ വരുമായിരുന്നു. അമ്മ മരിച്ച വർഷത്തിലാണ് ഗോപിയുടെ ജനനം. കുഞ്ഞമ്മയെ അച്ഛൻ വിവാഹം കഴിക്കുന്നതിനുമുമ്പ് ഗോപിയെയും കൊണ്ട് കുഞ്ഞമ്മാവൻ മിക്കപ്പോഴും വീട്ടിൽ വരും. കുഞ്ഞമ്മ വന്നതിനുശേഷം വരാറേയില്ല. എന്തെങ്കിലും അത്യാവശ്യം ഉണ്ടെങ്കിൽ മാത്രം.

ഇന്നലെ കുഞ്ഞമ്മാവന്റെ വീട്ടിലെത്തിയത് വിങ്ങുന്ന ഹൃദയത്തോടെയാണ്. തന്നെ പിഴുതെറിയാൻ ശക്തിയുള്ള ഒരു കൊടുങ്കാറ്റിന്റെ ആരംഭം കണ്ടുകൊണ്ട് ആവുന്നത്ര ശക്തിയോടെ ഓടി. ഏതു മാളത്തിലൊളിച്ച് രക്ഷപ്രാപിക്കണമെന്നു നിശ്ചയമില്ലായിരുന്നു.

തന്നെ തളച്ചിടാനായി ചേട്ടൻ ശ്രമിക്കുന്നുവെന്ന് കുഞ്ഞമ്മ പറഞ്ഞറിഞ്ഞ നിമിഷത്തിൽ രക്ഷപ്പെടാൻ ഒരേ ഒരാളുടെ ബലമേ ഉള്ളു എന്നു വിശ്വസിച്ചു-- കുഞ്ഞമ്മാവന്റെ.

അതുകൊണ്ടാണ് കുഞ്ഞമ്മാവന്റെ വീട്ടിലേക്ക് പോന്നത്. തന്റെ വരവ് കുഞ്ഞമ്മാവനെ അത്ഭുതപ്പെടുത്തി. അവിശ്വസനീയതയോടെയാണ് കുഞ്ഞമ്മാവൻ തന്നെ സ്വീകരിച്ചത്.

"മോൾ.... ഇപ്പോൾ...."

തന്റെ ദൃഷ്ടികൾ പുറകിലേക്കായിരുന്നു. താണ്ഡവമാടി വരുന്ന കൊടുങ്കാറ്റ് എവിടെവരെ തകർത്തുവെന്നറിയാനാണ് പുറകിലേക്ക് നോ

ക്കിയത്.

കുഞ്ഞമ്മാവൻ നീക്കിയിട്ടുതന്ന കസേരയിൽ ആശ്വാസത്തോടെ ഇരുന്നു.

"മോൾ വീട്ടിൽനിന്നല്ലേ വരുന്നത്?"

"അതേ."

"മുഖത്ത് എന്താണിത്ര വിഷമം?"

"അമ്മാവാ, ഞാൻ വന്നത് വളരെ അത്യാവശ്യമായ കാര്യത്തിനാണ്—"

തന്റെ ഭീതിയുടെ കെട്ടുകൾ ഒന്നൊന്നായി കുഞ്ഞമ്മാവന്റെ മുൻപിൽ അഴിച്ചുവച്ചു. തന്നെ തടവുകാരിയാക്കാനുള്ള ചേട്ടന്റെ കൗശലം തകർക്കാൻ കഴിവുള്ള ഏക ആൾ കുഞ്ഞമ്മാവനാണെന്ന് താൻ വിശ്വസിക്കുന്നു.

തനിക്കു കഴിവില്ലാഞ്ഞിട്ടാണോ? എന്തും നേരിടാനുള്ള ചങ്കുറപ്പ് തനിക്കുണ്ടാവേണ്ടതല്ലേ? പക്ഷേ, സ്ത്രീ ദുർബ്ബലയാണ്, അലസയാണ്. മാനസികപരിണാമങ്ങളെ അളന്നുമുറിച്ചു പഠിച്ചിട്ടുള്ള വലിയ ചിന്തകന്മാർ പോലും സ്ത്രീത്വത്തെ ദൗർബല്യത്തിന്റെ പര്യായമായി മുദ്രയടിച്ചിരിക്കുന്നു. അതൊന്നുകൊണ്ടുമാത്രം താൻ പരാജയപ്പെടും എന്നു തോന്നിപ്പോകുന്നു. അതിനുള്ള ഉദാഹരണങ്ങളല്ലേ കുഞ്ഞമ്മയും ചേച്ചിയും. ആ ദുർവ്വിധി തനിക്കു നേരിട്ടാൽ....?

ഒറ്റയ്ക്കു നിന്ന് പൊരുതാൻ ആവില്ല. അല്ലെങ്കിലും എത്ര നാൾ പൊരുതാൻ തന്നെക്കൊണ്ടു കഴിയും. ആവുന്നത്ര എതിർത്തുനിന്നിട്ട് ഒടുവിൽ ശക്തി ക്ഷയിക്കുമ്പോൾ, ബുദ്ധി ദുർബ്ബലമാകുമ്പോൾ അയാളുടെ കാലടികളിൽ വീണ്, പരാജയം സമ്മതിക്കുന്നതിനേക്കാൾ മരിക്കുന്നതാണ് നല്ലത്.

എല്ലാം കുഞ്ഞമ്മാവനോട് പറഞ്ഞു. ആവുമെങ്കിൽ തന്നെ രക്ഷിക്കൂ...

കുഞ്ഞമ്മാവൻ ഏറെനേരം നിശ്ശബ്ദനായിരുന്നു. പിന്നീട് കളത്തിലെ കരുനീക്കങ്ങൾ എങ്ങനെ ആയിരിക്കണമെന്നു വ്യക്തമാക്കി.

ചേച്ചിയുടെ മകളുടെ കാര്യം പൂർണ്ണമായും ചേട്ടന്റെ തീരുമാനത്തിനു വിടണം. കുട്ടി ചേട്ടന്റെയാണ്. അവളെ കോൺവെന്റിലാക്കാൻ തനിക്ക് യാതൊരവകാശവുമില്ല. അഥവാ അവളെ കോൺവെന്റിലാക്കിയാലും ചേട്ടൻ ചെന്നുവിളിച്ചാൽ അധികാരികൾക്ക് അവളെ വിട്ടുകൊടുത്തേ മതിയാവൂ...

എങ്കിലും ചേച്ചിയോടുള്ള വാഗ്ദാനം! കുട്ടിയെ താൻ നോക്കിക്കൊള്ളാമെന്നു പറഞ്ഞപ്പോഴാണ് അവസാനമായി ചേച്ചി ഒന്നു ചിരിച്ചത്, ആശ്വാസം കൊണ്ടത്. ചേച്ചിക്കു നല്കിയ ഒടുവിലത്തെ ആ വാഗ്ദാനം നിറവേറ്റാനും താൻ വിധിക്കപ്പെട്ടിട്ടില്ലേ?

പക്ഷേ, കുഞ്ഞമ്മാവന്റെ സിദ്ധാന്തം -- ഒരു വാഗ്ദാനത്തിന്റെ പേരിൽ ജീവിതം കുരുതി കൊടുക്കുന്നത് ബുദ്ധിപൂർവ്വമല്ല.

തന്റെ രക്ഷയാണ് ചേച്ചിക്കു നല്കിയ വാഗ്ദാനത്തേക്കാൾ വലു

തെന്നു കുഞ്ഞമ്മാവൻ പറഞ്ഞപ്പോൾ മനസ്സ് ചേച്ചിയോട് കെഞ്ചുകയായിരുന്നു... എന്നോടു ക്ഷമിക്കൂ...

പഠിക്കുന്നിടത്തോളം കാലം ചേട്ടന് തന്നെ ഒന്നും ചെയ്യാൻ കഴിയുകയില്ല. അതു കഴിഞ്ഞുള്ള കാര്യം പിന്നീട് ആലോചിച്ചാൽ പോരേ എന്ന് കുഞ്ഞമ്മാവൻ പറഞ്ഞപ്പോൾ പാർവ്വതിയുടെ ഹൃദയം ശക്തിയായി മിടിച്ചുകൊണ്ടിരുന്നു.

മടിച്ചുമടിച്ചാണെങ്കിലും പാർവ്വതി പറഞ്ഞു:

"കുഞ്ഞമ്മാവാ എന്റെ വിവാഹം കുഞ്ഞമ്മാവൻ നടത്തിയാൽ ചേട്ടന് ഒന്നുംചെയ്യാൻ പറ്റുകയില്ലല്ലോ."

കുഞ്ഞമ്മാവൻ മെല്ലെ ചിരിച്ചു.

"അപ്പോൾ മോൾടെ മനസ്സിൽ അതാണ് അല്ലേ?"

പാർവ്വതി ചൂളിപ്പോയി. ഇന്നേ നിമിഷംവരെ വിവാഹത്തെക്കുറിച്ച് ചിന്തിച്ചിട്ടുപോലുമില്ലാത്ത തനിക്ക് എങ്ങനെ അതുപറയാൻ സാധിച്ചു എന്ന് അവൾ അത്ഭുതപ്പെട്ടു.

പക്ഷേ, പറഞ്ഞുകഴിഞ്ഞപ്പോഴാണ് ബുദ്ധിപൂർവ്വമുള്ള ഒരു നിർദ്ദേശമാണതെന്ന് കുഞ്ഞമ്മാവന് വ്യക്തമായത്.

തനിക്ക് ഒരു യജമാനനുണ്ടായാൽ.... ആ കൈകൾക്കുള്ളിൽ താൻ സുരക്ഷിതയായിരിക്കും. പിന്നീട് ആരെയും ഭയക്കേണ്ട ആവശ്യമേ ഉണ്ടാവില്ല.

താൻ ഒരു തീരത്തെത്തുകയായി... മാനത്തിന്റെ നെഞ്ചിലൂടെ പായുന്ന മേഘങ്ങൾ തേടിയുഴലുന്ന ഒരു തീരത്ത്... അവിടെ തന്റെ ദുഃഖങ്ങൾ പെയ്തുതീർക്കാനാകും.

തന്നെ കാത്തിരിക്കുന്ന നിറപറയുടെയും കതിർക്കുലയുടെയും തീരത്ത്... അവിടെ മുക്തി അടയുന്ന നിമിഷം മുതൽ താൻ പൂർണ്ണമായും സുരക്ഷിതയായിരിക്കും.

അമ്മാവനും അതൊക്കെത്തന്നെയാണ് ചിന്തിച്ചത്. ചിരിച്ചുകൊണ്ട് ചോദിച്ചു:--

"മോൾടെ മനസ്സിൽ എന്തെങ്കിലും തീരുമാനമുണ്ടോ?"

"എല്ലാം കുഞ്ഞമ്മാവൻ തീരുമാനിച്ചാൽ മതി."

"അതല്ല. ആരെയെങ്കിലും ഒന്നു ചൂണ്ടികാണിച്ചുതരാനുണ്ടോ എന്ന്."

കുഞ്ഞമ്മാവന്റെ ചോദ്യം മനസ്സിലായപ്പോൾ നിഷേധാർത്ഥത്തിൽ തലകുലുക്കി. ആരെയെങ്കിലും സ്വയം തെരഞ്ഞെടുത്തതിന്റെ ഉറപ്പിന്മേലാണോ താൻ വിവാഹത്തിന്റെ കാര്യം പറഞ്ഞതെന്ന് അദ്ദേഹം സംശയിക്കുന്നു. ആരും തന്നെ ഇതുവരെ സ്വാധീനിച്ചിട്ടില്ല. അതിൽനിന്നൊക്കെ ഒഴിഞ്ഞുമാറാനാണ് ശ്രമിച്ചിട്ടുള്ളത്.

-ശശിയിൽനിന്ന്.

പെട്ടെന്ന് ഓർത്തത് ശശിയെയാണ്. നീണ്ടു മെല്ലിച്ച വെളുത്ത നിറമുള്ള ശശിയെന്ന സഹപാഠിയെ. തിരുവാതിരനാൾ വെളുപ്പിനെ അമ്പലത്തിന്റെ നടയിൽവച്ചു തന്നോടു പരിഭവം പ്രകടിപ്പിച്ച ശശിയെ. അ

ന്നു കാലത്തു താൻ കോളേജിൽ ചെല്ലുന്നതും നോക്കി ശശി കാത്തിരുന്നിരിക്കും. അശ്വതിയാണതിനുത്തരവാദി. താൻ വീട്ടിലേക്കുപോയ വിവരം അവളിൽനിന്ന് അറിയുമ്പോൾ തന്നോട് നീരസം തോന്നി അയാൾ എല്ലാം വേണ്ടെന്നു വച്ചെങ്കിൽ തന്റെ ഭാഗ്യം. ഒരു സഹപാഠിയെന്നതിൽ കവിഞ്ഞ് അയാളോട് യാതൊരടുപ്പവും പാടില്ല. താൻ സ്വപ്നം കാണുന്ന തീരം അതല്ല.

"മറ്റൊരു പ്രശ്നമതല്ല, മോൾക്ക് ഒരു കല്യാണമാലോചിക്കുമ്പോൾ അയാളോട് ആലോചിക്കാതെ ചെയ്യാൻ പറ്റുമെന്ന് തോന്നുന്നില്ല."

കുഞ്ഞമ്മാവനും ചേട്ടനെ ഭയപ്പെടുന്നു. തന്റെ ഭാവിയെപ്പറ്റി ഒരുറച്ച തീരുമാനമെടുക്കുന്നതിന് കഴിവുണ്ടെന്നു വിശ്വസിച്ച കുഞ്ഞമ്മാവനും ചേട്ടന്റെ സ്വാധീനത്തിൽ കിടന്നുഴലുന്ന അടിമയാണോ?

"ചേട്ടന്റെ അനുവാദം ഈ കാര്യത്തിൽ ആവശ്യമില്ല–" തീർത്തു പറഞ്ഞു.

"അനുവാദം ആവശ്യമില്ലെന്നതു ശരിതന്നെ. സ്വതന്ത്രമായ ഒരു തീരുമാനമെടുത്ത് അതു മുഴുവൻ നിറവേറ്റാൻ എനിക്കു കഴിവുണ്ടായിരുന്നെങ്കിൽ ഞാൻ അയാളുടെ കാര്യമേ ചിന്തിക്കുകയില്ലായിരുന്നു."

കുഞ്ഞമ്മാവൻ പറഞ്ഞത് തനിക്ക് മനസ്സിലാവുന്നുണ്ട്. പണത്തിന്റെ പ്രശ്നമാണ്. കല്യാണത്തിനു വേണ്ടിവരുന്ന ചെലവു വഹിക്കാൻ കുഞ്ഞമ്മാവന് കഴിവില്ല എന്ന് തനിക്കറിയാം. അതിനുവേണ്ടി ചേട്ടനെ സമീപിക്കാതിരിക്കാൻ പറ്റില്ല എന്നാണ് കുഞ്ഞമ്മാവൻ പറയുന്നത്.

"പണത്തിന്റെ കാര്യത്തിലാണെങ്കിൽ അമ്മാവൻ വിഷമിക്കേണ്ട. എനിക്ക് എടുക്കത്തക്ക വിധത്തിൽ അച്ഛൻ എന്റെ പേരിൽ പണം ഇട്ടിട്ടുണ്ട്."

എങ്ങനെയെങ്കിലും രക്ഷപ്പെടണമെന്നേയുള്ളൂ. കുഞ്ഞമ്മാവൻ തനിക്കായി കണ്ടെത്തുന്ന തീരംകൊണ്ട് സംതൃപ്തിയടഞ്ഞുകൊള്ളാം. വിവാഹിതയാവുക എന്ന സന്തോഷമല്ല തനിക്ക്. രക്ഷപ്പെടുന്നു എന്ന ആശ്വാസം മാത്രമാണ്.

കോളേജിൽ പഠിത്തം തുടരുന്നതിന് കുഴപ്പമൊന്നുമില്ല. പക്ഷേ, അതിനുള്ളിൽ തനിക്കുവേണ്ടിയുള്ള കെണി ഒരുക്കുന്നതിന് ചേട്ടന് സാധിക്കും. അതിനു മുൻപ് തനിക്ക് തന്റെ തീരം കണ്ടെത്തണം.

ആ മാളികയുടെ ദർശനംപോലും താൻ ഭയപ്പെടുന്നു. അവിടെ തടവിലാക്കപ്പെടുകയാണെങ്കിൽ–

കുന്നിന്റെ നിറുകയിൽ അകലെക്കൂടി പറക്കുന്ന പറവയുടെ ചിറകുകളുടെ ചലനം നോക്കിയിരുന്നപ്പോൾ ഗോപി ചോദിച്ചു:

"ചേച്ചി എപ്പോഴും എന്താണ് ആലോചിക്കുന്നത്...?"

പാവം ഗോപി! തന്റെ ജന്മം അളന്നുതൂക്കലുകളുടെ ജന്മമാണെന്ന് അവനറിയുന്നില്ല. തന്റെ യൗവനം കൂട്ടിലടയ്ക്കപ്പെട്ട വെരുകിന്റെ ജന്മമാണെന്ന് അവന് വ്യക്തമല്ല.

കുട്ടീ, നീ സ്വതന്ത്രനാണ്. ആ പറവയെപ്പോലെ ചക്രവാളസീമക

ളിലേക്ക് പറന്നുപോകാം. കുന്നിന്റെ മുകളിലേക്ക് ഉരുളൻ കല്ലുകളിൽ ചവിട്ടാതെ കയറാൻ വിധിക്കപ്പെട്ടവനാണ് നീ.

എന്റെ വിധി പാരതന്ത്ര്യമാണ്. എല്ലാ ബന്ധനങ്ങളിൽനിന്നും രക്ഷപ്പെടാൻ കിണഞ്ഞു ശ്രമിച്ചാലും കൂടുതൽ കൂടുതൽ ബന്ധിക്കപ്പെടുന്ന എന്റെ വിധിയുടെ പൊരുൾ നിനക്കു മനസ്സിലാവില്ല.

നാളെ ഹോസ്റ്റലിലെത്തിക്കഴിഞ്ഞാൽ അല്പമെങ്കിലും ആശ്വാസം കിട്ടും. ഇന്നും ഇന്നലെയുമായി കുഞ്ഞമ്മാവൻ കെട്ടിത്തന്ന ആശ്വാസത്തിന്റെ അടിത്തറയിൽ ഇനി ഞാനെന്റെ തീരത്തിന്റെ സ്വപ്നം പണിതുയർത്താൻ പോവുകയാണ്....

കുഞ്ഞമ്മാവൻ വിവാഹം ആലോചിക്കാമെന്ന് ഉറപ്പുതന്ന നിമിഷത്തിൽ തന്റെ മുൻപിൽ നിറപറയും നിലവിളക്കുമില്ലായിരുന്നു.... മുടിക്കെട്ടിൽ ചൂടുന്ന മുല്ലപ്പൂവിന്റെ ഭാരമില്ലായിരുന്നു... അണിയുന്ന സാരിയുടെ നിറങ്ങളില്ലായിരുന്നു... നാദസ്വരമേളമില്ലായിരുന്നു...

തന്റെ മുൻപിൽ ഭയന്നോടുന്ന ഒരു മാൻപേടയുടെ ചിത്രമായിരുന്നു. പുറകിലേക്ക് കഴുത്തുകൾ ചെരിച്ച് കുതിച്ചോടുന്ന മാൻപേട... ഏകയായ മാൻപേട... വ്യാഘ്രത്തിന്റെ കണ്ണിൽനിന്നൊളിക്കാൻ ഒരു പച്ചപ്പടർപ്പു തേടിയോടുന്ന മാൻപേട... അത് താനാണ്... കൊടുങ്കാറ്റിനെതിരെ പായാൻ തയ്യാറെടുക്കുന്ന പാർവ്വതി എന്ന മാൻപേട.....

ആറ്

ചേച്ചിയുടെ മരണം അശ്വതിയെ അറിയിക്കാത്തതിൽ അവൾ പരിഭവിച്ചു. കാലത്ത് ഹോസ്റ്റലിലെത്തിയതിനുശേഷം അവളെ കണ്ടതേയില്ല. കോളേജിൽ പോകാനും അവൾ തന്നോടൊപ്പം വന്നില്ല.

അശ്വതി പിണങ്ങിയെന്നറിഞ്ഞപ്പോൾ എന്താണ് ചെയ്യേണ്ടതെന്നറിയാതെ പകച്ചുപോയി. ചേച്ചിയുടെ മരണവിവരം അശ്വതിയെ അറിയിക്കേണ്ടതായിരുന്നു.

പക്ഷേ, അപ്പോഴത്തെ തന്റെ മാനസികാവസ്ഥ എന്തെന്നറിഞ്ഞിരുന്നെങ്കിൽ അവൾ തന്നോടു പിണങ്ങുകയില്ലായിരുന്നു. വീട്ടിലേക്ക് പോകാൻ ഗോപിയോടൊപ്പം ബസിൽ കയറിയപ്പോഴേ ഹോസ്റ്റലിനെ മറന്നിരുന്നു. കോളേജിനെ മറന്നിരുന്നു. അശ്വതിയുൾപ്പെടെ എല്ലാ കൂട്ടുകാരികളെയും മറന്നിരുന്നു.

സ്വസ്ഥമായ ഒരു നിമിഷം ഉണ്ടായിട്ടുവേണ്ടേ ആലോചിക്കുവാൻ. മരണത്തിന്റെ മുൻപിൽ മൂകയായിപ്പോയ തന്റെ അപ്പോഴത്തെ സ്ഥിതി അശ്വതിക്കു മനസ്സിലാകുമോ?

അവൾ പിണങ്ങിയതിലും കാര്യമില്ലാതില്ല. തന്നെ ഏറ്റവും കൂടുതൽ ഇഷ്ടപ്പെട്ടിരുന്നത് അവളാണ്. ഒരു സഹോദരിയെ അവളിൽ കണ്ടു. വേദന പങ്കിട്ടെടുത്ത് എപ്പോഴും തന്നെ ആശ്വസിപ്പിക്കുന്നത് അവളാണ്.

അറിയിക്കാഞ്ഞത് തെറ്റുതന്നെ. സമ്മതിക്കുന്നു.

ഹോസ്റ്റലിൽ എത്തുമ്പോൾ എല്ലാം മറക്കാനാവുമെന്ന ആശയായിരുന്നു തനിക്ക്. ഇനി വീടിനെക്കുറിച്ച് ഓർമ്മിക്കേണ്ട ആവശ്യമേയില്ല. തന്നെ വീടുമായി ബന്ധിച്ചിരുന്ന കണ്ണി ചേച്ചിയായിരുന്നു. ചേച്ചി ഉണ്ടായിരുന്നപ്പോൾ ചേച്ചിയെ ഓർക്കേണ്ടത് കടമയായിരുന്നു എന്നു തോന്നിയിട്ടുണ്ട്. ഇപ്പോൾ ചേച്ചിയും പോയിരിക്കുന്നു-- തന്നെ ഏകയാക്കിക്കൊണ്ട്. ഇനി അവശേഷിക്കുന്ന കണ്ണി ചേച്ചിയുടെ മകളുടേതാണ്.

ചേച്ചിക്കു നല്കിയ വാഗ്ദാനം നിറവേറ്റാൻ തനിക്ക് കഴിയാതെ പോയി. തന്റെ തെറ്റാണതെന്ന് ഒരിക്കലും ചേച്ചിയുടെ ആത്മാവ് വിശ്വസിക്കുകയില്ല. മറിച്ചാണെങ്കിൽ ചേച്ചിയുടെ ആത്മാവു മാപ്പുതരട്ടെ.

മുങ്ങിത്താഴാൻ തുടങ്ങുന്ന തനിക്ക് രക്ഷപ്പെടാൻ ശ്രമിക്കാനല്ലാതെ, തുരുത്തിലിരിക്കുന്ന ഒരാൾക്ക് കൈനീട്ടി രക്ഷയിലേക്ക് വലിച്ചുകൊണ്ടു പോകാൻ സാധിക്കുകയില്ല. അല്ലെങ്കിലും ചേച്ചിയുടെ കുട്ടി രക്ഷയുടെ തുരുത്തിലാണ്. അവളുടെ അച്ഛന്റെയടുത്ത് ആയതുകൊണ്ട് അവൾക്ക് പേടിക്കേണ്ടതില്ല.

പിന്നീടുള്ളത് തനിക്ക് കിട്ടാൻ അർഹതയുള്ള സ്വത്താണ്. അതിനു വേണ്ടി ഇപ്പോൾ പോകുന്നത് വിഡ്ഢിത്തമാണ്. ഇനിയൊരിക്കൽ അവിടെ ചെന്നുപെട്ടാൽ തിരികെ പോരാനൊക്കുകയില്ല എന്നത് സത്യമാണ്.

തന്റെ തീരം ഒന്നു കണ്ടെത്തിക്കൊള്ളട്ടെ. എല്ലാം കണക്കു പറഞ്ഞു വാങ്ങും.

കറുത്ത രാത്രിയുടെ മുഖത്തേക്കു നോക്കിയപ്പോൾ അകലെ മിന്നിത്തിളങ്ങുന്ന നക്ഷത്രങ്ങളുടെ ഹർഷോന്മാദം കണ്ടു. ഈ രാത്രിയുടെ നിലനില്പേ തങ്ങൾക്കുള്ളൂ എന്നറിഞ്ഞിട്ടും ഉന്മാദംകൊണ്ട് ആടുകയാണവർ....

തന്റെ മുൻപിൽ വിദൂരതയിലേക്ക് നീണ്ടുനീണ്ടുപോകുന്ന പാതയാണ്... വിളറിയ ഓരങ്ങളുള്ള പാത. അതിന്റെ ഒരു വശത്തുകൂടി പാദുകമണിഞ്ഞ് തനിക്ക് സഞ്ചരിക്കേണ്ടിയിരുന്നു....

വിദൂരമായ ഒരു തീരമെന്ന ലക്ഷ്യം മുന്നിൽ കണ്ടുകൊണ്ട്...

ഉറങ്ങാൻ സമയമായപ്പോഴാണ് അശ്വതി റൂമിലേക്ക് വന്നത്.

അവൾ പാർവ്വതിയുടെ മുഖത്തേക്ക് നോക്കിയതുപോലുമില്ല. പാർവ്വതി കണ്ണിമയ്ക്കാതെ അവളെ ശ്രദ്ധിക്കുകയായിരുന്നു. മുഖത്ത് വിദ്വേഷം പൊതിഞ്ഞുകെട്ടിവച്ചിരിക്കുന്നു. പുതപ്പ് വലിച്ചുമൂടി ജനാലയിലൂടെ പുറത്തേക്കു നോക്കിക്കൊണ്ട് അവൾ കിടന്നു.

അവളുടെ ദൃഷ്ടികൾ ചെന്നവസാനിക്കുന്നത് ഉജ്ജ്വലമായി പ്രകാശിക്കുന്ന ഒരു നക്ഷത്രത്തിലാണ്. താനും നോക്കുന്നത് ആ നക്ഷത്രത്തെയാണ്.

അതിൽ നിന്റെ മുഖം എനിക്ക് വ്യക്തമാണ്. പരിഭവത്തിന്റെ രേണുക്കളല്ലാതെ യഥാർത്ഥത്തിൽ നിനക്ക് പിണക്കം ഇല്ലെന്ന് എനിക്കറിയാം....

പാർവ്വതി മെല്ലെ എഴുന്നേറ്റു. അശ്വതിയുടെ കട്ടിലിന്റെ അടുത്തു

ചെന്നുനിന്നു. കുറെനേരം നിന്നിട്ടും അവൾ നോക്കിയതേയില്ല. പാർവ്വതി അശ്വതിയുടെ അടുത്തിരുന്നു. അവൾ പുറത്തേക്കു നോക്കി കിടന്നതല്ലാതെ പാർവ്വതിയെ ശ്രദ്ധിച്ചതേയില്ല.

പാർവ്വതി അവളുടെ മുഖം കൈകൊണ്ട് തന്നിലേക്കു തിരിച്ചു. പാർവ്വതി തരിച്ചുനിന്നുപോയി.

അശ്വതിയുടെ കണ്ണുകൾ നിറഞ്ഞിരിക്കുന്നു. പാർവ്വതിയെ കണ്ടപ്പോൾ അവൾ പൊട്ടിക്കരഞ്ഞു. കുറെ നേരത്തേക്ക് പാർവ്വതിക്ക് ഒന്നും പറയാൻ കഴിയാതെപോയി.

അവരുടെ ഹൃദയത്തിൽ ആത്മാർത്ഥതയുടെ വേലിയേറ്റമായിരുന്നു. രണ്ടു ദിക്കുകളിൽനിന്ന് തുല്യശക്തിയുള്ള വേലിയേറ്റം. ഒന്ന് ഒന്നിനോട് ഏറ്റുമുട്ടി പരസ്പരം മാപ്പു ചോദിക്കുന്നു.

കുറെ കഴിഞ്ഞപ്പോൾ പാർവ്വതി പറഞ്ഞു. "ക്ഷമിക്കൂ.... ഇപ്പോൾ ഞാനെന്തു പറഞ്ഞാലും നിനക്കു മനസ്സിലാവില്ല."

"ഇപ്പോഴല്ല. എപ്പോഴാണെങ്കിലും എനിക്ക് ഒന്നും മനസ്സിലാക്കാൻ പറ്റില്ല. എന്നോട് നീ ഒന്നും പറയരുത്. എനിക്ക് കേൾക്കുകയും വേണ്ട."

"ഞാൻ പറയുന്നത് ഒന്നു കേൾക്കൂ..." പാർവ്വതി പറഞ്ഞു.

"എന്താണ്? എന്റെ സൗഹൃദം മേലിൽ ആവശ്യമില്ലെന്നോ? ഒരു വിരോധവുമില്ല."

"ഞാൻ പറഞ്ഞത്.–"

"വേണ്ട, ഒന്നും പറയണ്ട. ഞാൻ കരുതിയതുപോലെ നീ എന്നെ കരുതിയിരുന്നെങ്കിൽ–"

"എന്റെ തെറ്റാണെന്ന് സമ്മതിക്കുന്നു. ക്ഷമ ചോദിക്കുന്നു. പോരേ? എനിക്കറിയിക്കാൻ കഴിഞ്ഞില്ല. അപ്പോഴത്തെ എന്റെ സ്ഥിതി എന്താണെന്ന് നിനക്കൂഹിക്കാൻ കഴിയുന്നുണ്ടോ?"

"അതുതന്നെയാണ് ഞാനും പറഞ്ഞത്. ഞാൻ കൂടി ഉണ്ടായിരുന്നെങ്കിൽ നിന്നെ ഒന്നാശ്വസിപ്പിക്കാനെങ്കിലും കഴിയുമായിരുന്നു...."

അശ്വതീ...

സ്വയം ആശ്വാസം കണ്ടെത്താൻ തക്കവിധം വളർന്നു കഴിഞ്ഞവളാണ് നിന്റെ കൂട്ടുകാരി. നീ ഒരിക്കലും അറിഞ്ഞിട്ടില്ലാത്ത വേദനയുടെ കയ്പുനീർ എത്രയോ പ്രാവശ്യം ഇവൾ കുടിച്ചിരിക്കുന്നു! നിന്നെ മാത്രമല്ല, ആരെയും അറിയിക്കാതെ.

മരണത്തെപ്പോലും നേരിടാൻ തക്ക ധൈര്യം തനിക്കുണ്ടെന്ന് അവൾക്കറിയാം. അതറിഞ്ഞുകൊണ്ടുതന്നെയാണ് അവൾ പറയുന്നതും.

നീ എന്നോടു ക്ഷമിക്കുമെന്നു വിശ്വസിക്കുന്നു. മതി, ആശ്വാസമായി.

കുഞ്ഞമ്മാവൻ തനിക്ക് വിവാഹം ആലോചിക്കുന്നുണ്ടെന്ന് പറഞ്ഞപ്പോഴാണ് അശ്വതി ശശിയെ കണ്ട വിവരം പറഞ്ഞത്.

താൻ വീട്ടിൽപ്പോയ അന്നുരാവിലെ ശശി തന്നെയും പ്രതീക്ഷിച്ചു കോളേജ് ലൈബ്രറിയുടെ വാതില്ക്കൽ കാത്തുനിന്നത്രേ. താൻ വീട്ടിൽ പോയ വിവരം അശ്വതി പറഞ്ഞപ്പോൾ തന്നോടെന്തൊക്കെയോ

അയാൾക്ക് പറയാനുണ്ടെന്നു പറഞ്ഞുപോലും.

ഇന്ന് കോളേജിൽവച്ച് അയാൾക്ക് സംസാരിക്കാൻ അവസരം കൊടുക്കാതിരിക്കാൻ വളരെ പാടുപെടേണ്ടിവന്നു.

എങ്കിലും അയാൾ തന്നെ തോല്പിക്കാനുള്ള ഭാവത്തിലാണ്. നാളെ രാവിലെ ഹോസ്റ്റലിൽ വരുമെന്ന് അശ്വതിയോട് പറഞ്ഞയച്ചിരിക്കുന്നു. ഇറങ്ങിച്ചെന്നില്ലെങ്കിൽ കോളേജിലെ പഠിത്തം അവസാനിപ്പിച്ച് പൊയ്ക്കളയുമെന്ന്.

അതിനു തനിക്കെന്താണ്? ഭീഷണിപ്പെടുത്തുകയാണ്. സമ്മതിച്ചു കൊടുക്കാൻ പാടില്ല. ആരെയെങ്കിലും കണ്ടുവച്ചിട്ടുണ്ടോ എന്നു കുഞ്ഞമ്മാവൻ ചോദിച്ചപ്പോൾ ആരുമില്ല എന്നു ധൈര്യമായി പറയാൻ കഴിഞ്ഞതാണ്. അതിനുശേഷം ശശിയെപ്പറ്റി വളരെയധികം ആലോചിച്ചു.

അയാളുടെ മുഖം, ശരീരം, സംസാരം, ചിരി, വേഷം.... ഒന്നൊന്നായി പഠിക്കാൻ ശ്രമിച്ചു. ഒടുവിൽ വ്യക്തമായ, അന്തിമമായ ഒരു തീരുമാനത്തിലെത്തുകയും ചെയ്തതാണ്–

താൻ തേടിയലയുന്ന തീരമായി ശശിയെ കണക്കാക്കുക വയ്യ. അങ്ങനെ തോന്നാൻ എന്താണ് കാരണമെന്ന് അറിഞ്ഞുകൂടാ. ശശിയെ ഓർക്കുമ്പോൾ ചേട്ടനെയും, ചേട്ടനെ ഓർക്കുമ്പോൾ ശശിയെയും അറിയാതെ ഓർത്തുപോകുന്നു. ചേട്ടന്റെ അടുത്ത് എന്നപോലെയുള്ള അരക്ഷിതാവസ്ഥ ആയിരിക്കും ശശിയുടെ അടുത്തും എന്നൊരു തോന്നൽ. ശരിയും തെറ്റും കണ്ടുപിടിക്കാൻ മെനക്കെട്ടില്ല. എന്തായാലും അവിടെ താൻ സുരക്ഷിതയായിരിക്കുകയില്ല.

എന്തിന് ഈ സുരക്ഷിതത്വത്തെപ്പറ്റി ഇത്രയധികം ആലോചിക്കുന്നു എന്നു പലപ്പോഴും തോന്നിയിട്ടുണ്ട്.

തന്നെക്കുറിച്ച് കൂടുതൽ സ്വയം മനസ്സിലാക്കിയപ്പോൾ, പെണ്ണിന്റെ ജന്മം സുരക്ഷിതത്വത്തെ സ്വപ്നം കാണാൻവേണ്ടിയുള്ളതാണെന്നു പഠിച്ചു.

കൗമാരത്തിൽനിന്ന് യുവത്വത്തിലേക്ക് കടക്കുമ്പോൾ എല്ലാവരും ആലോചിക്കുന്നത് താൻ ചെന്നടുക്കേണ്ട തീരത്തെക്കുറിച്ചാണ്. കന്യാചർമ്മം ആദ്യമായി പൊട്ടിച്ചെറിയപ്പെടുന്ന സുരക്ഷിതമായ തീരത്തിന്റെ സ്വപ്നങ്ങളാണ് ഓരോ പെണ്ണിന്റെ മനസ്സിലും.

ആ സ്വപ്നങ്ങൾ ഉയർന്നുപൊങ്ങി സൂര്യനു താഴെ സൃഷ്ടിക്കുന്ന തണലിനുള്ളിൽ നിദ്രയിലാണ്ടുകഴിയാൻ ഓരോ പെണ്ണും ആഗ്രഹിക്കുന്നു. താനും അതിൽനിന്നു വ്യത്യസ്തയല്ല.

തന്റെ തീരമായി പലപ്പോഴും ശശിയെ സങ്കല്പിച്ചു നോക്കി. പക്ഷേ, അയാൾ അതിനർഹനല്ല എന്ന തീരുമാനത്തിലാണ് എപ്പോഴും ചെന്നെത്തുന്നത്.

"നാളെ അയാളെ കാണാൻ ഞാൻ പോവുകയില്ല." പാർവ്വതി തറപ്പിച്ചു പറഞ്ഞു.

"അയാൾ അഹങ്കാരിയാണെന്ന് എല്ലാവരും വെറുതെ പറയുന്ന

താണ്."

"എന്നാൽ നീ ചെന്ന് സംസാരിച്ചാൽ മതി."

"ഇതുപോലെ ഒരവസരം എനിക്ക് കിട്ടിയിരുന്നെങ്കിൽ എന്നേ മുതലാക്കിയേനെ..." അശ്വതി ചിരിച്ചുകൊണ്ടു പറഞ്ഞു.

"ലളിതയെ അയാളുടെ അടുത്തേക്കു പറഞ്ഞയക്കാം. നല്ല രസമായിരിക്കും."

"അയാൾക്ക് നിന്നെ വല്യ ഇഷ്ടമാണ്."

പക്ഷേ, ഇതുതുടരാൻ അനുവദിച്ചുകൂടാ. നാളെ രാവിലെ അയാൾ വരുമ്പോൾ കാണണം. മുഖത്തടിച്ചതുപോലെ തുറന്നുപറയണം. തന്നെ കാണാൻ മേലിൽ വരരുത്... താനുമായി സംസാരിക്കാൻ ശ്രമിക്കുകയേ വേണ്ട... അയാളെ സ്നേഹിക്കത്തക്ക വിഢ്ഢിത്തമോ, വിവരക്കേടോ തനിക്കില്ല... സമയം കളയാതെ പഠിച്ചു പാസാവാൻ നോക്ക്...

പക്ഷേ, അന്നുരാവിലെ ശശി വന്നപ്പോൾ ആലോചിച്ചുവച്ചിരുന്നതൊന്നും പറയാൻ കഴിഞ്ഞില്ല. അശ്വതി വളരെ നിർബ്ബന്ധിച്ചപ്പോഴാണ് പോയത്. മദറിനു സംശയം തോന്നാൻ പാടില്ല.

പതറുന്ന കാലടികളോടെ, ശക്തമായി മിടിക്കുന്ന ഹൃദയത്തോടെ പാർവ്വതി വിസിറ്റേഴ്സ്റൂമിലേക്ക് ചെന്നു....

അവിടെ, കസേരയിൽ അയാൾ ഇരിക്കുന്നു. ഗൗരവം നിറഞ്ഞ മുഖം. ഇടത്തെ കൈകൊണ്ട് മീശയുടെ അറ്റം ചുരുട്ടിക്കൊണ്ടിരിക്കുകയാണ്.

പാർവ്വതിയെ കണ്ടപ്പോൾ ശശി പറഞ്ഞു:

"പാർവ്വതി വരികയില്ലെന്നാണു ഞാൻ വിചാരിച്ചത്. വന്നില്ലായിരുന്നെങ്കിൽ എന്തുചെയ്യണം എന്നു തീരുമാനിച്ചിരുന്നു."

പാർവ്വതി അയാളുടെ മുഖത്തേക്കു നോക്കി. ഒന്നും ചോദിക്കാതെ തന്നെ അയാൾ പറഞ്ഞു:-

"പാർവ്വതി വന്നില്ലായിരുന്നെങ്കിൽ ഈ കോളേജിൽനിന്ന് എന്നെന്നേക്കുമായി ഞാൻ പോകുമായിരുന്നു."

പാർവ്വതി നിശ്ശബ്ദയായി നിന്നതേയുള്ളു.

"പാർവ്വതിക്ക് എന്നെപ്പറ്റി മോശമായ ധാരണകളുണ്ടെന്നെനിക്കറിയാം. അതിന്റെ പേരിൽ എന്നെ വെറുക്കുന്നുണ്ടെന്നും അറിയാം."

പാർവ്വതി അപ്പോഴും ഒന്നും പറഞ്ഞില്ല.

"ഞാൻ മാത്രമേ സംസാരിക്കുന്നുള്ളൂ. പാർവ്വതിക്കു സംസാരിക്കാനറിയാമോ എന്നുപോലും സംശയിക്കുന്നു. എന്തെങ്കിലും ഒന്നു പറയൂ..."

അപ്പോഴും തലകുനിച്ചു നിന്നതേയുള്ളു. ശശിയുടെ മനസ്സിൽ പുളകം നാമ്പെടുത്തു. ലജ്ജിതയെപ്പോലെ തോന്നിച്ച പാർവ്വതിയോടയാൾ പറഞ്ഞു:-

"സംസാരിക്കാൻ ബുദ്ധിമുട്ടാണെങ്കിൽ പറയാനുള്ളതു എഴുതിതന്നാൽ മതി."

പാർവ്വതി പിറകിൽ കെട്ടിയിരുന്ന കൈ വിടുവിച്ചു കൈയിലിരിക്കുന്ന കടലാസുകഷണം അയാളെ കാണിച്ചു. അതിൽ വലിയ അക്ഷരത്തിൽ

എഴുതിയിരുന്നു.

"എനിക്ക് നിങ്ങളെ സ്നേഹിക്കാൻ സാധിക്കുകയില്ല, ഇനി മേലിൽ ഉപദ്രവിക്കരുത്."

ശശിയുടെ വിളറിവെളുത്ത മുഖം കണ്ടപ്പോൾ പ്രയാസം തോന്നി. വ്രണിതഹൃദയത്തോടെ പുറത്തേക്കു നടന്നപ്പോൾ ഹോസ്റ്റലിന്റെ രണ്ടാമത്തെ നിലയിൽ ഊറിച്ചിരിച്ചുകൊണ്ടു നില്ക്കുന്ന അശ്വതിയെയും ലളിതയെയും കണ്ടു.

തല കുനിച്ചുകൊണ്ട് നടന്നുനീങ്ങുന്ന ശശിയെ കണ്ടപ്പോൾ വിഷമം തോന്നി.

അതു വേണ്ടായിരുന്നു. അയാളോട് എന്തെങ്കിലും പറഞ്ഞുവിട്ടാൽ മതിയായിരുന്നു. ഹൃദയത്തെ വേദനിപ്പിക്കുന്നത് തെറ്റാണെന്ന തന്റെ വിശ്വാസപ്രമാണത്തിന് എതിരാണിപ്പോൾ സംഭവിച്ചിരിക്കുന്നത്. കാരണം ഹൃദയത്തിന്റെ വേദനയെന്തെന്ന് തനിക്കറിയാം. വേദനയുടെ കയ്പുനീര് കുടിച്ച് ഉന്മത്താവസ്ഥയിൽ ആടി കാലിടറി എത്രയോ പ്രാവശ്യം വീണിട്ടുണ്ട്. വീണിടത്തുനിന്ന് എഴുന്നേല്ക്കാനാവാതെ കൈകാലുകളടിച്ച് തളർന്നുറങ്ങിപ്പോയിട്ടുണ്ട് താൻ.

പക്ഷേ, ഇത്രയും ചെയ്തില്ലായിരുന്നെങ്കിൽ ഇതിനൊരവസാനം ഉണ്ടാകുമായിരുന്നില്ല.

ഒരു വിജയമായി ഇതിനെ കണക്കാക്കുന്നു. അന്തിമമായി ഒരു വിജയത്തിനുവേണ്ടിയുള്ള പ്രയാണത്തിലെ ആദ്യത്തെ വിജയം. നിസ്സാരമെങ്കിലും ഇത് ആത്മവിശ്വാസം തരുന്നു.

ഏതു നിമിഷവും ചേട്ടന്റെ വരവു പ്രതീക്ഷിച്ചിരിക്കുകയാണ്. അതിനു മുമ്പ് തന്റെ തീരം കണ്ടെത്താൻ കുഞ്ഞമ്മാവൻ തന്നെ സഹായിച്ചിരുന്നെങ്കിൽ...

അകലെക്കൂടിയൊഴുകുന്ന മേഘപാളികളൊന്നിൽ പറ്റിപ്പിടിച്ച് പോകാൻക്കഴിഞ്ഞിരുന്നെങ്കിൽ... അവയുടെ തീരം തന്റെയും തീരമാണ്....

തന്റെ സ്വപ്നങ്ങളെ ആ തീരത്ത് അടുപ്പിച്ച് സായുജ്യം അടയാം. അതിനുവേണ്ടിയുള്ള തന്റെ പുറപ്പാട് ആരംഭിക്കുകയാണ്.

ഏഴ്

അശ്വതിയുടെ വീട്ടിലെ ഒരാഴ്ചത്തെ താമസം തന്റെ ജീവിതത്തിലെ പരിവർത്തനത്തിന്റെ തുടക്കമായിരുന്നുവെന്നു തോന്നുന്നു. അന്തർസംഘർഷങ്ങൾക്ക് ഒരയവുവന്നതുപോലെ. മനസ്സിനുള്ളിൽ തിളച്ചുമറിഞ്ഞുകൊണ്ടിരിക്കുന്ന വേദനകൾക്ക് താല്ക്കാലികമായെങ്കിലും ഒരു ശമനം വന്നതുപോലെ. അശ്വതിയുടെ വീടു സ്വർഗ്ഗമാണ്.

അവിടെ താമസിച്ച ഓരോ നിമിഷവും തന്റെ ജീവിതത്തിന്റെ ഓരോ കണികയെയും പുനർജ്ജീവിപ്പിച്ചു. ശക്തി ചോർന്നുപോയ, മജ്ജ ഉരുകിപ്പോയ മനസ്സിലേക്ക് ശീതളിമ പകർന്ന നിമിഷങ്ങളുടെ ഓർമ്മകൾ

തന്നെ ഏതോ ലോകത്തിലേക്ക് നയിക്കുകയാണെന്ന് തോന്നുന്നു.

ഒരാഴ്ചത്തെ അവധി കിട്ടിയപ്പോൾ എന്താണ് ചെയ്യേണ്ടതെന്ന് അറിയാൻ പാടില്ലായിരുന്നു. വീട്ടിലേക്ക് എന്ന പ്രശ്നമേ ഇല്ല. അവധിയോടടുക്കുംതോറും ഹൃദയം പതറിക്കൊണ്ടിരുന്നു. ഏതു നിമിഷവും ചേട്ടനെ പ്രതീക്ഷിച്ചു.

രാത്രിയുടെ യാമങ്ങളിൽപോലും ചേട്ടന്റെ കാർ ഹോസ്റ്റലിനെ സമീപിക്കുമെന്ന് ഭയപ്പെട്ടു. അതെ... നിലാവിന്റെ വെളിച്ചത്തിൽ, മന്ദമായി വീശുന്ന കാറ്റിൽ ചേട്ടന്റെ കാർ ഹോസ്റ്റലിന്റെ പടിക്കൽ വന്നുനില്ക്കുന്നു...

എരിയുന്ന സിഗററ്റ് ചുണ്ടിൽ വച്ചുകൊണ്ട് ചേട്ടൻ കാറിൽനിന്നിറങ്ങുന്നു. ഒരു കൈ ഡോറിൽ ഊന്നിക്കൊണ്ട് ചിരിച്ചുകൊണ്ട് ചേട്ടൻ തന്നെ വിളിക്കുന്നു.

വരൂ... വരൂ...

ചേട്ടന്റെ ചിരി ഘോരാട്ടഹാസമായി നാലുദിക്കും പൊട്ടിത്തെറിക്കുമെന്നു തോന്നി. ഇടിമിന്നലിന്റെ വെളിച്ചത്തിൽ ഉറക്കെ ചിരിക്കുന്ന ചേട്ടന്റെ കൂർത്ത പല്ലുകൾ കണ്ടു.

ദേവീ.... രക്ഷിക്കൂ....

വിയർത്തു കിതയ്ക്കുന്ന തന്നെ വിളിച്ചുണർത്തിയ അശ്വതി പരിഭ്രമത്തോടെ ചോദിച്ചു:

"എന്താണ്... നിനക്കെന്തു പറ്റി?"

അതാ എന്റെ കുടൽമാലകൊണ്ട് തോരണം ചാർത്തിയ മണിയറയ്ക്കുള്ളിലെ മലർശയ്യ... തണ്ണീർപ്പന്തലുകൾക്കുള്ളിൽ ആയിരം തലകളും ആയിരം ഉടലുകളുമുള്ള രാക്ഷസവിഗ്രഹം... വിഗ്രഹത്തിന്റെ മൂന്നാം കണ്ണിൽനിന്നു പുറപ്പെടുന്ന അഗ്നിയെ തടുക്കാൻ എനിക്കാവുന്നില്ല.... ഞാൻ ദുർബ്ബലയാകുന്നു.....

രക്ഷിക്കൂ... ദേവീ... രക്ഷിക്കൂ...

"പാർവ്വതീ...."

അശ്വതി വിളിച്ചപ്പോൾ തനിക്ക് ബോധം തിരികെ കിട്ടിയെന്നു തോന്നി.

"നോക്കൂ... അയാൾ ഹോസ്റ്റലിന്റെ പുറത്തുണ്ട്. അയാളോട് പോകാൻ പറയൂ..."

"ആര്?"

"ചേട്ടൻ. മരണം പ്രാപിച്ച ഒരുവന്റെ ആത്മാവിനെപ്പോലെ അയാളെന്നെ പിന്തുടരുകയാണ്. അയാളുടെ ശ്വാസത്തിന്റെ ഒരു തരിയെങ്കിലും എന്റെ ശരീരത്തിൽ വീണാൽ... പിന്നെ ഞാൻ ജീവിച്ചിരിക്കുകയില്ല." പാർവ്വതി കിതച്ചുകൊണ്ടു പറഞ്ഞു.

അശ്വതി കൊടുത്ത വെള്ളം കുടിച്ചുകഴിഞ്ഞപ്പോൾ അവൾ നിശ്ശബ്ദയായി. ഏറെനേരം മിണ്ടാതിരുന്നിട്ട് പെട്ടെന്ന് അവൾ തേങ്ങിക്കരഞ്ഞു.

ഇരുളടഞ്ഞ ഇടനാഴിയിലൂടെ വെളിച്ചം തേടിപ്പോകുന്ന തന്റെ ജീവിതത്തിന്റെ വിധിയോർത്തു ഹൃദയം ഇടറുന്നു. ശപിക്കാനുള്ള കഴിവു

ലഭിച്ചിരുന്നെങ്കിൽ അഹല്യയെപ്പോലെ ആയിത്തീരാൻ സ്വയം ശപിക്കുമായിരുന്നു.

വെയിലും മഞ്ഞും മഴയും എല്ലാം നിശ്ശബ്ദം സഹിച്ചുകൊണ്ട് ഒരു ശിലയായിക്കഴിയാമായിരുന്നു.

ഒരാഴ്ചകൂടി കഴിഞ്ഞാൽ കോളേജ് അടയ്ക്കും. ഒരാഴ്ചത്തെ അവധിയാണ്. നീണ്ട ഒരാഴ്ച! അച്ഛനുണ്ടായിരുന്നെങ്കിൽ ഈ ഒരാഴ്ചയ്ക്കായി കാത്തിരിക്കുമായിരുന്നു. ചേച്ചിയും ഇല്ലാതിരിക്കെ വീട്ടിലേക്ക് പോകുന്നതിനെപ്പറ്റി ആലോചിക്കുവാൻകൂടി കഴിയുന്നില്ല. ഒരാഴ്ച പോയിട്ട് ഒരു ദിവസംപോലും അവിടെ കഴിയുവാൻ തന്നെക്കൊണ്ടാവില്ല.

എന്താണൊരു പോംവഴി...?

മദറിനോട് ഹോസ്റ്റലിൽത്തന്നെ താമസിച്ചുകൊള്ളാമെന്ന് പറഞ്ഞാലോ? കൂട്ടുകാരാരും കാണുകയില്ലെന്നേയുള്ളൂ... ശപ്തമായ തന്റെ ജീവിതത്തിന്റെ മുഖത്തു പതിഞ്ഞിട്ടുള്ള കുറികളും വരകളും നിറങ്ങളും കണ്ട് ഒരാഴ്ച തള്ളി നീക്കാം.

ഇവിടം ഒരു പൂജാമുറിയാക്കി മാറ്റി ആരാധന നടത്താം. ചന്ദനത്തിരി കത്തിച്ച് സുഗന്ധപ്രളയത്തിൽ ചേച്ചിയെപ്പോലെയോ, കുഞ്ഞമ്മയെപ്പോലെയോ ഒരു ഭക്തയായിത്തീരാം.

പക്ഷേ, ചേച്ചിയെപ്പോലെ മനപ്പൂർവ്വം വിസ്മരിക്കാനായി തനിക്കൊരാളില്ല. സ്വന്തം ഹൃദയത്തെ കാർന്നു തിന്നുന്ന അർബ്ബുദത്തിന്റെ അണുക്കൾ തന്റെ ശരീരത്തിലില്ല. ചേച്ചിയാവുക പ്രയാസമാണ്. ചേച്ചിയെപ്പോലെ ഭക്ത ആയാലും ചേച്ചിയുടെ നിസ്സംഗത തന്നിലുണ്ടായിരിക്കുകയില്ല. സന്ധ്യകളിൽ ബന്ധിതമായ കിടക്കമുറിയിൽനിന്നുയരുന്ന സീൽക്കാരങ്ങൾ കേട്ടില്ല എന്നുനടിച്ച് ദേവീവിഗ്രഹത്തിനു മുൻപിൽ പോയി തൊഴുതുനില്ക്കാൻ തനിക്ക് കഴിയുകയില്ല. എതിർക്കേണ്ടതിനെ എതിർക്കും.

കുഞ്ഞമ്മയെപ്പോലെ ആയാലോ?

ഗുരുവായൂരപ്പന്റെ വിഗ്രഹത്തിനടുത്ത് മാല ചാർത്തി, വക്കാൻ ഒരാളിന്റെ ഛായാചിത്രം തന്റെ കൈവശമില്ല. ഒരുപക്ഷേ, മുറിയിൽ അടച്ചിരുന്ന് ഭജന നടത്താൻ കഴിഞ്ഞേക്കും. അതിനുശേഷം അന്യപുരുഷന്റെ വിയർപ്പിന്റെ ഗന്ധം അനുഭവിച്ച് കിടക്കാൻ തന്നെക്കൊണ്ട് കഴിയുകയില്ല....

തനിക്ക് ചേച്ചിയെപ്പോലെയോ, കുഞ്ഞമ്മയെപ്പോലെയോ ആകാൻ കഴിയുകയില്ല....

തനിക്ക് തന്നെപ്പോലെതന്നെ ജീവിച്ചാൽ മതി. സ്വന്തം ദുഃഖങ്ങളുടെ വാരികൾകൊണ്ട് ഒരു തടവറ സൃഷ്ടിക്കുക. അതിനുള്ളിൽ തറയിൽ കോരികകൊണ്ട് മണ്ണെടുത്ത് മാറ്റി ഉരുക്കിന്റെ ഒരു കുറ്റി നാട്ടുക. അതിൽ തന്റെ കഴുത്തിൽ തൂങ്ങുന്ന വേദനകളുടെ ചങ്ങലകൊണ്ട് തന്നെ ബന്ധിക്കുക. അവിടെ പൊടിഞ്ഞുകിടക്കുന്ന ചാരത്തിനുള്ളിൽ തന്റെ മുറിവുകൾ പൂഴ്ത്തിവെക്കുക. എന്നിട്ട് ഒരുതുള്ളി വെള്ളത്തിനായി ദാഹിക്കുക... ഒരു കഷണം അപ്പത്തിനായി കൊതിക്കുക.

രണ്ടും ലഭിക്കരുത്. ഒരാഴ്ച താൻ ഇങ്ങനെ കഴിയാൻ പോകുന്നു.

താൻ ദുഃഖങ്ങളെ കണക്കാക്കുന്നില്ല. വേദനകളാണ് തന്റെ രക്തത്തിനു ചുവന്ന നിറം കൊടുത്തിരിക്കുന്നതെങ്കിലും താൻ സംതൃപ്തയാണ്. അല്ലെങ്കിൽ സംതൃപ്തയാണെന്ന് സ്വയം തീരുമാനിക്കുന്നു. അങ്ങനെ ഒരാഴ്ചയെങ്കിലും പിടിച്ചുനില്ക്കാൻ കഴിഞ്ഞേക്കാം. അപ്പോഴേക്കും അശ്വതി എത്തും. അവളുടെ ചുമലിൽ തന്റെ ദുഃഖങ്ങളുടെ ഭാണ്ഡം എടുത്തുവെക്കാം. സംതൃപ്തിയോടെ ഒരുനുള്ളു ശ്വാസം വലിച്ചെടുക്കാൻ തന്നെ സഹായിക്കുന്ന ഒരത്താണിയാണവൾ.

അവൾ എത്തിക്കഴിഞ്ഞാൽ വെളിച്ചം തേടിയുള്ള തന്റെ യാത്രയുടെ പ്രകാശം നിറഞ്ഞ രംഗങ്ങളെപ്പറ്റി ആലോചിക്കുവാൻ കഴിയും. അല്ലെങ്കിൽ ദുഃഖങ്ങളുടെ നിറം അവയുടെ പ്രകാശംകൂടി നശിപ്പിച്ചുകളയും.

അവൾ വരുന്നതുവരെ താൻ ചിമിഴിനുള്ളിൽ കയറിയിരിക്കും. നൂറ്റാണ്ടുകൾ കഴിയുമ്പോൾ ഒരുപക്ഷേ, താൻ ഒരു മുത്തായിത്തീർന്നേക്കും. പക്ഷേ, തന്നിലൊന്നും അവശേഷിക്കുന്നില്ല എന്ന സത്യം വിസ്മരിച്ചുപോകുന്നു. മുത്തായിത്തീരാൻവേണ്ടിയുള്ള മൂല്യം തന്നിലില്ല....

ചിമിഴിനുള്ളിലെ വ്യാസത്തിന്റെ ഒരു ദശാംശം എങ്കിലും താനുണ്ടായിരുന്നെങ്കിൽ ചെറിയൊരു മുത്താകുമായിരുന്നു. പക്ഷേ, അതുണ്ടാവുകയില്ല എന്ന് തനിക്കറിയാം. അതുകൊണ്ട് താൻ സൃഷ്ടിക്കുവാൻ പോകുന്നത് ഒരു പൂജാമുറിയാണ്. ഹൃദയവ്യഥയുടെ നിറം ചാർത്തിയ പൂജാമുറി. അവിടെ അർപ്പിക്കുന്ന നിവേദ്യം തന്റെ കണ്ണീരായിരിക്കും. വിധിക്കപ്പെട്ടിട്ടില്ലാത്ത ജീവിതത്തിന്റെ ചിന്താധാരകൾ ഒരരുവിപോലെ ഒഴുക്കും... ഭഗവാന്റെ നീരാട്ട് അതിനുള്ളിലാവട്ടെ.

"കോളേജടച്ചാൽ നീ എന്തുചെയ്യാൻ പോകുന്നു?" അശ്വതി ചോദിച്ചു.

പാർവ്വതി ഒന്നു ചിരിച്ചതേയുള്ളു.

"നീ ഈയിടെയായി ഒത്തിരി ക്ഷീണിച്ചിട്ടുണ്ട്. ഇത്രമാത്രം ആലോചിക്കാനെന്താണ്? കഴിഞ്ഞതിനെക്കുറിച്ച ആലോചിച്ച് സമയം കളയുന്നത് വിഡ്ഢിത്തമാണെന്നു മനസ്സിലാക്കാനുള്ള ബുദ്ധി നിനക്കുണ്ടാവുമെന്നു ഞാൻ കരുതി."

അശ്വതിക്കതു പറയാം. കാരണം ദുഃഖിക്കാൻ വേണ്ടിയുള്ള ഒരു സംഭവവും അവൾക്കുണ്ടായിട്ടില്ല. ഒരുപക്ഷേ, ഒരു തിരിഞ്ഞുനോക്കലിന്റെ ആവശ്യം അവൾക്ക് വേണ്ടിവരില്ല. അവളുടെ ഇന്ന് ഇന്നലെയേക്കാൾ പ്രഭാമയമാണ്. അവൾക്ക് ഇന്നലെയെക്കുറിച്ച് ചിന്തിക്കേണ്ട കാര്യമേയില്ല. ഇന്നലെ അവൾ ചിരിച്ചു. ഇന്ന് അവൾക്ക് ഉറക്കെ ചിരിക്കാം. നാളെ അവളുടെ ഉന്മാദത്തിനുവേണ്ടി കച്ചകെട്ടി നില്ക്കുകയാണ്.

തനിക്ക് ഇന്നു സത്യമാണ്. ഇന്നലെ വേദന നിറഞ്ഞ സത്യമാണ്. നാളെ എന്ന് ഒന്നില്ല. ശൂന്യമാണ്. അന്ധകാരം നിറഞ്ഞ ശൂന്യതയിലാണ് നാളെയുടെ ജനനം.

ഒരാൾക്കേ അതിൽനിന്നു തന്നെ രക്ഷിക്കാനാവൂ.... കുഞ്ഞമ്മാവന്! മുക്തിയുടെ തീരത്തേക്കടുപ്പിക്കാൻ കുഞ്ഞമ്മാവനേ കഴിയൂ....

കോളേജടയ്ക്കുന്നതിന്റെ തലേദിവസം വൈകിട്ട് അശ്വതി മുറിയിലേക്ക് ചിരിച്ചുകൊണ്ടുവന്നു. അവളുടെ ചിരി കാണുമ്പോൾ എപ്പോഴും ആഗ്രഹിക്കുന്നതാണ്... ഇതുപോലൊന്നു ചിരിക്കാൻ കഴിഞ്ഞിരുന്നെങ്കിൽ!

മുറിയിൽ വന്നയുടൻ അശ്വതി തന്റെ പെട്ടിയെടുത്ത് സാധനങ്ങളെല്ലാം പെറുക്കിയിട്ട് തുടച്ചു വൃത്തിയാക്കി. അയയിൽ കിടന്ന തന്റെ തുണികളെല്ലാം എടുത്തു ഭംഗിയായി അടുക്കിവച്ചു.

താൻ നാളെ വീട്ടിലേക്ക് പോകുമെന്ന് അവൾ ധരിച്ചിട്ടുണ്ടാകും. പോകുന്നില്ല എന്നു തീരുമാനിച്ചിരിക്കുകയാണെന്ന് അവൾക്കറിയാം. അടുക്കിവെക്കട്ടെ. പെട്ടി അടുക്കുന്നതിൽപോലും ഇപ്പോൾ ശ്രദ്ധിക്കാറില്ല. അത്രയും ചെയ്തതിന് അവൾക്ക് നന്ദി.

രാത്രി കിടക്കാറായപ്പോൾ അശ്വതി പറഞ്ഞു. "നിന്റെ ഈ സ്വഭാവം അത്ര നല്ലതല്ല. എല്ലാവർക്കും വേദനകളുണ്ട്. അതേപ്പറ്റി വിചാരിച്ച് സ്വയം നശിക്കുന്നത് സ്ത്രീത്വമല്ല."

അവളുടെ തത്ത്വശാസ്ത്രം! നിനക്കെന്തു വേദനയാണ്? നിന്റെ ജന്മം പുരുഷന്റേത് ആവേണ്ടതായിരുന്നു. സ്ത്രീ വേദനിക്കാനുള്ളവളാണ്. പ്രകൃതിയുടെ നിയമം അതാണ്. ഋതുമതി ആകുന്നതു മുതൽ അവൾ വേദന അനുഭവിക്കുന്നു. മാനസികമായ വേദനകൾക്കു പുറമേ ശാരീരികമായും വേദന അനുഭവിക്കാൻ സ്ത്രീ വിധിക്കപ്പെട്ടിരിക്കുന്നു.

തലമുറയുടെ സൃഷ്ടിക്കുവേണ്ടി സ്ത്രീ അനുഭവിക്കുന്ന വേദന! ആനന്ദകരമാണെങ്കിൽകൂടി വേദന വേദനതന്നെയാണ്. സ്ത്രീത്വത്തിന്റെ മറ്റൊരു പദമാണ് വേദന. യഥാർത്ഥത്തിൽ താനാണ് സ്ത്രീ! നീ പുരുഷനാണ്. സ്ത്രീയുടെ ശരീരഘടനയുള്ള പുരുഷൻ.

സ്വയം സൃഷ്ടിച്ച പുറംതോടിനുള്ളിലേക്ക് ചുരുങ്ങുന്ന തന്നെ എന്തിനു വേദനിപ്പിക്കുന്നു. നാളെ നീ പോകും. സന്തോഷത്തിന്റെ ദിനങ്ങളാണ് നാളെ മുതൽ നിനക്ക്.

എന്നെ വെറുതേ വിട്ടേക്കൂ... എനിക്ക് പോകാനിടമില്ലാഞ്ഞിട്ടല്ല, കൊട്ടാരമുണ്ട്. കൊട്ടാരംപോലെയുള്ള വാഹനങ്ങളുണ്ട്. പുച്ഛമടക്കി നില്ക്കുന്ന പരിചാരകരുണ്ട്. ചക്രവർത്തിയുടെ തീൻമേശയ്ക്കൊരുക്കുന്ന വിഭവങ്ങളുണ്ട്. മദ്യക്കുപ്പികളുടെ ഒരു ശേഖരംതന്നെയുണ്ട്.

പക്ഷേ, ഒന്നുമാത്രമില്ല... സമാധാനം. അവിടം നരകമാണ്– പ്രകാശം പരത്തുന്ന തീനാളങ്ങളുണ്ടെങ്കിലും അന്ധകാരം ചെങ്കോലെടുത്തിരിക്കുന്ന സാമ്രാജ്യം!...

അവിടെ എത്തിപ്പോയാൽ ഒരിക്കലും രക്ഷപ്പെടാനാവില്ല എന്ന ഭയം കാരണം താൻ പോകാത്തതാണ്––

നിന്റെ വീട് എന്ന സ്വപ്നം മനോഹരമാണ്. സമാധാനം നിന്റെ വീട്ടിലെ അന്തേവാസിയാണ്. ചിരിയും കളിയും നിങ്ങളുടെ കൂടപ്പിറപ്പുകളാണ്. സ്നേഹത്തിന്റെ ഖനിയാണ് നിങ്ങളുടെ ഹൃദയങ്ങൾ. അതും എനിക്കറിയാം....

ഒരുകാലത്ത് എന്റെ വീടും അങ്ങനെയായിരുന്നു. പക്ഷേ, യൗവന

ത്തിന്റെ ആരംഭത്തിൽ ഒറ്റയടിക്ക് അവയെല്ലാം തകർക്കപ്പെട്ടു എന്ന സത്യം നിനക്ക് അജ്ഞാതമല്ലല്ലോ....

പിന്നെ നീ എന്തിന് എന്നെ കുറ്റപ്പെടുത്തുന്നു. എനിക്ക് വേദനയുണ്ടെന്ന് നീ ധരിക്കേണ്ട... എനിക്ക് വേദനകളില്ല... ദുഃഖങ്ങളില്ല....

നോക്കിക്കോ... നീ പോയിക്കഴിയുമ്പോൾ, എല്ലാവരും പോയിക്കഴിയുമ്പോൾ ഞാൻ മുറിയിലേക്ക് കയറും... എന്റെ ദുഃഖങ്ങളെല്ലാം വേദനകളെല്ലാം മറക്കത്തക്കവിധത്തിൽ ഞാനുറക്കെ ചിരിക്കും... എന്റെ ചിരിയുടെ ശബ്ദം കേട്ട് ഹോസ്റ്റലിന്റെ അടിത്തറ കുലുങ്ങും.... ഈ പ്രപഞ്ചം കീഴ്മേൽ മറിയും.... പക്ഷേ, ഒടുവിൽ.... എന്റെ ചിരി ചെന്നവസാനിക്കുന്നത് കരച്ചിലിലായിരിക്കും എന്നത് ഞാൻ മറച്ചുവെക്കുന്നില്ല. ദുഃഖങ്ങളിലേക്ക്, വേദനകളിലേക്ക് വീണ്ടും.

പോകൂ... നീ പോയി സന്തോഷിക്കൂ...

രാവിലെ അശ്വതിയെ കൊണ്ടുപോകാൻ അവളുടെ ചേട്ടൻ വന്നു. അശ്വതിയുടെ പെട്ടി എടുക്കുന്ന കൂട്ടത്തിൽ അവൾ തന്റെ പെട്ടിയും എടുത്തു.

"അതെന്റേതാണ്...."

അശ്വതി ഒന്നും പറയാതെ പെട്ടി കാറിൽ കൊണ്ടുവച്ചു. എന്നിട്ട് തിരികെവന്നു പറഞ്ഞു.

"നീ എന്റെ വീട്ടിലേക്ക് വരുന്നു."

"അശ്വതീ..."

"അതേ എന്റെ വീട്, നിന്റെ വീടാണ്. നിന്റെ ദുഃഖമെനിക്കറിയാം. അതിനെ ഇഷ്ടംപോലെ മേയ്ച്ചുവിടാൻ ഞാൻ സമ്മതിക്കുകയില്ല. ഉടനെ പോകണം. സാരി മാറ്റൂ..."

വാക്കുകളില്ലായിരുന്നു. അവളുടെ മുൻപിൽ താൻ ചെറുതായി അവസാനിക്കുന്നതുപോലെ തോന്നി. നിമിഷങ്ങളോളം സ്തബ്ധയായി നിന്നുപോയി.

തന്റെ കണ്ണുകൾ നിറഞ്ഞുതുളുമ്പിയപ്പോൾ--

"ഇനി നീ ഒരിക്കലും കരയരുത്, എനിക്കതു സഹിക്കാൻ പറ്റുകയില്ല. ഞാൻ മദറിനോട് അനുവാദം വാങ്ങിയിട്ടുണ്ട്. വരൂ യാത്ര ചോദിച്ചിട്ടു വരാം..."

അശ്വതിയോടൊപ്പം കാറിന്റെ പിൻസീറ്റിൽ കയറുമ്പോൾ അവൾ ചേട്ടനോടു പറഞ്ഞു.

"ചേട്ടാ ഇതാണ് പാർവ്വതി. ഈ അവധിക്ക് നമ്മുടെ വീട്ടിലാണ് താമസിക്കുന്നത്. കേട്ടോ ചേട്ടാ, ഇവളൊരു യൂസ്‌ലെസ് ആണ്. വീട്ടിൽ ചെന്നിട്ട് എല്ലാം ഞാൻ പറയാം."

തന്റെ ചങ്കിടിച്ചുപോയി. ഇവൾ എന്താണ് പറയുന്നത്? പിന്നെ നോക്കിയപ്പോൾ കാറിന്റെ ഗ്ലാസിലൂടെ രണ്ടു കണ്ണുകൾ തന്നെ ഉഴിയുന്നു... അശ്വതിയുടെ ചേട്ടന്റെ കണ്ണുകൾ...! വണ്ടിയോടിക്കുന്നതിലല്ല ശ്രദ്ധ.

ഈശ്വരാ...!

ആ കണ്ണുകളെ നേരിടാൻ ഭയം തോന്നി.

എട്ട്

മലവെള്ളപ്പാച്ചിൽ നോക്കിക്കൊണ്ടു നില്ക്കാൻ നല്ല രസമാണ്. ശക്തമായ ഒഴുക്കിൽപെട്ട് പായുന്ന തടിക്കഷണങ്ങളും മരച്ചില്ലകളും തങ്ങളുടെ തീരങ്ങളെ തേടിയല്ലേ പോകുന്നത്?

ലക്ഷ്യമുള്ള അചേതനവസ്തുക്കൾ.

കലങ്ങിമറിഞ്ഞൊഴുകുന്ന ഈ വെള്ളത്തിൽ ചാടിയാൽ തനിക്കും അവയെപ്പോലെ ഒഴുകിപ്പോകാൻ സാധിച്ചേക്കും. തന്റെ തീരം തേടിയൊഴുകണമെന്ന് എത്രയോ നാളുകളായി ആഗ്രഹിക്കുന്നു.

ഇപ്പോൾ നല്ല സന്ദർഭമാണ്. വെള്ളത്തിന്റെ വരവ് നിലച്ചിട്ടില്ല. മലരികളും ചുഴികളും നിറഞ്ഞ, വെളുത്ത പത സൃഷ്ടിച്ചുകൊണ്ട് പായുന്ന ആറിന്റെ മോഹം എന്തായിരിക്കും? ഒഴുക്ക് തന്റെ തീരങ്ങളെ വീണ്ടും ഇടിച്ചിടിച്ച് കളയണമെന്നോ?

അതോ തന്റെ വിരിമാറിലൂടെ പായുന്ന അവയ്ക്ക് നിത്യമായ മുക്തി ലഭിക്കട്ടെയെന്നോ?

തന്റെ മോഹം!-

മറച്ചുവെക്കാനാഗ്രഹിക്കുന്നില്ല. കഴിഞ്ഞ നാലഞ്ചു ദിവസങ്ങളായി താനെല്ലാം മറന്നിരിക്കുന്നു. ദുഃഖങ്ങളും വേദനകളും എല്ലാം ഒരു ഭാണ്ഡത്തിലാക്കി പായുന്ന ആറിന്റെ നടുവിലേക്ക് വലിച്ചെറിഞ്ഞു. പൊങ്ങിക്കിടക്കുന്ന വെളുത്ത ആ ഭാണ്ഡം താഴേക്ക് ഒഴുകിപ്പോയപ്പോൾ എന്തൊരാശ്വാസമായിരുന്നെന്നോ!

തനിക്കിപ്പോൾ പഴയതുപോലെ ചിരിക്കാൻ സാധിക്കുന്നു. കണ്ണാടിയിൽ മുഖം കണ്ടപ്പോൾ എന്തൊക്കെയോ വ്യത്യാസങ്ങൾ തനിക്കുണ്ടായിരിക്കുന്നു എന്ന സത്യം മനസ്സിലായി. കവിൾത്തടം കൂടുതൽ ചുവന്നിട്ടുണ്ടോ? കണ്ണിൽ കൂടുതൽ നീലിമ പരന്നിട്ടുണ്ടോ?

എന്തൊക്കെയോ മാറ്റങ്ങൾ വന്നിട്ടുണ്ട്. കാരണം എന്തെന്നും തനിക്കറിയാം. ഇവിടെ, അശ്വതിയുടെ വീട്ടിൽ വന്നതിനുശേഷമാണ് വ്യത്യാസം വന്നുതുടങ്ങിയത്.

അശ്വതിയുടെ കൂടെ കാറിൽ കയറിയ നിമിഷം മുതൽ ഹൃദയം ശക്തിയായി മിടിക്കുകയായിരുന്നു. പുറകിലേക്ക് നോക്കാനുള്ള കണ്ണാടിയിൽ കൂടി കണ്ട രണ്ടു കണ്ണുകൾ യാത്രയിലുടനീളം തന്നെ അസ്വസ്ഥയാക്കി.

ഗൗരവം നിറഞ്ഞ നോട്ടം!

നീയാണോ പാർവ്വതി എന്ന ചോദ്യം ആ കണ്ണുകളിലില്ലേ എന്നു താൻ ഭയപ്പെട്ടു. അതേ അവ ചോദിക്കുന്നത് അതുതന്നെയാണ്....

പണ്ട് ശിവനുവേണ്ടി തപസ്സു ചെയ്തവൾ നീയല്ലേ? ചുറ്റും അഗ്നിയുടെ വലയം സൃഷ്ടിച്ച് നീ തപസ്സനുഷ്ഠിച്ചില്ലേ? കൊടുംമഞ്ഞിൽ നഗ്നയായിനിന്ന് നീ ശിവനെ സ്മരിച്ചില്ലേ? എരിവെയിലിൽ, നിന്റെ വിയർപ്പു

തുള്ളികൾ ഭൂമിയെ നനച്ചില്ലേ? കാലവർഷക്കൊടുങ്കാറ്റിൽ നിശ്ചലയായി നീ നിന്നത് ശിവനു വേണ്ടിയല്ലേ?

നിന്റെ കൺപീലികളിലല്ലേ ആ പുതുവർഷബിന്ദു പതിച്ച് തങ്ങിനിന്നത്? അവിടെനിന്ന് അത് ചുണ്ടിൽ തല്ലി മാറത്തുവീണ് തകർന്നുടഞ്ഞില്ലേ...?

നിന്റെ കണ്ണുകളിൽ അഗ്നിയില്ലേ...? ശ്മശാനത്തിന്റെ നാഥനുവേണ്ടി നീ കൊതിക്കാൻ കാരണം?

ആ കണ്ണുകൾ ഭയങ്കരങ്ങളായിരുന്നു. എല്ലാം തന്നോട് ഒരു നിമിഷംകൊണ്ട് ചോദിച്ചു. പിന്നീട് ആ കണ്ണുകളിലേക്ക് നോക്കാൻ താൻ അശക്തയായിരുന്നു. മുഖം ശരിക്ക് കണ്ടില്ല. കണ്ണുകൾമാത്രമേ കാണാൻ കഴിയുമായിരുന്നുള്ളൂ.

ഒടുവിൽ കണ്ണുകളുടെ നോട്ടം പതിക്കാവുന്ന മേഖലയ്ക്കപ്പുറം അശ്വതിയോടു ചേർന്നിരുന്നു. അപ്പോൾ കണ്ടത് ഷർട്ടിന്റെ കോളറിന് പുറത്തേക്കു കിടക്കുന്ന നീണ്ട തലമുടിയായിരുന്നു. അതും നോക്കി കുറെ നേരം ഇരുന്നു.

അശ്വതി തന്നോട് എന്തൊക്കെയോ ചോദിച്ചു. ഒന്നും കേൾക്കാൻ തനിക്ക് കഴിഞ്ഞില്ല. ശിവന്റെ കണ്ണുകളായിരുന്നു കൺമുന്നിൽ.

"നിനക്ക് വീട്ടിൽ വരുന്നത് ഇഷ്ടമല്ലേ?" അശ്വതി ചോദിച്ചു. ചിരിച്ചുകൊണ്ട് തലകുലുക്കി.

മനസ്സിൽ വിചാരിച്ചതേയല്ല ഈയൊരു യാത്ര. സ്വയം സൃഷ്ടിക്കാനുദ്ദേശിച്ച പൂജാമുറിയിൽ, അല്ലെങ്കിൽ തടവുമുറിയിൽ ഒരാഴ്ച ബന്ധനസ്ഥയായി ഇരിക്കാമെന്നു കരുതിയതാണ്. മറ്റെങ്ങും പോകാൻ കഴിയാതിരുന്നതുകൊണ്ടു തന്നെ.

അശ്വതി നേരത്തെ ഈ കാര്യം പറയാഞ്ഞത് തന്നെ അത്ഭുതപ്പെടുത്താനായിരുന്നിരിക്കണം. നേരത്തെ പറഞ്ഞിരുന്നെങ്കിൽ ഇത്രയും സന്തോഷം തോന്നുമായിരുന്നില്ല.

നഗരം കഴിഞ്ഞപ്പോൾ, ഗ്രാമത്തിന്റെ പച്ചത്തഴപ്പ് മനസ്സിൽ കുളിരുകോരിയിട്ടു. ഗ്രാമസൗന്ദര്യം കണ്ടിട്ട് ഏറെ നാളുകളായിരിക്കുന്നു.

അച്ഛനുണ്ടായിരുന്നപ്പോൾ മിക്കവാറും യാത്രകൾ ഉൾനാടുകളിലേക്കായിരുന്നു. ഇരുവശവും വയലുകൾ നിറഞ്ഞ റോഡിലൂടെ പോകുമ്പോൾ എന്തൊരു സന്തോഷമായിരുന്നെന്നോ? കുളിരണിയിക്കുന്ന കാറ്റ് കാറിനുള്ളിലേക്ക് അടിച്ചു കയറുമ്പോൾ വല്ലാത്ത ഉന്മേഷം തോന്നും.

നിറഞ്ഞു കവിഞ്ഞൊഴുകുന്ന ആറിനു കുറുകെയുള്ള പാലം കടന്നിട്ടുവേണം അശ്വതിയുടെ വീട്ടിലെത്താൻ. പാലത്തിന്റെ നടുവിലെത്തിയപ്പോൾ ആറ്റിലേക്ക് എത്തിനോക്കി. പേടിച്ചുപോയി. പരന്നൊഴുകുകയാണ് നദി. കലങ്ങിമറിഞ്ഞ വെള്ളം കണ്ടപ്പോൾ, അതിന്റെ നെഞ്ചിലെ മലരികൾ കണ്ടപ്പോൾ, നദിയും താനും ഒരു പോലെയാണെന്നു തോന്നി... കലങ്ങിമറിഞ്ഞു രണ്ടും താഴേക്ക് ഒഴുകുന്നു. മുകളിലേക്ക് ഒഴുകാൻ രണ്ടിനും കഴിവില്ല.

വീട്ടുമുറ്റത്തെത്തിയപ്പോൾ അശ്വതി ആഹ്ലാദംകൊണ്ടു വീർപ്പുമുട്ടി. കാറിൽനിന്ന് തന്നെ വലിച്ചിഴച്ച് ഉറക്കെ ചിരിച്ചുകൊണ്ട് വീട്ടിലേക്ക് ഓടിക്കയറി.

കാറിൽനിന്നിറങ്ങിയപ്പോൾ ആ മുഖം കണ്ടു. ഒന്നേ നോക്കിയുള്ളു. ആ കണ്ണുകൾ തന്റെ മുഖത്താണ്. ഭയന്നുപോയി. വീട്ടിലേക്ക് കയറുന്നതുവരെ നോക്കിയതേയില്ല.

"അമ്മേ– ഇതാണ് പാർവ്വതി. ഞാനെപ്പോഴും എഴുതാറുള്ള സാക്ഷാൽ പാറു!"

അശ്വതിയുടെ അമ്മയെ കണ്ടപ്പോൾ, തന്നിലേക്ക്, ഹൃദയത്തിലേക്ക്, ഓടിയെത്തിയത് തനിക്ക് ഓർമ്മിക്കാൻ ഒരിക്കലും കഴിഞ്ഞിട്ടില്ലാത്ത അമ്മയുടെ രൂപമാണ്.

അവരുടെ ചിരി അശ്വതിയുടേതുപോലെ തന്നെയാണ്. അതുകണ്ടപ്പോൾ ദേഹമാസകലം രോമാഞ്ചം കോരിയിട്ടതുപോലെ തോന്നി.

നാളുകൾക്കുശേഷം വാത്സല്യംനിറഞ്ഞ ശബ്ദം താൻ കേൾക്കുന്നു–

"മോളെന്താ നില്ക്കുന്നത്. ഇരിക്കൂ..."

ഇരുന്നില്ല. അവരെത്തന്നെ നോക്കി നിന്നുപോയി. അശ്വതി അവരുടെ ഒരു കൊച്ചു പകർപ്പുപോലെ അടുക്കൽ നിന്നപ്പോൾ ഇരുവരെയും അത്ഭുതത്തോടെ മാറിമാറി നോക്കി.

"പാറു ഈ അവധിക്ക് നമ്മുടെ കൂടെയാണമ്മേ താമസിക്കുന്നത്." അശ്വതി പറഞ്ഞു.

"നീയെന്താണ് വിവരം എഴുതാഞ്ഞത്. നല്ല ആളാണ്."

"പെട്ടെന്ന് തീരുമാനിച്ചതാണ്."

അമ്മയുമായി സംസാരിച്ചുകൊണ്ടുനിന്നപ്പോൾ അശ്വതിയുടെ ചേട്ടൻ കാറിൽനിന്ന് പെട്ടികളെടുത്തുകൊണ്ടു വരുന്നത് കണ്ടു.

അയ്യോ മോശമായിപ്പോയി–– പെട്ടെന്ന് അശ്വതിയോട് പറഞ്ഞു–– "പെട്ടി നമ്മളെടുത്തോളാമെന്നു പറ."

അശ്വതിയുടെ ചേട്ടൻ പെട്ടിയും കൊണ്ട് മുറിയിലേക്ക് വന്നു.

"ഇതിലേതാണ് പാറുവിന്റേത്?" അയാൾ ഗൗരവത്തിൽ ചോദിച്ചു.

ഈശ്വരാ എന്താണ് പറഞ്ഞത്? പാറു! അശ്വതി വിളിക്കുന്നത്ര സ്വാതന്ത്ര്യത്തോടെ.

"ഒരു രൂപാ തരണം. കാറിൽനിന്ന് ഇവിടെ എടുത്തു വച്ചതിന് കൂലി." അതു പറയുമ്പോഴും ആ മുഖത്ത് എങ്ങുമില്ലാത്ത ഗൗരവമായിരുന്നു. എങ്കിലും ചിരിക്കാതിരിക്കാൻ കഴിഞ്ഞില്ല.

"പാറുവിനോടുതന്നെയാണ് പറഞ്ഞത്. എന്താ പാറു എന്നല്ലേ പേര്?"

"പാർവ്വതി." അശ്വതി പറഞ്ഞു.

"പിന്നെ നീ വിളിച്ചത്?"

"ഞാൻ മാത്രമേ അങ്ങനെ വിളിക്കാറുള്ളൂ."

"എന്നാൽ ഞാനും അങ്ങനെയാണ് വിളിക്കാൻ പോകുന്നത്. എന്താ അമ്മേ അങ്ങനെ പോരേ?"

അമ്മ സമ്മതിച്ചു.

“എന്താ പാറു രൂപ തരില്ലേ?”

എന്താണ് പറയേണ്ടതെന്നറിയാതെ പരിഭ്രമിച്ചു. ആദ്യം ചിരി വന്നെങ്കിലും പിന്നീട് പേടി തോന്നി.

“ശരി. നിനക്കു ഞാൻ ഒരു രൂപ തരാനില്ലേ? പാറു എനിക്ക് തരാനുള്ളത് നീ വാങ്ങിക്കോ.” അയാൾ അശ്വതിയോടു പറഞ്ഞിട്ട് അകത്തേക്കു നടക്കാൻ ഭാവിച്ചു. വീണ്ടും തിരികെ വന്നിട്ടു പറഞ്ഞു:

“എന്റെ പേരറിയാമോ?”

താനാകെ പതറിപ്പോയിരുന്നു. കുടിനീരിറക്കാൻ വിഷമിച്ചു.

“നീ പറഞ്ഞില്ലേ?” അശ്വതിയോടു ചോദിച്ചു.

അശ്വതി ഒന്നും പറഞ്ഞില്ല.

“എന്നാൽ ഞാൻ പറയാം. സാക്ഷാൽ വിമലാനന്ദ സ്വാമി – ഞാൻ എനിക്കു കല്പിച്ച പേര്. പള്ളിയിലെ പേര് എന്താണമ്മച്ചീ?”

അമ്മയും ഒന്നും പറഞ്ഞില്ല. അശ്വതിയുടെയും അമ്മയുടെയും മുഖം പോലും താൻ കണ്ടില്ല.

“ഒന്നോർക്കട്ടെ, ങാ ഔസേപ്പ് മത്തായി. അതായത് ജോസഫ് മാത്യു. പിന്നെ പാറുവിന് എന്നെ എന്തെങ്കിലും വിളിക്കണമെന്നുണ്ടെങ്കിൽ ഏതു പേരും ഉപയോഗിക്കാം. കാരണം നിയതമായ ഒരു പേരിൽ എനിക്കു വിശ്വാസമില്ല. ഏതുപേരും എനിക്കു യോജിക്കും.”

അശ്വതിയുടെ ചേട്ടൻ അകത്തേക്കു കയറിപ്പോഴാണ് ശ്വാസം നേരെ വീണത്. ഭയപ്പാടോടെ അശ്വതിയുടേയും അമ്മയുടേയും നേരെ നോക്കിയപ്പോൾ അവർ പൊട്ടിച്ചിരിച്ചു.

വിയർപ്പുകണങ്ങൾ സാരിത്തലപ്പുകൊണ്ട് തുടയ്ക്കുമ്പോൾ അമ്മ പറഞ്ഞു:–

“മോൾ പേടിച്ചുപോയി അല്ലേ? അവനെപ്പോഴും ഇങ്ങനെയാണ്. ഇവിടെയുള്ളപ്പോൾ ഒരു നിമിഷം വെറുതെ ഇരുത്തുകയില്ല. ചിരിപ്പിച്ചുകൊണ്ടിരിക്കും.”

ആറിന്റെ കരയിൽ ഒഴുകിയകലുന്ന ചുഴികളിലേക്ക് നോക്കിയിരുന്നപ്പോൾ സന്തോഷം തോന്നി. അശ്വതി ഓടി അടുത്തു വന്നിരുന്നു.

“എന്താണു ശ്രീമതി ഇത്ര ആലോചിക്കുന്നത്?”

ആ ഒഴുക്ക് കണ്ടോ? എവിടെയോ എത്തി വിശ്രമിക്കണം എന്നാണവയുടെ മോഹം. വഴിയിൽ തങ്ങാൻ അവയ്ക്കിഷ്ടമില്ല. താനും അതുപോലെ ആയിരുന്നു. പക്ഷേ, ഇപ്പോൾ തന്റെ ചിന്താഗതി ആകെ മാറിയതുപോലെ തോന്നുന്നു.

ദുഃഖങ്ങളും വേദനകളും ഒക്കെ മാറിയതുപോലെ. ഇവിടെ വന്നതിനു ശേഷം സന്തോഷം പൂർണ്ണത പ്രാപിച്ചുവെന്നൊരു തോന്നൽ. ഹൃദയം തുറന്നു ചിരിക്കാൻ കഴിയുന്നു. അഞ്ചുദിവസമേ ആയിട്ടുള്ളു എന്നിട്ടും സ്ഥായിയായ ഒരു മാറ്റം വന്നതുപോലെ...

“പിന്നേയ്, നമ്മൾക്ക് നാളെ പോകേണ്ടിവരും കേട്ടോ.” അശ്വതി

പറഞ്ഞു.

ഒരു ഞെട്ടൽ! നാളെ പോകണമെന്നോ? കോളേജ് തുറക്കാൻ രണ്ടു ദിവസം കൂടിയുണ്ടല്ലോ. മറ്റന്നാൾ പോകാമെന്നാണ് നേരത്തെ പറഞ്ഞത്.

"നാളെയോ?"

"ചേട്ടനു നാളെ വൈകിട്ട് അങ്ങു ചെല്ലണമത്രെ. അവരുടെ കോളേജ് തുറക്കുന്നതിന്റെ അടുത്തദിവസം മുതൽ എന്തൊക്കെയോ പ്രോഗ്രാമുണ്ട്. പ്രൊഫസർ അവധിയിലായതുകൊണ്ട് ചേട്ടനാണ് ചുമതല മുഴുവനും."

ഒരു വല്ലായ്മ അനുഭവപ്പെട്ടു. നാളുകളായുള്ള അലച്ചിലിനുശേഷം കണ്ടെത്തിയ സമാധാനത്തിന്റെ ഈ ദ്വീപിനെ കൈവെടിയാൻ പ്രയാസമുള്ളതുപോലെ.

അഞ്ചു ദിവസം എത്ര പെട്ടെന്നാണ് കടന്നുപോയത്. വേണ്ടായിരുന്നു. ദിവസങ്ങളുടെ ആയുസ്സ് വർഷങ്ങളായി, യുഗങ്ങളായി, നീട്ടിക്കൊടുക്കേണ്ടതായിരുന്നു. ഇവിടെനിന്നു യാത്ര പറഞ്ഞാൽ ദുഃഖങ്ങളും വേദനകളും വീണ്ടും തന്നെ വേട്ടയാടിപ്പിടിക്കും.

എങ്കിലും പോകാതിരിക്കാൻ വയ്യ. ഒരു വഴിയമ്പലം എന്നതിൽ കവിഞ്ഞ് ഇവിടവുമായി യാതൊരു ബന്ധവുമില്ല. ഒരാഴ്ചത്തെ താമസത്തിനായി വന്നു. നാളെ അല്ലെങ്കിൽ മറ്റെന്നാൾ പോയേ പറ്റൂ. തന്നെ സംബന്ധിച്ചിടത്തോളം ആശകൾ സ്വപ്നങ്ങളായി അവശേഷിക്കുന്നു.

അശ്വതിയുടെ വീട്ടിലെ പ്രഭാതങ്ങളും സന്ധ്യകളും തനിക്കേറ്റവും പ്രിയപ്പെട്ടവയാണ്. ക്രൂശിതരൂപത്തിനു മുൻപിൽ ആദ്യമായി മുട്ടുകുത്തിയപ്പോൾ വിശേഷിച്ചൊന്നും തോന്നിയില്ല. എല്ലാവരും ഇരിക്കുന്നതുപോലെ ഇരുന്നതേയുള്ളു. പക്ഷേ, രണ്ടാമത്തെ ദിവസം മനസ്സിനു സമാധാനം തോന്നി.

ക്രൂശിതമായ രൂപത്തെ നോക്കിയപ്പോൾ--

സമാധാനത്തിന്റെ പുത്രന്റെ മുഖത്തിനു ചുറ്റുമുള്ള പ്രകാശവലയം തന്നെ വലയം ചെയ്യുന്നതുപോലെ ഒരനുഭവം. മുൾമുടി ചൂടിയ ശിരസ്സിനു താഴെയുള്ള മുഖം വിളിച്ചുപറയുന്നു- ആശ്വസിക്കൂ... അന്വേഷിക്കുന്നവർക്കു സമാധാനം പകർന്നുകൊടുക്കാൻവേണ്ടിയുള്ള ജന്മത്തിന്റെ സുകൃതത്തിൽനിന്നൊരംശം എടുത്തുകൊള്ളൂ.... ചേച്ചിക്കു ലഭിച്ചിരിക്കാവുന്ന ശാന്തിയെപ്പറ്റി ഇപ്പോഴാണ് തനിക്കു മനസ്സിലാവുന്നത്. ദീപാരാധനാസമയത്തെ വെളിച്ചത്തിന്റെ പ്രഭയിൽ, തകിലിന്റെ നാദബ്രഹ്മത്തിൽ, ചന്ദനത്തിന്റെ സുഗന്ധപ്രളയത്തിൽ എല്ലാം മറക്കാൻ ചേച്ചിക്ക് കഴിഞ്ഞിരിക്കും. സന്ധ്യകളിൽ മനഃപൂർവ്വം ചേച്ചി ക്ഷേത്രത്തിൽ പൊയ്ക്കൊണ്ടിരുന്നത് അതുകൊണ്ടാണ്.

എല്ലാ ഭാരവും ഇറക്കിവച്ചുകൊള്ളൂ എന്ന ക്രൂശിത രൂപത്തിന്റെ നിശ്ശബ്ദമെങ്കിലും വാചാലമായ ക്ഷണം തന്റെ ദുഃഖങ്ങൾക്കു മോചനം നല്കി.

ഇവിടെ നിന്നിരുന്നെങ്കിൽ എപ്പോഴും തനിക്ക് ശാന്തി കിട്ടുമായിരുന്നു. നാളെ-

അശ്വതിയുമൊത്തു കാറിന്റെ പിൻസീറ്റിൽ കയറിയപ്പോൾ ഹൃദ

യം ഇടറി. അമ്മ ചിരിച്ചുകൊണ്ടു ചോദിച്ചു.

"മോൾ എന്നാണിനി വരുന്നത്?"

താൻ ചിരിച്ചതേയുള്ളു. അശ്വതിയാണ് ഉത്തരം പറഞ്ഞത്:-

"അടുത്ത അവധിക്ക്."

കണ്ടറിയണം. അതിനുള്ളിൽ താൻ ഏതെങ്കിലും ഒരു തീരത്തടുത്തിരിക്കും. ഒന്നുകിൽ മുക്തിയുടെ തീരത്ത്, അല്ലെങ്കിൽ തടങ്കലിന്റെ ഇരുട്ടറയിൽ. അടുത്ത അവധി ആവുമ്പോഴേക്ക് തന്റെ നിത്യമായ വിധി എഴുതപ്പെട്ടിരിക്കും.

അമ്മയോട് യാത്ര പറഞ്ഞപ്പോൾ ഒന്നു ചിരിക്കാൻ ബദ്ധപ്പെടേണ്ടി വന്നു. ഗദ്ഗദം തന്റെ ചിരിക്ക് ആവരണം ഇട്ടു കളഞ്ഞു. കണ്ണിൽനിന്ന് അദൃശ്യമാകുന്നതുവരെ അവരെ നോക്കി. എന്നിട്ട് തിരിഞ്ഞപ്പോൾ-

വീണ്ടും ആ കണ്ണുകൾ! ഉഴിഞ്ഞിറങ്ങി തന്റെ ആത്മാവിനു മേൽ പോറലേല്പിക്കുന്നുണ്ടെന്നു തോന്നി.

അശ്വതിയുടെ ചേട്ടൻ പറഞ്ഞു.

"ഞങ്ങളുടെ കോളേജിന്റെ രജതജൂബിലിയാണ്, കോളേജ് സ്റ്റാഫ് ഒരു നാടകം അഭിനയിക്കുന്നുണ്ട്. അതിൽ പാറുവിനെപ്പോലെ ഒരു കഥാപാത്രമുണ്ട്. അതിഥിയായി വരാമെങ്കിൽ അഭിനയിപ്പിക്കാം."

നിശ്ശബ്ദയായിരുന്നപ്പോൾ തിരിഞ്ഞു നോക്കിയിട്ടു പറഞ്ഞു-

"പാറുവിനോടാണ് ചോദിച്ചത്."

"അവൾക്കഭിനയിക്കാനറിയില്ല ചേട്ടാ." അശ്വതി മറുപടി പറഞ്ഞു:-

ഒരു നിമിഷത്തെ നിശ്ശബ്ദതയ്ക്കുശേഷം അശ്വതിയുടെ ചേട്ടൻ പറഞ്ഞു:-

"ജീവിക്കാനേ അറിയാവൂ അല്ലേ-. ഭൂമിയെപ്പോലെ."

ആലോചിക്കാൻ അദ്ധ്യായങ്ങൾ വേണ്ടി വരുന്ന വാചകം. തന്നെക്കുറിച്ച് ഇതിൽ കൂടുതലൊന്നും മനസ്സിലാക്കാനില്ലെന്ന് ബോദ്ധ്യമായപ്പോൾ-

ആ കണ്ണുകളുടെ വശ്യത വീണ്ടും തന്നെ കീഴടക്കുന്നു. അതിന്റെ ആകർഷണമേഖലയിൽനിന്ന് രക്ഷപ്പെടാൻ തന്നെക്കൊണ്ട് കഴിയാതെ വന്നിരിക്കുന്നു എന്നൊരു തോന്നൽ.

ഒൻപത്

നഷ്ടസൗഭാഗ്യത്തിന്റെ ഓർമ്മകളുമായി തിരികെ ഹോസ്റ്റലിൽ എത്തിയപ്പോൾ മനസ്സിൽ പ്രയാസം തോന്നി. അശ്വതിയുടെ വീട്ടിൽനിന്ന് പോരാൻ ഒട്ടും മനസ്സില്ലായിരുന്നു. അഞ്ചുദിവസങ്ങളുടെ ദൈർഘ്യം ഒരു നിമിഷത്തിന്റെ ആയുസ്സിലൊടുങ്ങിയപ്പോൾ ഹ്രസ്വമായ അവധി നീട്ടിക്കിട്ടിയിരുന്നെങ്കിൽ എന്നാശിച്ചു. അശ്വതി കൂടെയുണ്ടായിരുന്നിട്ടും, ഹോസ്റ്റലിൽ എത്തിയപ്പോൾ എന്തോ നഷ്ടപ്പെട്ടു എന്ന തോന്നൽ.

എന്താണെന്ന് തിരിഞ്ഞുനോക്കാൻ ശ്രമിച്ചു. തന്റെ നേർക്കുള്ള സൗ

ഹൃദത്തിന്റെ നോട്ടങ്ങളാണ് കാണാൻ കഴിഞ്ഞത്– അശ്വതിയുടെ അമ്മയുടെ മുഖം. അശ്വതിയുടെ ചേട്ടന്റെ മുഖം.

എല്ലാം ഓർത്തുകൊണ്ട് കിടക്കുമ്പോഴാണ് അശ്വതി വന്നു പറഞ്ഞത്.

"നിന്നെ മദർ വിളിക്കുന്നു."

"മദറോ?"

"അതേ."

"എന്തിനാണ്?"

"അറിഞ്ഞുകൂടാ, മുറിയിലേക്ക് ചെല്ലാൻ പറഞ്ഞു."

മദർ വിളിക്കണമെങ്കിൽ എന്തെങ്കിലും ഗൗരവമുള്ള കാരണമുണ്ടായിരിക്കണം. നിസ്സാരകാര്യങ്ങൾക്ക് തീർപ്പു കല്പിക്കുന്നത് സിസ്റ്ററാണ്.

തന്റെ പേരിലുള്ള ആരോപണം എന്തായിരിക്കും? അരുതാത്തത് ഒന്നും താൻ ചെയ്തിട്ടില്ല. അശ്വതിയുടെ വീട്ടിൽ പോയതാണെങ്കിൽ മദറിന്റെ അനുവാദത്തോടെയാണ്.

എന്തിനാണ് വിളിക്കുന്നതെന്ന് ഒരു പിടിയും ഇല്ല. ചേട്ടനെന്തെങ്കിലും അറിയിച്ചിരിക്കുമോ? തന്നെ കൊണ്ടുപോകാൻ വരുന്നെന്നോ വല്ലതും...

മദറിന്റെ മുറിയിലേക്ക് കയറുമ്പോൾ ഹൃദയം ശക്തമായി മിടിക്കുന്നുണ്ടായിരുന്നു. എന്തോ എഴുതിക്കൊണ്ടിരുന്ന മദർ തന്നെ കണ്ടപ്പോൾ ചിരിച്ചു.

"പാർവ്വതി ഇരിക്കൂ." ശാന്തമായ സ്വരം. ഇരുന്നില്ല. മദറിന്റെ മുൻപിൽ ഇരിക്കുക പതിവില്ല.

"ഇരിക്കൂ കുട്ടീ! പ്രധാനപ്പെട്ട ചില കാര്യങ്ങൾ പറയാനാണ് വിളിപ്പിച്ചത്. ഇരിക്കൂ."

അനുസരണയുള്ള കുട്ടിയെപ്പോലെ ഇരുന്നുപോയി. അവരുടെ മുഖം കണ്ടപ്പോൾ ആശ്വാസം തോന്നി. അവിടെ കോപത്തിന്റെ ഭാവമില്ല. നിറഞ്ഞ് ഒഴുകുന്ന വാത്സല്യം മാത്രം.

എന്തെങ്കിലും കുറ്റം ചെയ്തിട്ടാണ് തന്നെ വിളിപ്പിച്ചതെന്നാണ് ഭയപ്പെട്ടത്. വിളിപ്പിക്കാൻ കാരണം അതല്ലെന്ന് വ്യക്തമായിരിക്കുന്നു.

"പാർവ്വതി അശ്വതിയുടെ വീട്ടിലേക്കുപോയ അന്നു വൈകിട്ട് വീട്ടിൽ നിന്ന് ഇവിടെ ആളു വന്നിരുന്നു."

"ആര്?"

"പാർവ്വതിയുടെ ചേട്ടൻ."

ചേട്ടൻ! അപ്പോൾ താനിവിടെ ഉണ്ടായിരുന്നെങ്കിൽ...! മനസ്സിൽ അനുഭവപ്പെട്ട ഭയം പടർന്നു പിടിക്കുന്നതുപോലെ തോന്നി. അത്ഭുതകരമായ തന്റെ രക്ഷപ്പെടൽ അവിശ്വസനീയമായിത്തോന്നി. അശ്വതിയുടെ കൂടെ പോയില്ലായിരുന്നെങ്കിൽ താൻ നിശ്ചയമായും ചേട്ടൻ ഒരുക്കിയിരുന്ന കെണിയിൽ അകപ്പെടുമായിരുന്നേനെ."

"അശ്വതിയുടെ കൂടെ പാർവ്വതിയെ വിടാൻ പാടില്ലായിരുന്നു എന്നാണദ്ദേഹം പറഞ്ഞത്."

എന്താണ് പറയേണ്ടതെന്ന് അറിഞ്ഞുകൂടായിരുന്നു.

"വീട്ടിലെ അനുവാദമില്ലാതെ എന്തിനാണ് വിട്ടതെന്ന് ചോദിച്ചു." മദർ പറഞ്ഞു. നിശ്ശബ്ദയായി നില്ക്കുകയല്ലാതെ എന്താണ് പറയുവാൻ കഴിയുക?

"വളരെ കോപിച്ചാണ് പാർവ്വതിയുടെ ചേട്ടൻ ഇവിടെനിന്നു പോയിരിക്കുന്നത്. ഞങ്ങളുടെ പേരിൽ കേസ് കൊടുക്കുമെന്ന് പറഞ്ഞു."

മദർ മെല്ലെ ചിരിച്ചു. എന്നിട്ട് തുടർന്നു:-

"പാർവ്വതി പേടിക്കേണ്ട. എങ്കിലും പാടില്ലാത്ത ഒരു സാഹചര്യമാണിവിടെ അദ്ദേഹം സൃഷ്ടിച്ചത്."

"മദർ, ചേട്ടനുവേണ്ടി ഞാൻ മാപ്പു ചോദിക്കുന്നു."

"ചേട്ടൻ തെറ്റു ചെയ്തുപോയ കാരണം മാപ്പ് എന്നാണോ പാർവ്വതി അർത്ഥമാക്കുന്നത്?"

എന്തെങ്കിലും മറുപടി നല്കാനുള്ള ശക്തി തന്നിലവശേഷിച്ചിരുന്നില്ല.

"ചേട്ടനെപ്പറ്റി എല്ലാം എനിക്ക് അറിയാം. അതുകൊണ്ടാണ് അശ്വതിയോടൊപ്പം പോകാനനുവദിച്ചതും. പാർവ്വതിക്ക് എന്തെങ്കിലും പ്രയാസങ്ങൾ ഉണ്ടെങ്കിൽ എന്റെ അടുക്കൽവന്നു തുറന്നു പറയാൻ മടിക്കരുത്. പാർവ്വതിയുടെ വേദന എന്തെന്ന് എനിക്കു മനസ്സിലാവുന്നുണ്ട്. ഇത്രയും പറയാനാണ് വിളിപ്പിച്ചത്. പൊയ്ക്കോളൂ...."

കഴിഞ്ഞ അഞ്ചാറു ദിവസങ്ങളായി ശേഖരിച്ചുവെച്ച സമാധാനവും സന്തോഷവും ഒന്നോടെ ചോർന്നുപോയിരിക്കുന്നു. വീണ്ടും ആകെ കലങ്ങി മറിഞ്ഞിരിക്കുന്നു - ആ മലവെള്ളപ്പാച്ചിൽപോലെ. എവിടെച്ചെന്നവസാനിക്കുമെന്ന് ഒരു നിശ്ചയവുമില്ല. തടഞ്ഞുനിർത്താൻ തന്നെക്കൊണ്ടു കഴിയുന്നില്ല.

ശപിക്കപ്പെട്ട തന്റെ ജീവിതത്തിന് ഇനി ഒരു മോചനമില്ലേ? അരക്ഷിതമായ ഈ അവസ്ഥയിൽ നിത്യമായ മോചനം എന്ന സത്യത്തിലേക്ക് നടന്നടുത്താലോ? എന്തോ അതുമാത്രം സാധിക്കുന്നില്ല.

സിസ്റ്റർ അശ്വതിയിൽ നിന്നെല്ലാം മനസ്സിലാക്കിയിരുന്നു. അവധിക്കു തന്നെ വീട്ടിലേക്ക് കൂട്ടിക്കൊണ്ടുചെല്ലാനാണ് ചേട്ടൻ വന്നിരുന്നത്. അശ്വതിയുടെകൂടെ പോയിരിക്കുകയാണെന്ന് പറഞ്ഞപ്പോൾ ചേട്ടൻ കോപിച്ചത്രെ. വീട്ടിലെ അനുവാദമില്ലാതെ എന്തിനയച്ചു എന്നതിനു സമാധാനം മദർ പറയുമെന്നു സിസ്റ്റർ പറഞ്ഞപ്പോൾ മദറിന്റെ അടുത്തു പോയി. പാർവ്വതിയുടെ കാര്യത്തെ സംബന്ധിച്ച് ഇപ്പോൾ തങ്ങളാണ് അവളുടെ രക്ഷാധികാരികൾ എന്ന് മദർ തറപ്പിച്ചു പറഞ്ഞു. അവളുടെ വീട്ടിൽ സുരക്ഷിതത്വം അവൾക്ക് അപരിചിതമായിരിക്കുമെന്ന് മദറിനറിയാമെന്ന്.

തന്റെ കന്യകാത്വത്തിന്റെ പേരിൽ ചേട്ടന് ഉൽക്കണ്ഠയുണ്ടുപോലും! കോളേജ് തുറക്കുന്ന ദിവസം തന്നെ കാണിച്ചുകൊടുത്തില്ലെങ്കിൽ മദറിന്റെ പേരിൽ കേസ് കൊടുക്കും എന്നു പറഞ്ഞിട്ടാണത്രെ ചേട്ടൻ പോയത്.

അപ്പോൾ നാളെ ചേട്ടൻ ഇവിടെ വരും. ഇവിടെനിന്നു തന്നെ വിളിച്ചിറക്കിക്കൊണ്ടു പോകും. പിന്നീട് തന്നെ അടിമയാക്കും. ഒടുവിൽ ആ

തടങ്കലിൽ കുഞ്ഞമ്മയെപ്പോലെ ഒരു വെപ്പാട്ടിയായി കഴിഞ്ഞുകൂടേണ്ടി വരും.

ഈശ്വരാ...!

മദറിന്റെ മുറിയിലേക്ക് ഓടിച്ചെന്നു. കിതച്ചുകൊണ്ട് ഓടിക്കയറിച്ചെന്ന തന്നെ കണ്ടപ്പോൾ മദർ ഒന്നമ്പരന്നു.

"എന്താണ് പാർവ്വതീ?"

എങ്ങനെ തുടങ്ങണമെന്നറിഞ്ഞുകൂടായിരുന്നു. എന്താണ് പറയേണ്ടത്? ചേട്ടന്റെ ഉദ്ദേശ്യത്തെക്കുറിച്ചോ? മദറിന് എല്ലാം അറിയാമെന്നാണ് തോന്നുന്നത്. അശ്വതി പറഞ്ഞതായിരിക്കണം.

ചേട്ടനെക്കുറിച്ച് മദറിന്റെ അടുക്കൽ എന്താണ് പറയേണ്ടത്. ചേട്ടൻ വന്നെന്നു കരുതിയുള്ള കുഴപ്പമെന്താണ്? തന്നെ തടങ്കലിലേക്ക് കൊണ്ടു പോകാനാണെങ്കിൽ രക്ഷപ്പെടാതിരിക്കാൻ ഒക്കുകയില്ലല്ലോ. നാളെ രക്ഷപ്പെടണമെങ്കിൽ മദറിന്റെ സഹായം കൂടിയേ തീരൂ.

"നാളെ... അയാൾ വരും. മദർ എന്നെ രക്ഷിക്കണം. ചേട്ടനെ ഏല്പിച്ചുവിട്ടാൽ ഞാൻ, ഞാൻ...."

ബാക്കി പറയാതെതന്നെ മദറിന് മനസ്സിലായിട്ടുണ്ടാവും. മദർ തന്റെ തോളിൽ പിടിച്ചപ്പോൾ ബലവത്തായ ഒരു കൈ നീട്ടുകയാണെന്നു തോന്നി.

"വരൂ... കുട്ടീ..."

ക്രൂശിതനായ ക്രിസ്തുവിന്റെ രൂപത്തിനു മുമ്പിൽ മദർ മുട്ടുകുത്തി. അവിടെ ആശ്വാസം മൊട്ടിട്ടു നില്ക്കുന്നതു കണ്ടപ്പോൾ കാലുകൾ താനേ മടങ്ങിപ്പോയി. മദർ പ്രാർത്ഥിച്ചശേഷം കണ്ണു തുറന്നു. തന്റെ അടുക്കൽ വന്ന് ക്രിസ്തുവിന്റെ മുഖത്തേക്ക് നോക്കിയിട്ട് മദർ പറഞ്ഞു:-

"ആ സമാധാനം എപ്പോഴും പാർവ്വതിക്കുണ്ടായിരിക്കും."

ലഭിച്ച സമാധാനത്തിന്റെ അളവെന്തെന്ന് നോക്കിയില്ല. തിരികെ റൂമിലേക്ക് വരുമ്പോൾ നാളേക്കുള്ള ശക്തി കരുതി വെക്കേണ്ടതെങ്ങനെയാണെന്ന് ആലോചിച്ചു. മുറിയിലെത്തിയപ്പോൾ അശ്വതി ഒരു കത്തു തന്നു.

ഒട്ടും പരിചയമില്ലാത്ത കൈപ്പട. തനിക്ക് എഴുത്തുകൾ വരുന്നത് ചുരുക്കമാണ്. ഒരു കത്തു കിട്ടിയിട്ട് എത്രയോ നാളുകളായിരിക്കുന്നു. ഇപ്പോൾ ആരായിരിക്കും എഴുതിയിരിക്കുന്നത്?

കത്തു പൊട്ടിച്ചു. കുഞ്ഞമ്മാവന്റേതാണ്. നീണ്ട ഒരു കത്ത്. കത്തിന്റെ അവസാനമെത്തിയപ്പോഴേക്ക് ദൂരെ അവ്യക്തമായ ഒരു തീരം കാണുന്നതുപോലെ തോന്നി.

കത്ത് അശ്വതിയുടെ കൈയിൽ കൊടുത്തു. വായിച്ചു കഴിഞ്ഞപ്പോൾ തന്നെ കെട്ടിപ്പിടിച്ച് അവൾ ഉറക്കെ പറഞ്ഞു-- "ഭാഗ്യവതീ..."

അവധി കഴിഞ്ഞ് ഹോസ്റ്റലിൽ ലളിതയുമൊക്കെ എത്തിയിരുന്നു. ഒരുനിമിഷത്തിനുള്ളിൽ അശ്വതി എല്ലാവരേയും മുറിയിൽ വരുത്തി.

അവരുടെ തുറിച്ച നോട്ടത്തിനു മുൻപിൽ തളർന്നിരുന്നുപോയി. ലളിത അടുത്തുവന്നു പിറുപിറുത്തു.

“ദുബായിലെ സ്വർണ്ണഖനികളിൽ അടയിരിക്കാൻ പോകുന്ന സ്വർണ്ണപ്പക്ഷീ...!”

ഒടുവിൽ കുഞ്ഞമ്മാവൻ അതു സാധിച്ചിരിക്കുന്നു. ശാന്തമായ ഒരു തീരത്തേക്കുള്ള ഒഴുക്ക് തനിക്കു കാണിച്ചുതന്നിരിക്കുന്നു.

കത്തു മൂന്നാലാവൃത്തി വായിച്ചു. താൻ സ്വപ്നം കാണുന്ന തീരത്തേക്ക് ഒഴുകിത്തുടങ്ങുകയാണ്.

അകലെയൊഴുകുന്ന മേഘങ്ങളെ.... ഒന്നു ശ്രദ്ധിക്കൂ.... ഞാനും നിങ്ങളിലൊരാളായിരിക്കുന്നു.... ഉയർന്നുപൊങ്ങി നിങ്ങളുടെ കൂട്ടത്തിലേക്ക് ഞാനും വരുന്നു.... ലക്ഷ്യം മുന്നിൽ കണ്ടുകൊണ്ടുള്ള പ്രയാണമാരംഭിച്ചിരിക്കുന്നു.

നിങ്ങളോടൊപ്പം മുക്തിയുടെ തീരത്തണയാൻ എന്നെ സഹായിക്കുമോ?... ഇതാ വരുന്നു... ഒരുനിമിഷത്തെ താമസം മാത്രം... ഒന്നു നില്ക്കൂ....

ഉന്മാദത്തിന്റെ വേലിയേറ്റം സൃഷ്ടിച്ച നിമിഷങ്ങളിൽ അശ്വതിപോലും കാണാതെ കുഞ്ഞമ്മാവന്റെ കത്തിനോടൊപ്പമുണ്ടായിരുന്ന ഫോട്ടോ എടുത്തു നോക്കി. കത്തു പൊട്ടിച്ചപ്പഴേ ഫോട്ടോ കണ്ടതാണ്. അശ്വതിയെ അന്നേരം കാണിക്കാഞ്ഞത് എല്ലാവരേയും കൂട്ടി അവൾ തന്നെ കളിയാക്കും എന്നു വിചാരിച്ചാണ്.

ഫോട്ടോയിൽ കണ്ട മുഖം! കണ്ണുകളിലേക്ക് നോക്കിയപ്പോൾ നിമിഷനേരത്തേക്ക് അമ്പരപ്പുണ്ടായി. ആ കണ്ണുകൾ–

ശിവന്റെ കണ്ണുകൾ!

കാറിന്റെ ഗ്ലാസിലൂടെ താൻ കണ്ട കണ്ണുകൾ. ഈശ്വരാ! അതുപോലെതന്നെയിരിക്കുന്നു. അതേ ഗൗരവം. ചെവികളിൽ കനത്ത ശബ്ദം മുഴങ്ങുന്നു:–

“ഭൂമിയെപ്പോലുള്ള പാറു!”

കണ്ണുകൾ ഇറുക്കിയടച്ചു. ഇപ്പോൾ ഈ നിമിഷത്തിൽ രണ്ടു തീരങ്ങൾ കാണുന്നു. രണ്ടും മുക്തിയുടെ തീരങ്ങൾ. പ്രതിബന്ധങ്ങളില്ലാത്ത സ്വച്ഛമായ ഒഴുക്കിലൂടെ ചെന്നണയാവുന്ന തീരങ്ങൾ!

രണ്ടും തന്നെ ക്ഷണിക്കുന്നുണ്ടോ? ഒന്നു താനർഹിക്കാത്തതാണ്. അശ്വതിയുടെ ചേട്ടന്റെ കണ്ണുകളുടെ വീക്ഷണമേഖല തനിക്കു വിലക്കപ്പെട്ടതാണ്. അല്ലെങ്കിൽ ആണെന്ന് താൻ വിശ്വസിക്കുന്നു.

കുഞ്ഞമ്മാവൻ കാണിച്ചുതന്ന തീരമാണ് അഭികാമ്യം. അശ്വതിയുടെ ചേട്ടനെ ആ ഒരു നിലയിൽ കണക്കാക്കാൻ പാടില്ലാത്തതാണ്. അദ്ദേഹം ഒരിക്കലും അങ്ങനെ വിചാരിക്കുന്നുണ്ടാവില്ല. തെറ്റു തന്റേതാണ്.

കുഞ്ഞമ്മാവന്റെ കത്തു വീണ്ടും വായിച്ചു. എഞ്ചിനീയറുടെ ജോലി ദുബായിലാണത്രെ. അടുത്ത ആഴ്ച അവധിക്ക് എത്തും. കല്യാണം കഴിഞ്ഞാലുടനെ തിരികെ പോകണം.

പേരിൽ എന്തെങ്കിലും പൊരുൾ ഉണ്ടെന്ന് ഫോട്ടോയിൽ വ്യക്തമല്ല. യോഗി! യോഗി എന്ന പേര് ഒരു യോഗീശ്വരന് മാത്രമേ യോജിക്കുകയു

ള്ളോ?

യോഗി എന്ന എഞ്ചിനീയർ.

താൻ അപർണ്ണയല്ലേ!

ആരാണതു പറഞ്ഞത്. ശിവന്റെ കണ്ണുകളുള്ള കോളേജ് ലക്ചറർ– അശ്വതിയുടെ സഹോദരൻ. വീണ്ടും വഴുതിപ്പോകുന്ന മനസ്സ്–

താൻ ശിവനുവേണ്ടി തപസ്സുചെയ്ത പാർവ്വതി അല്ലേ എന്ന് ഒരിക്കൽ മൂകമായ ഭാഷയിൽ അദ്ദേഹം ചോദിച്ചതാണ്.

കൈവിട്ടുപോകുന്ന മനസ്സിനെപ്പറ്റി ഭയം തോന്നുന്നു. പാടില്ല. ഇനി ഒന്നും പാടില്ല. തന്റെ തീരത്തേക്കുള്ള ശാന്തമായ ഒഴുക്കിലാണിപ്പോൾ. ലക്ഷ്യംമാത്രമേ മുൻപിൽ പാടുള്ളു.

ദുബായിലെ എഞ്ചിനീയറുടെ അച്ഛനു സന്തോഷമാണത്രെ. തന്റെ അച്ഛന്റെ പേരു കേട്ടപ്പോഴേ അദ്ദേഹം സമ്മതിച്ചുവെന്നും കുഞ്ഞമ്മാവൻ എഴുതിയിരിക്കുന്നു. അദ്ദേഹം പറയുന്നതിനപ്പുറം മകൻ ഒന്നും ചെയ്യുകയില്ലെന്ന്. ഉടനെ എല്ലാം തീരുമാനിച്ചുകൊള്ളാൻ.

വൈകിട്ട് ക്ഷേത്രത്തിൽ പോകാൻ അനുവാദം വാങ്ങി. കൂട്ടത്തിൽ അശ്വതിയും ലളിതയും ഉണ്ടായിരുന്നു.

അമ്പലനടയിൽ കൈ തൊഴുതുപിടിച്ചു. കണ്ണടച്ചപ്പോൾ– ദേവിയുടെ ചൈതന്യം തന്റെ മനസ്സിനുള്ളിലേക്ക് പകരപ്പെടുന്നതുപോലെ തോന്നി.

എന്റെ ദുഃഖങ്ങൾ ഇറക്കിവെക്കാൻ പോകുന്നു... എന്റെ വേദനകൾ കുഴിച്ചുമൂടാൻ ഇനി നിമിഷങ്ങൾ മാത്രം... ഇപ്പോൾ സമാധാനവും സന്തോഷവും ഒക്കെ സ്വീകരിക്കാൻ എന്റെ ഹൃദയം ഒരുക്കപ്പെട്ടിരിക്കുന്നു... ഞാൻ തിരുസന്നിധിയിൽ അർപ്പിച്ച കണ്ണീരിന്റെ വില തരാൻ അവിടുന്നു തീരുമാനിക്കുന്ന ഈ നിമിഷത്തിൽ.

ദേവീ, അനുഗ്രഹിക്കൂ....

തിരികെ ഹോസ്റ്റലിൽ എത്തിയപ്പോൾ വിസിറ്റേഴ്സ്റൂമിൽ ചേട്ടൻ ഇരിക്കുന്നതു കണ്ടു. കണ്ടപ്പോൾ ആകെ പതറിപ്പോയി. നാളെ വരുമെന്നാണ് പറഞ്ഞത്. ഇന്നേ വന്നത്? ജ്വലിക്കുന്ന നോട്ടം വകവെക്കാതെ ഹോസ്റ്റലിലേക്ക് കയറാൻ തുടങ്ങിയപ്പോൾ–

“പാർവ്വതീ....” ചേട്ടന്റെ സ്വരം കർക്കശമായിരുന്നു.

നിന്നു. തിരിഞ്ഞു നോക്കാൻ ഭാവിച്ചപ്പോൾ അശ്വതി മെല്ലെ പറഞ്ഞു.

“ചെല്ലൂ... ധൈര്യമായി ചെല്ലൂ.”

ധൈര്യമായിത്തന്നെ ചെന്നു.

“എന്തു ഭാവിച്ചാണ് ഇതൊക്കെ?”

മനസ്സിലാവാത്ത ഭാവത്തിൽ ചേട്ടനെ നോക്കി.

“ഞാൻ നിന്റെ ചേട്ടനാണ്. മറ്റാരും ഇല്ലാത്ത നിലയ്ക്ക് നിന്റെ ഉത്തരവാദിത്വം എനിക്കാണ്. അതറിയാമോ?”

“എന്തുദ്ദേശിച്ചാണ് ചേട്ടൻ പറയുന്നതെന്നു മനസ്സിലാകുന്നില്ല.”

“അവധി കിട്ടിയിട്ടു വീട്ടിലറിയിക്കാതെ വല്ലയിടത്തും പോയി അഴിഞ്ഞാടി നടക്കുക അല്ലേ?”

വല്ലയിടത്തും പോയി അഴിഞ്ഞാടുന്നതിലേ ഉള്ളൂ തരക്കേട് അല്ലേ? വീട്ടിനുള്ളിൽ നഗ്നയായി ആഭാസനൃത്തം ചെയ്യുന്നത് നിങ്ങൾക്കിഷ്ടമാണെന്ന് അറിയാം. അതു നടക്കാഞ്ഞതിലല്ലേ ഈ കലിതുള്ളൽ?

"ഇവിടുത്തെ മദറിന്റെ അനുവാദം വാങ്ങിയിട്ടാണ് പോയത്."

"വീട്ടിലേക്ക് വരാതെ എവിടെപ്പോയി എന്നാണെനിക്കറിയേണ്ടത്."

അവധിക്കു വരുന്ന തക്കം നോക്കി കാത്തിരിക്കുകയായിരുന്നു....! എവിടെപ്പോയി എന്നറിയിക്കാനുള്ള ബാദ്ധ്യത എന്താണ്? ഒന്നുമില്ല.

ചേട്ടന്റെ സ്നേഹവും വാത്സല്യവും ഉണ്ടായിരുന്നെങ്കിൽ ഞാനീ നിലയിലാകുമായിരുന്നില്ല. എന്റെ സുരക്ഷിതത്വത്തിനുവേണ്ടിയാണു നിങ്ങൾ വാദിക്കുന്നതെങ്കിൽ എന്റെ വീട്ടിൽ എനിക്കത് ഉണ്ടായിരിക്കുകയില്ല എന്നു വ്യക്തമാണ്. പക്ഷേ, ഒന്നും പറഞ്ഞില്ല.

"ഒരു കൂട്ടുകാരിയുടെ വീട്ടിൽ പോയി."

"എന്തിന്?"

"അവധിക്കാലം കഴിച്ചുകൂട്ടുവാൻ."

"നിനക്ക് വീടില്ലാഞ്ഞിട്ടാണ്. അല്ലേ?"

"അല്ല. വീട്ടിലേക്കാണ് പോകുന്നതെന്നു പറഞ്ഞാൽ മദർ വിടുമായിരുന്നില്ല."

അയാൾ ഒന്നു ഞെട്ടിയതുപോലെ തോന്നി. ആ ഞെട്ടലിൽ അയാൾ പതറുന്നുവെന്നു കണ്ടപ്പോൾ പറഞ്ഞു:

"മദറിന് എന്റെ ചേട്ടനെപ്പറ്റി എല്ലാം അറിയാം."

ചേട്ടൻ പിന്നെ അവിടെ നിന്നില്ല. പരാജയത്തിന്റെ ഭാവം മറയ്ക്കാൻ ശ്രമിച്ചുകൊണ്ട് ചേട്ടൻ പോയപ്പോൾ തന്നിലവശേഷിച്ച നിർവ്വികാരത തന്നെ തളർത്തുമെന്നു തോന്നി.

പത്ത്

തീരത്തിന്റെ ദുഃഖം നിത്യമാണ്.

ഒരിക്കലും അതവസാനിക്കുന്നില്ല. കാത്തിരിപ്പിന്റെ നിമിഷങ്ങളിൽ തീരം നിത്യമായ സന്തോഷത്തിന് കൊതിക്കുന്നു. തന്നെ പ്രാപിക്കുന്ന അലകളുടെ സന്തോഷം അനുഭവിക്കുന്നതിനു മുമ്പെ അവ പിൻവാങ്ങുന്നു. മുക്തി തേടിയെത്തുന്ന അലകളെ തൃപ്തിപ്പെടുത്താൻ തീരത്തിന് കഴിയുന്നില്ല.

തീരം ദുഃഖത്തിന്റെ പ്രതീകമാണ്. അവിടെയെത്തി മുക്തി നേടാനുള്ള പുറപ്പാട് വ്യർത്ഥമാണ്. ശാശ്വത ദുഃഖത്തിന്റെ തീരത്തിലടിഞ്ഞാൽ പിന്നെ ദുഃഖത്തിൽനിന്ന് മോചനമില്ല.

വളരെയേറെ വൈകിയാണ് താൻ ഒരു സത്യം മനസ്സിലാക്കിയത്. താൻ മറ്റൊരു തീരമാണ്. തീരം തേടിയൊഴുകുന്ന ഒരു മേഘമാകാൻ താൻ കൊതിച്ചത് അർത്ഥശൂന്യമായിരുന്നു.

ഒരു തീരത്തിന് ഒരിക്കലും മറ്റൊരു തീരത്തെ പ്രാപിക്കാൻ കഴിയു

കയില്ല. താൻ ഒരു തീരമാണെന്നു മനസ്സിലാക്കിയപ്പോൾ നിത്യമായ ദുഃഖത്തിന്റെ മറ്റൊരു മുഖമാണ് താനെന്ന് വ്യക്തമായി....

താനാകുന്ന തീരത്തേക്ക് ഒഴുകിയടുക്കുവാൻ മേഘപാളികൾ ശ്രമിക്കുകയാണ്. പക്ഷേ, ഒരിക്കലും ഈ തീരത്തേക്കെത്തുവാൻ അവയ്ക്ക് കഴിയുന്നില്ല. തന്നെ പ്രാപിക്കുന്നതിനു മുൻപേ ദൂരത്തുവെച്ചുതന്നെ അവ പെയ്തൊഴിയുന്നു.

തിരമാലകൾ തീരത്തേക്ക് അടിച്ചു കയറുന്നു. ഒരു നിമിഷത്തെ പരിചയത്തിനുശേഷം തീരത്തിന്റെ മുഖത്തെ എഴുത്തുകൾ മായിച്ചുകൊണ്ട് അവ എന്നെന്നേക്കുമായി പിൻവാങ്ങുന്നു. പിന്നീടൊരിക്കലും ആ തിരമാല ആ തീരത്തെത്തുന്നില്ല. പിന്നീട് എത്തുന്നത് പുതിയവയാണ്. അവയുടെ പരിചയവും നൈമിഷികം.

താനാകുന്ന ദുഃഖമെന്ന തീരത്തെ എഴുത്തുകൾ മായ്ക്കാൻ ഒരല പോലും വന്നെത്തിയില്ല എന്ന സത്യം ഓർക്കുന്നു. ഒരു തീരമെന്ന അസ്തിത്വം തന്നിലവശേഷിച്ചിട്ടും മറ്റൊരു തീരമെന്ന സ്വപ്നത്തെത്തേടി സ്വപ്നാടനം നടത്തിയ വിഡ്ഢിത്തം–

താൻ വേദനിക്കുന്നില്ല. ദുഃഖിക്കുന്നില്ല... ഇനിയെന്ത് വേദനിക്കാൻ... കരയാനും കഴിയുകയില്ല.

"പാർവ്വതീ... എന്തെങ്കിലും വന്നു കഴിക്കൂ..." അശ്വതി ഊണുകഴിക്കാൻ വിളിച്ചപ്പോൾ നിമിഷനേരത്തെക്കെങ്കിലും തന്നിലേക്ക് മടങ്ങുവാൻ കഴിഞ്ഞു. ഊണു കഴിച്ചുകൊണ്ടിരുന്നപ്പോൾ അശ്വതിയുടെ അമ്മ പറഞ്ഞു– "ജീവിതം ദുഃഖങ്ങളുടെ ആകത്തുകയാണ്. ദുഃഖത്തിന്റെ നൗകയിലൂടെയുള്ള പ്രയാണമാണ് ജീവിതം. ഈ ജീവിതത്തിൽ കൂട്ടാനും കുറയ്ക്കാനും ഒന്നുമില്ല. കൂടുതലാളുകളുടെയും ജീവിതത്തിൽ ഒരേ ഒരു സംഖ്യയേയുള്ളു–ദുഃഖം."

അവരുടെ വാക്കുകൾ ആത്മാർത്ഥമാണ്, അനുഭവത്തിന്റെ ചൂടുള്ളതാണ്. അശ്വതിക്ക് ഒരുവയസ്സുള്ളപ്പോൾ വൈധവ്യം പ്രാപിച്ച അവരുടെ ഉൾക്കരുത്ത് തനിക്ക് ലഭിച്ചിരുന്നെങ്കിൽ..."

"സത്യത്തിൽ പാർവ്വതി ഭാഗ്യവതിയാണ്. കല്യാണത്തിനുശേഷമാണ് ഇതറിഞ്ഞിരുന്നതെങ്കിൽ...."

എങ്കിൽ ഒന്നോടെ എല്ലാം അവസാനിപ്പിക്കാനുള്ള ധൈര്യം ഒരുപക്ഷേ, തനിക്കു ലഭിക്കുമായിരുന്നു. ഇപ്പോൾ അതിന് കഴിയുന്നില്ല.

അശ്വതിയുടെ വീടും ആളുകളും അതിൽനിന്നു തന്നെ പിന്തിരിപ്പിക്കുന്നു, വേദനിച്ചുകൊണ്ടാണെങ്കിലും പ്രത്യാശയോടെ നാളെയെക്കുറിച്ച് ചിന്തിക്കുവാൻ ഇവർ തന്നെ നിർബ്ബന്ധിക്കുന്നു. ഇവിടേക്ക് ഉടനെ പോന്നില്ലായിരുന്നെങ്കിൽ...!

അന്ന് കോളേജിൽനിന്നും ഹോസ്റ്റലിൽ എത്തിയപ്പോൾ സിസ്റ്ററാണ് പറഞ്ഞത് തന്നെ തിരക്കി ഒരാൾ വിസിറ്റേഴ്സ്റൂമിൽ ഇരിക്കുന്നുണ്ടെന്ന്. ഹോസ്റ്റലിലേക്ക് കയറിപ്പോന്നപ്പോൾ വിസിറ്റേഴ്സ്റൂമിൽ ഒരാൾ ഇരിക്കുന്നത് കണ്ടതാണ്. ഒരു പരിചയവും തോന്നിയില്ല. ഹോസ്റ്റലിന്റെ മുകളി

ലത്തെ നിലയിൽനിന്നുനോക്കി. യാതൊരു പരിചയവുമില്ല. അശ്വതിയെ കൂട്ടിന് വിളിച്ചു.

വിസിറ്റേഴ്സ്റൂമിലെത്തിയപ്പോൾ അപരിചിതത്വത്തെ പുഞ്ചിരിയിലൊതുക്കാൻ ശ്രമിച്ച അയാളുടെ മുഖം എവിടെയോ വച്ചു കണ്ടു മറന്നതുപോലെ തോന്നി...

എവിടെവെച്ചാണ്?

എന്നാണ്...? രണ്ടാഴ്ചകൾക്കുമുൻപ് കണ്ട മുഖമല്ലേ? കുഞ്ഞമ്മാവന്റെ കത്തിന്റെ കൂടെയുള്ള ഫോട്ടോയിൽ കണ്ട മുഖം?

അത്ഭുതംകൊണ്ടു മിഴിച്ചുനിന്നുപോയ തന്റെ നാഡികൾ വിറയ്ക്കുകയാണെന്നു തോന്നി. അപ്പോൾ അയാൾ ചോദിച്ചു:

"പാർവ്വതി?"

അശ്വതി തന്നെ ചൂണ്ടിക്കാണിച്ചു.

"എന്റെ പേര് യോഗി."

അശ്വതി ചിരിച്ചുകൊണ്ട് തന്റെ മുഖത്തേക്ക് നോക്കി. തീരം തേടിയെത്തിയിരിക്കുന്നു. ഒരുനിമിഷത്തേക്ക് അവ്യക്തതയായിരുന്നു. അശ്വതിയുടെ പിറകിലേക്ക് മാറിനില്ക്കാൻ ശ്രമിച്ചു. അപരിചിതനായ ആ മനുഷ്യന്റെ മുഖം മനസ്സിലാക്കാൻ ഏറുകണ്ണിട്ട് നോക്കി. താൻ വിശ്രമം തേടാൻ പോകുന്ന... ശ്രദ്ധിച്ചു നോക്കിയപ്പോൾ അയാൾ പറഞ്ഞു.

"എന്റെ വരവ് അപ്രതീക്ഷിതമാണ്. അല്ലേ?"

എന്താണ് പറയേണ്ടതെന്ന് അറിഞ്ഞുകൂടാ ആദ്യമായ ഒരനുഭവം! വിവാഹത്തിനു മുൻപ് ഇതുപോലെയുള്ള സന്ദർഭങ്ങൾ സാധാരണ വീട്ടിൽ വച്ചാണ് ഉണ്ടാകാറ്. അപ്പോൾ അമ്മയോ സഹോദരിയോ എല്ലാവരുടെയും കൂടെ കാണും.

ഈ കാര്യത്തിലും താൻ എല്ലാവരിൽനിന്നും വ്യത്യസ്തയാണ്.

"ഞാൻ വന്നത് ഒരു പ്രത്യേക കാര്യത്തിനാണ്. നാട്ടിൽ എത്തിയിട്ട് നാലു ദിവസമേ ആയിട്ടുള്ളു–"

അയാൾ നാട്ടിലെത്തിയപ്പോഴാണ് ഈ വിവാഹത്തിന്റെ കാര്യം അറിഞ്ഞത്. അമ്മയ്ക്ക് സുഖമില്ലെന്നു പറഞ്ഞു കമ്പിയടിച്ചു വരുത്തിയതാണത്രെ. ഇവിടെയെത്തിയപ്പോഴാണ് കല്യാണത്തിനാണ് തന്നെ വരുത്തിയതെന്നറിഞ്ഞത്.

"തനിക്ക് ഇപ്പോൾ കല്യാണം വേണ്ടെന്നു പറഞ്ഞിട്ട് അച്ഛൻ സമ്മതിക്കുന്നില്ല. ഉടനെ ലഭിക്കുന്ന പണത്തിലാണ് അച്ഛന്റെ നോട്ടം.

പക്ഷേ, അച്ഛനോട് പറയാൻ പറ്റാത്ത ഒരു രഹസ്യം തന്നിലുണ്ട്. അച്ഛനോടു പറഞ്ഞാൽ ചിലപ്പോൾ ഒറ്റയടിക്ക് തന്നെ അദ്ദേഹം നിലംപരിചാക്കും. അത്രയ്ക്കു മുൻകോപിയും വാശിക്കാരനുമാണ് അച്ഛൻ.

ആ രഹസ്യം പാർവ്വതിയോടു പറയാനാണ് ഇവിടെയെത്തിയത്. പാർവ്വതിക്കു മാത്രമേ എന്നെ രക്ഷിക്കാനാവൂ. ഈ വിവാഹം പാർവ്വതിക്ക് ഇഷ്ടമില്ലെന്ന് അച്ഛനെ അറിയിച്ചാൽ ഞാൻ രക്ഷപ്പെട്ടു."

എന്റെ രക്ഷ–

"അതേ തുറന്നു പറയാം. ഞാൻ ഒരു ഭർത്താവാണ്, അച്ഛനാണ്. രണ്ടുകൊല്ലം മുൻപു സ്നേഹിച്ച പെണ്ണിനെ വിവാഹം ചെയ്തു. ഒരു കുട്ടിയുമുണ്ട്. ഈ രഹസ്യം അച്ഛനോട് പറയാൻ പറ്റില്ല. നിത്യമായ ഒരു രഹസ്യമായി ഇതിരിക്കുമെന്ന് വിശ്വസിക്കുന്നില്ല. എങ്കിലും ഒരിക്കലും ഇത് അച്ഛനറിയരുതെന്നാണ് ആഗ്രഹം– അച്ഛന്റെ മരണംവരെ.

അതുകൊണ്ടാണ് ഞാൻ നേരിട്ടു വന്നത്. ഒരു പെണ്ണിനും ഉണ്ടായിട്ടില്ലാത്ത അനുഭവമാണെന്നറിയാം. ദയവായി രക്ഷിക്കൂ..."

വിയർപ്പുകണങ്ങൾ നിറഞ്ഞ അയാളുടെ മുഖത്ത് ദൈന്യത തളം കെട്ടിയിരുന്നു....

എത്രനേരം മൂകമായി നിന്നുവെന്നറിഞ്ഞില്ല. ഒറ്റ ശ്വാസത്തിൽ എല്ലാം കേട്ടുകൊണ്ടു നില്ക്കാൻ കഴിഞ്ഞത് അശ്വതി അരികെ ഉണ്ടായിരുന്നതുകൊണ്ടാണ്.

അയാളുടെ കഥ തന്നെ ഒട്ടും സ്പർശിച്ചില്ല. ശബ്ദത്തിൽ കാഠിന്യം ഉണ്ടായിരുന്നെങ്കിലും ചോദിച്ചു–

"എനിക്കിഷ്ടമില്ല എന്ന് എഴുതി ഒപ്പിട്ടു തരണോ?"

അയാളുടെ മുഖം വിളറി. അയാൾ ഭീരുവാണ്. സ്നേഹിച്ച പെണ്ണിനെ വിവാഹം ചെയ്തു എന്ന് അച്ഛനോടു പറയാൻ തന്റേടമില്ലാത്ത ഭീരു.

ഒരു ഭീരുവല്ലായിരുന്നെങ്കിൽ അയാളുടെ രണ്ടാം ഭാര്യയുടെ പദവി ലഭിച്ചാലും താൻ തൃപ്തയാകുമായിരുന്നു. ജീവിക്കാനർഹതയില്ലാത്തവനാണ് അയാൾ. എവിടെയെങ്കിലും പോയി അവസാനിക്കട്ടെ.

തന്റെ ചോദ്യം കേട്ട് അയാളൊന്നു പരുങ്ങി. മറ്റൊന്നും ആലോചിക്കാതെ വീണ്ടും പറഞ്ഞു:

"വന്നതിൽ സന്തോഷം. വിവരം പറഞ്ഞതിന് നന്ദി. നിങ്ങളെ വിവാഹം കഴിക്കാൻ ഞാനാഗ്രഹിക്കുന്നില്ല. അച്ഛനോട് പറഞ്ഞേക്കൂ..."

അയാൾ ഇറങ്ങിയപ്പോൾ ശിലപോലെ നില്ക്കുന്ന അശ്വതിയെയാണ് കണ്ടത്. പക്ഷേ, തനിക്ക് ചിരിയാണ് വന്നത്.

മുറിയിലെത്തുന്നതുവരെ മാത്രമേ അതിന് നിലനില്പുണ്ടായിരുന്നുള്ളു. അശ്വതി മൂകയായിരുന്നു. കട്ടിലിൽ കമിഴ്ന്നു കിടന്നപ്പോൾ ശരീരത്തിലെ ഞരമ്പുകളിലൂടെ വേദന അരിച്ചരിച്ചു വന്നു. അതു തന്റെ അവയവങ്ങളെ മരവിപ്പിച്ചുകളയുമെന്നു തോന്നി.

അകലെക്കൂടി ഒഴുകുന്ന മേഘങ്ങളെ മാപ്പ്... നിങ്ങളുടെ ഔന്നത്യത്തിനായി കൊതിച്ച എന്റെ മൗഢ്യത്തിന് മാപ്പ്... എനിക്ക് ഒരു മേഘശകലമായിത്തീരാൻ കഴിവില്ല.... ഒരു തീരവും എന്റെ ലക്ഷ്യത്തിലില്ല. എല്ലാ തീരവും മരുപ്പച്ചകളാണ്... ഞാൻ വീണ്ടും മാപ്പു ചോദിക്കുന്നു.

ഹൃദയം നുറുങ്ങുകളായി തകർന്നുടയുന്നത് കണ്ടപ്പോൾ കണ്ടുനില്ക്കാൻ കഴിഞ്ഞില്ല. കണ്ണുനീർ തുടച്ചപ്പോൾ അശ്വതി അടുത്തുവന്നു.

"പാർവ്വതീ, എല്ലാം മറക്കാൻ നിനക്കു കരുത്തുണ്ടാവും. നമുക്ക് കുറെ ദിവസം വീട്ടിൽ പോയി താമസിക്കാം, എന്താ? മദറിനോട് ചോദിക്കട്ടെ..."

അതുകേട്ടപ്പോൾ ആശ്വാസം തോന്നി...

ഒരു തുള്ളി ദാഹജലം എനിക്ക് എവിടെ കിട്ടും... യുഗങ്ങളായി തപസ്സിരിക്കുന്ന വേഴാമ്പലാണ് ഞാൻ... ഒരു കീറു മേഘത്തിനായി കൊതിക്കാൻ തുടങ്ങിയിട്ട് കാലങ്ങളായിരിക്കുന്നു. തീരങ്ങളിലേക്ക് മുക്തി തേടിയൊഴുകുന്ന മേഘങ്ങളുടെ നിറം പഞ്ഞിക്കെട്ടിന്റേതാണ്...

മരുഭൂമിയിലെ ഈ വേഴാമ്പലിന്റെ അന്ത്യം അടുത്തുവോ? ഇല്ല... കൊതിച്ച ഒരു തുള്ളി വെള്ളം കിട്ടിയിരിക്കുന്നു. ഇപ്പോൾ അകത്തേക്ക് ശ്വാസം വലിച്ചെടുക്കാൻ തക്ക ബലം കിട്ടിയിരിക്കുന്നു....

അശ്വതിയുടെ വാക്കുകൾ ജീവജലത്തിന് തുല്യമായിരുന്നു. അവളുടെ മുഖത്തേക്കു നോക്കുമ്പോൾ അലിഞ്ഞലിഞ്ഞു താനില്ലാതെ ആവുകയാണ്.

ഏതു ജന്മത്തിലാണ് നമ്മൾ പരിചയപ്പെട്ടത്. ഈ ജന്മത്തിലല്ല. ഇതിനു മുൻപുള്ള ജന്മത്തിലുമല്ല. അവൾ ജന്മാന്തരങ്ങളിലൂടെ തന്റെ സഖിയായി–

അശ്വതിയുടെ വീട്ടിലെത്തിയപ്പോൾ മനസ്സിനു ലഭിച്ച ആശ്വാസം പറഞ്ഞറിയിക്കാൻ വയ്യ. ആ അമ്മയുടെ സ്നേഹം തന്റെ സിരകളിലൂടെ ഓടുന്ന രക്തത്തിന് ശക്തിയേകുന്നു.

പഴയ പാർവ്വതി എന്ന സത്യത്തിലേക്ക് താൻ മടങ്ങുകയാണെന്ന് തോന്നിപ്പോയി...

കുളിപ്പിച്ച്, പൗഡറുമിടീച്ച്, പൊട്ടും തൊടുവിച്ച്, സ്കൂളിലേക്ക് കൊണ്ടുപോകുമായിരുന്ന അച്ഛൻ ജീവിച്ചിരുന്ന പൊയ്പ്പോയ കാലങ്ങളിലേക്ക്... താൻ ശിശുവായി വീണ്ടും ജനിക്കുന്നു... കൈകാലുകളടിച്ച് കരയുന്ന ശിശുവായ പാർവ്വതി....

തനിക്ക് ദാഹമുണ്ട്, വിശപ്പുണ്ട്, അമ്മയുടെ മുലപ്പാലിനായി ദാഹിക്കുന്ന ചുണ്ടുകൾ കരഞ്ഞപ്പോൾ–

അമ്മയുടെ മുഖം! ചിരിക്കുന്ന അമ്മയുടെ മുഖം! അശ്വതിയുടെ അമ്മയുടെ മുഖംപോലെയുണ്ട്. അവരുടെ പുതിയ ജന്മമാണ് അശ്വതിയുടെ അമ്മ!

അവർ തന്റെ ദാഹം തീർക്കുന്നു. വിശപ്പു മാറ്റുന്നു.. കഥ പറഞ്ഞുറക്കുന്നു.... ദുഃഖം നശ്വരമായ ജീവിതത്തിന്റെ കൂടപ്പിറപ്പാണെന്ന് പഠിപ്പിക്കുന്നു... ജീവിതത്തിന്റെ അവസാനത്തോടുകൂടിയേ അതും അവസാനിക്കുന്നുള്ളു...

ദുഃഖത്തിന്റെ ജ്വാലയിൽ കൈകൾ പടർത്തി ചുട്ടുപഴുപ്പിച്ച്, തല്ലിപ്പരത്തി, ജീവിതമാകുന്ന തോണിയുടെ നയമ്പ് തീർക്കണമെന്ന് അവർ ഉപദേശിക്കുന്നു....

ഒരു പ്രവാചികയുടെ സ്വരമാണത്. അനുഭവങ്ങളുടെ കൂടാരത്തിൽ പിറന്ന് വളർന്നുവലുതായ ഒരു പ്രവാചികയുടെ ശബ്ദം! കാലം അവരിൽ ഏല്പിച്ച ആഘാതത്തെ ചിരിയുടെ മാസ്മരശക്തിയാൽ ഒന്നുമല്ലാതാക്കിത്തീർത്തവരാണവർ.

അവർക്കു നഷ്ടപ്പെട്ട തീരം ഒരിക്കൽ അവർ പ്രാപിച്ച സുവർണ്ണ

തീരമായിരുന്നു. തനിക്ക് നഷ്ടപ്പെട്ടു എന്നു വിശ്വസിക്കുന്ന തീരം ഒരിക്കലും തനിക്ക് പ്രാപ്യമായിരുന്നില്ല. തന്റെ ദുഃഖം ദുഃഖമല്ല എന്നു വിശ്വസിക്കേണ്ടിയിരിക്കുന്നു.

മുറ്റത്തു കാർ വന്നു നില്ക്കുന്ന ശബ്ദം കേട്ടു. അശ്വതി പുറത്തേക്കു പോയി. ആരാണെന്നറിയാൻ അമ്മയും പോയി.

പരിചിതമായ ശബ്ദം പുറത്തു കേൾക്കുന്നതുപോലെ തോന്നി. ജനാലയിലൂടെ എത്തിനോക്കി.

അമ്പരന്നുപോയി. അശ്വതിയുടെ ചേട്ടൻ. ആ ശബ്ദം കേട്ടു.

"അശ്വതിയുടെ ഹോസ്റ്റലിൽനിന്നാണ് വരുന്നത്."

"അവിടെപ്പോയിരുന്നോ?"– അമ്മ.

"പോയി. അങ്ങനെയിരുന്നപ്പോൾ അനിയത്തിയെ ഒന്നു കണ്ടുകളയാമെന്നു തോന്നി."

"അയ്യയ്യോ, ചേട്ടന്റെ ഒരു സ്നേഹം!–" അശ്വതിയാണത് പറഞ്ഞത്.

"അവിടെച്ചെന്നപ്പോഴാണറിഞ്ഞത് നീ ഇങ്ങോട്ട് കെട്ടും കെട്ടി പോന്നിരിക്കുകയാണെന്ന്."

"ചേട്ടനെ അറിയിക്കാൻ പറ്റിയില്ല, പെട്ടെന്നാണ് പോരാൻ തീരുമാനിച്ചത്."

"ആ പാറുവും കൂടെയുണ്ട്. അല്ലേ?"

"അതെ."

"എവിടെ?"

"കിടക്കുകയാണ്."

"അതിഥിയെ ഏതായാലും ഒന്നു കണ്ടുകളയാം. അതിഥിസൽക്കാരം മറക്കരുതെന്നല്ലേ?"

കാലടികൾ അടുത്തുവരുന്നത് കേട്ടു. കട്ടിലിൽനിന്ന് പെട്ടെന്നെഴുന്നേറ്റു. തിടുക്കത്തിൽ സാരി ശരിയാക്കുമ്പോൾ മുഖം എളുപ്പത്തിലൊന്നു തുടച്ചു. മുടിയും ഒതുക്കി–

അശ്വതിയുടെ ചേട്ടൻ വാതില്ക്കൽ.

"അല്ല കിടക്കുന്നു എന്നു പറഞ്ഞ ആൾ വടിപോലല്ലേ നില്ക്കുന്നത്. അമ്മ കണ്ടോ?"

ആ കണ്ണുകൾ! ഭയം തോന്നി. അവ വീണ്ടും ചോദിക്കുന്നതുപോലെ–

"തപസ്സു ചെയ്ത് നീ ശിവനെ വീണ്ടും പ്രത്യക്ഷപ്പെടുത്തി അല്ലേ?"

പക്ഷേ, കേട്ടത് അതല്ല–

"പാറുവിന് ഇത്തവണ ഭാണ്ഡമൊന്നുമില്ലേ?"

പൊട്ടിച്ചിരിക്കിടയിൽ അമ്മ ചോദിച്ചു.

"നിനക്കിന്നു പോകണോ?"

"വേണ്ട. ഒരാഴ്ച ലീവെടുത്തു."

"കാരണം?"

"കാരണമൊന്നുമില്ല. ലീവ് കിടപ്പുണ്ട്. എടുത്തുകളയാമെന്നുവച്ചു."

തന്നെ ഉഴിയുന്ന കണ്ണുകളുടെ വീക്ഷണമേഖലയിൽ നിന്നൊളി

ക്കാൻ മാളങ്ങളന്വേഷിച്ച് താൻ കുതറിയോടി.

ഒരു മാളംപോലും കണ്ടെത്തിയില്ല. വിശാലമായ ആ പ്രദേശത്ത് തല കുനിച്ച് നില്ക്കേണ്ടിവന്നു.

പതിനൊന്ന്

വീണ്ടും കുഞ്ഞമ്മാവനെ അത്ഭുതപ്പെടുത്തിക്കൊണ്ട് കുഞ്ഞമ്മാവന്റെ വീട്ടിൽ ചെന്നു. അത്ഭുതം കൂറുന്ന നോട്ടവുമായി കുഞ്ഞമ്മാവൻ അടുത്തെത്തിയപ്പോൾ അറിയാതെ ചിരിച്ചുപോയി–

"മോൾ എവിടെനിന്നു വരുന്നു, ഇവരൊക്കെ....?" തന്റെ കൂടെയുള്ളവരെ നോക്കിയാണ് ചോദിച്ചത്.

"ഇത് അശ്വതി, എന്റെ കൂട്ടുകാരി."

"ഇത് എന്റെ ചേട്ടൻ–" ശിവന്റെ കണ്ണുകളുള്ള ആളിനെ അവൾതന്നെ പരിചയപ്പെടുത്തി.

"എല്ലാവരുംകൂടി വരുന്ന വിവരത്തിന് ഒരു കത്തിടാഞ്ഞതെന്ത്?"

"അറിയിക്കാൻ പറ്റിയില്ല. കുഞ്ഞമ്മാവാ."

കുഞ്ഞമ്മാവൻ തന്നെ അകത്തേക്കു വിളിച്ചു–

"അവർക്കെന്തെങ്കിലും ഒന്നു കൊടുക്കണ്ടേ? മോൾ എന്നെ ഒന്നു സഹായിക്കൂ. ഗോപി ഇവിടെയില്ല."

"ഗോപി എവിടെപ്പോയി?"

"അവൻ ഒരാളെ കാണാൻ പോയിരിക്കുന്നു. കുറച്ചു പണം കിട്ടാനുണ്ട്."

അശ്വതിയോട് അകത്തേക്കു പോവുകയാണെന്ന് ആംഗ്യം കാണിച്ചിട്ട് കുഞ്ഞമ്മാവനോടൊപ്പം പോയി. അകത്തെത്തിയപ്പോൾ കുഞ്ഞമ്മാവൻ ചോദിച്ചു:–

"എല്ലാവരുംകൂടി എങ്ങോട്ടാണ്?"

"ഇങ്ങോട്ടു വന്നതാണ്."

"മോൾടെകൂടെ പഠിക്കുന്ന കുട്ടിയാണോ അത്?"

"അതെ."

"എല്ലാവരുംകൂടെ വരണമെങ്കിൽ എന്തെങ്കിലും കാണാതിരിക്കില്ലല്ലോ."

"ഒന്നുമില്ല കുഞ്ഞമ്മാവാ. അശ്വതിക്ക് ഇവിടെമൊക്കെ ഒന്നു കാണണമെന്ന്. അതിന് വന്നതാണ്."

കാപ്പിയുണ്ടാക്കിക്കൊണ്ടിരുന്നതിനിടയിൽ കുഞ്ഞമ്മാവൻ പറഞ്ഞു:–

"മോൾക്ക് എന്നോട് പിണക്കം കാണും അല്ലേ?"

"എന്തിനാണ് കുഞ്ഞമ്മാവാ?"

"ആ കല്യാണാലോചനയുടെ കാര്യത്തിൽ."

കുഞ്ഞമ്മാവൻ എന്താണ് പറയുന്നതെന്നു കേൾക്കാമെന്നു കരുതി–

"എനിക്ക് അങ്ങനെ ഒരബദ്ധം പറ്റി. വല്യ തറവാടാണ് അവരുടേ

ത്. നമ്മളുമായി ഒരു ബന്ധത്തിന് അദ്ദേഹത്തിന് വല്യ താല്പര്യമായി രുന്നു. എന്തു ചെയ്യാം, ആ കൊച്ചൻ അങ്ങനെ ആയിപ്പോയി. അതു കൊണ്ടാണ് അങ്ങനെയൊക്കെ സംഭവിച്ചുപോയത്. മോൾക്ക് എന്നോട് നീരസം ഉണ്ടാവരുത്."

ചിരിച്ചുകൊണ്ടു പറഞ്ഞു:-

"കുഞ്ഞമ്മാവൻ അറിയാത്ത ഒരു കാര്യത്തിന് ഞാനെന്തിനാണ് നീര സപ്പെടുന്നത്. എല്ലാം നേരത്തെ അറിഞ്ഞത് എത്ര നന്നായി!"

"മോൾടെ ദുഃഖം എനിക്കറിയാം. സ്വന്തം വീട്ടിൽ കയറാൻ നിവൃ ത്തിയില്ലാതെ നടക്കേണ്ടിവരുന്ന കുട്ടിയുടെ ദുഃഖം തലമുറയ്ക്ക് കിട്ടിയ ശാപമാണ്."

"ആരുടെ ശാപമാണമ്മാവാ?"

"കഴിഞ്ഞുപോയവരുടെ പ്രവൃത്തിമൂലമുള്ള ശാപം."

"അതായത് അച്ഛനടക്കം ഉള്ളവരുടെ. അല്ലേ? എന്തിനവരെ പഴി ക്കുന്നു? ജീവിച്ചിരിക്കുന്നവരുടെ മഹത്ത്വം കൊണ്ടല്ലേ അമ്മാവാ അവിടം വിലക്കപ്പെട്ട ഭൂമി ആയിത്തീർന്നത്."

"ങ്ഹ... വിധിച്ചതേ നടക്കൂ... ഒന്നും കാര്യമാക്കണ്ട-"

കുഞ്ഞമ്മാവന്റെ മുഖത്തേക്കു നോക്കിയപ്പോൾ ജീവിതത്തെ നിസ്സാ രമായി കരുതാൻ മനഃപൂർവ്വം ശ്രമിച്ച മുഖങ്ങൾ ഒന്നൊന്നായി ഓടിയെ ത്തി.

അച്ഛൻ, കുഞ്ഞമ്മ, ചേച്ചി, അശ്വതിയുടെ അമ്മ, കുഞ്ഞമ്മാവൻ-

അമ്മയുടെ മരണശേഷം ചേച്ചിയെയും തന്നെയും വളർത്താൻ ജീവി തത്തിന്റെ ദുഃഖപൂർണ്ണമായ ഏണിപ്പടികൾ സന്തോഷപൂർവ്വം കയറിയ അച്ഛന്റെ മുഖം! പിന്നീട് അച്ഛനെ പിരിഞ്ഞ കുഞ്ഞമ്മ. ചന്ദനത്തിരിയുടെ സുഗന്ധത്തിൽ അവർ ജീവിതത്തിന്റെനേരെ പുഞ്ചിരിയോടെ നോക്കി.

ചേച്ചി മംഗല്യസൂത്രമണിഞ്ഞിരുന്നെങ്കിലും ഒരു വിധവയെപ്പോലെ ജീവിച്ചു. ജീവിതത്തിന്റെ വികൃതമായ മുഖത്തിനു പുറംതിരിഞ്ഞു. ജീവി ച്ചിരുന്ന കാലത്തോളം ഭക്തിയുടെ പരിവേഷത്തിൽ ജീവിക്കാനായി ജീവിച്ച ചേച്ചി!

അശ്വതിയുടെ അമ്മയുടെ മുഖമാണ് തന്റെ ജീവിതത്തിന് ധൈര്യം പകർന്നത്. അകാലത്തിലുണ്ടായ വൈധവ്യം വിധിയുടെ സമ്മാനമെന്നു വിശ്വസിച്ച അവരുടെ ശുഭാപ്തി വിശ്വാസത്തിന്റെ പൂർണ്ണത പ്രാപിച്ച രൂപ ങ്ങളാണ് അശ്വതിയും അശ്വതിയുടെ ചേട്ടനും.

ഒടുവിലായി, പുഞ്ചിരിച്ചുകൊണ്ടു തന്നെ നോക്കുന്ന കുഞ്ഞമ്മാവൻ! ഗോപിയിൽ സർവവും കണ്ട് ജീവിതത്തെ സ്നേഹിക്കാൻ വിസ്മരിക്കാ തിരുന്ന കുഞ്ഞമ്മാവൻ!

എല്ലാവരും ഏകാന്തപഥികരായിരുന്നു. തങ്ങളിലേല്പിക്കപ്പെട്ട കട മകളുടെ പൂർത്തീകരണത്തിനായി ക്രൂരമായ വിധിയുടെ, ജീവിതത്തിന്റെ മുഖത്തേക്ക് പുഞ്ചിരിയോടെ നോക്കി ജീവിതത്തെ നിസ്സാരമാക്കി തള്ളി യവർ.

അവരുടെ അനുഭവങ്ങൾ തന്നെ വേദനകളിൽനിന്ന് പിറകോട്ടു വലിച്ചു. അശ്വതിയുടെ വീട്ടിലെ അന്തരീക്ഷം കൂടി ആയപ്പോൾ താൻ ദുഃഖിതയായി എരിഞ്ഞടങ്ങാനുള്ളവളല്ല എന്നു ബോദ്ധ്യമായി.

അവിടെ–

ചിരിയുടെ പൂത്താലത്തിൽ ഒരു പൂത്തിരി കത്തിക്കണമെന്ന് മനസ്സിൽ വിചാരിച്ചപ്പോൾ....

"പാർവ്വതി എന്താണ് ഇത്രയേറെ ചിന്തിക്കുന്നതെന്ന് പലപ്പോഴും ഞാനാലോചിച്ചിട്ടുണ്ട്. കാരണമെന്തെന്ന് കണ്ടെത്താൻ ഇപ്പോഴും കഴിഞ്ഞിട്ടില്ല."

അശ്വതിയുടെ ചേട്ടൻ മുറിയിൽ തന്റെ ഇരിപ്പിടത്തിലിരിക്കുന്നു!

ഓടിയകലുന്ന പറവയുടെ ചിറകിന്റെ ചലനത്തിൽ ശ്രദ്ധിക്കുകയായിരുന്നു താൻ. ആൾ മുറിയിലെത്തിയതറിഞ്ഞില്ല, പെട്ടെന്ന് എഴുന്നേറ്റു.

"ഞാനൊന്നു ചോദിക്കട്ടെ. ജീവിതം ഒരു ദാനമാണ്. അതു കുഴിച്ചിട്ട് മുതലുണ്ടാക്കാതെ തുരുമ്പു പിടിപ്പിക്കുന്നത് നല്ലതാണെന്ന് അഭിപ്രായമുണ്ടോ?"

കണ്ണുകൾ ശിവന്റേതായിരുന്നെങ്കിലും പേടി തോന്നിയില്ല. ഒരു ദിവ്യമായ ശാന്തത അവിടെ തളം കെട്ടി കിടപ്പുണ്ടായിരുന്നു. അവിടെത്തന്നെ നോക്കിയിരുന്നതുകൊണ്ട് ചോദ്യം ശരിക്ക് കേട്ടില്ല.

"പാർവ്വതിയുടെ ദുഃഖം എന്തെന്ന് എനിക്കറിയാം."

നിശ്ശബ്ദയായി മുഖത്തു നോക്കിയിരുന്നു.

"അശ്വതി എന്നോട് എല്ലാം പറഞ്ഞു. ഇത്രയുമൊക്കെ ആയിട്ടും എല്ലാം നിസ്സാരമായിത്തള്ളാനുള്ള കഴിവു കിട്ടാത്തതെന്താണെന്ന് എനിക്ക് മനസ്സിലാവുന്നില്ല."

അശ്വതിയുടെ ചേട്ടൻ എഴുന്നേറ്റു ജനാലയുടെ അടുത്തുപോയി പുറത്തേക്കു നോക്കിനിന്നു– "ഇന്നലെ ഹോസ്റ്റലിൽ വന്നത് പാർവ്വതിയെ കാണാനായിരുന്നു. കഴിഞ്ഞ പ്രാവശ്യം പോയിട്ട് എന്തോ വല്ലാത്ത ഒരു അസ്വാസ്ഥ്യം."

തിരിഞ്ഞു തന്നെ നോക്കി. കണ്ണുകളിൽ വശ്യമായ ഒരാകർഷണത്തിന്റെ തിളക്കം. പർവ്വതനന്ദിനിയുടെ നേർക്ക് തൊടുത്തുവിട്ട ശൈവചാപത്തിന്റെ ശക്തി അവയ്ക്കുണ്ടോ? തന്നെ കീഴ്പ്പെടുത്തുന്നതിൽ അത് എപ്പോഴും വിജയിക്കുന്നു.

ഞാനെന്ന ഭാവം ഈ നോട്ടത്തിനു മുൻപിൽ പുകയായി ഉയർന്നു പോകുന്നു. തന്നെ ഇതുവരെ നയിച്ചത് ആ ഭാവമായിരുന്നു. തെറ്റാണെന്ന് അറിയാമായിരുന്നെങ്കിലും നിലനില്പിന് തന്നെ സഹായിച്ചത് ആ ഭാവമായിരുന്നു. അതില്ലായിരുന്നുവെങ്കിൽ ഇതിനോടകം താൻ ചേട്ടന്റെ തടവറയ്ക്കുള്ളിലെ പുഴുവായി മാറിയിരുന്നേനെ.

ഇപ്പോൾ ശശിയെന്ന സഹപാഠിയെ ഓർത്തുപോകുന്നു. ഗർവ്വിന്റെ ഗാംഭീര്യം അന്തസ്സായി കരുതിയ അയാളുടെ നേർക്ക് അന്നത്തെ സംഭവത്തിനുശേഷം നോക്കിയിട്ടേയില്ല. നോക്കാനുള്ള കരുത്തില്ലായിരുന്നു.

ഒരിക്കൽ ലൈബ്രറിയുടെ വാതില്ക്കൽവച്ച് യാദൃച്ഛികമായി മുൻപിൽ പെട്ടുപോയി. ശശി ചിരിക്കാൻ ശ്രമിച്ചു. കണ്ടില്ല എന്നു നടിച്ചുപോകാനേ കഴിഞ്ഞുള്ളു. മാന്യമായ ആ പെരുമാറ്റത്തിന് മര്യാദ ഭാവിച്ചെങ്കിലും ഒന്നു ചിരിക്കാൻ കഴിഞ്ഞില്ല. ശശിയിൽനിന്ന് അങ്ങനെയൊരു പെരുമാറ്റം പ്രതീക്ഷിച്ചതേയില്ല. മറ്റുള്ളവരുടെ മുൻപിൽവച്ചു തന്നെ അപമാനിക്കുമെന്നാണ് കരുതിയത്. പക്ഷേ, അയാളുടെ സ്വഭാവത്തിന്റെ നിർമ്മലമായ വശം കണ്ടപ്പോൾ ചെയ്തുപോയ തെറ്റിന് മാപ്പു ചോദിക്കണമെന്ന് പലപ്പോഴും വിചാരിച്ചിട്ടുണ്ട്. ഒരിക്കൽ അതു പറയണമെന്നും കരുതിയിരിക്കുകയായിരുന്നു.

ശശി കോളേജ് വിദ്യാഭ്യാസം അവസാനിപ്പിച്ചു എന്നറിഞ്ഞത് ആയിടയ്ക്കാണ്. പുറത്തെവിടെയോ ജോലി കിട്ടിപ്പോയതാണ്. ഒരു വിധത്തിൽ അത് തന്നെ സന്തോഷിപ്പിച്ചു. എങ്കിലും മാപ്പുചോദിക്കാൻ സാധിച്ചില്ല എന്ന കുറ്റബോധം മനസ്സിൽ ഇപ്പോഴും അവശേഷിക്കുന്നു. ജോലി കിട്ടിപ്പോയപ്പോൾ യാത്ര ചോദിക്കാൻപോലും അയാൾ വന്നില്ല. ഫണം താഴ്ത്തി, സ്വയം പിൻവാങ്ങിയ പുരുഷത്വത്തിന്റെ മാന്യത താൻ കണ്ടു. ജീവിതത്തിലേക്ക് ആദ്യം കടന്നുവന്ന പുരുഷത്വത്തിന്റെ മാന്യതയ്ക്കു മുൻപിൽ താൻ നൂറുതവണ ക്ഷമാപണം നടത്തി, മനസ്സിൽ.

"പാർവ്വതിക്കു വിരോധമില്ലെങ്കിൽ ഞാൻ പറയാൻ പോകുന്ന കാര്യം മുഴുവനും വ്യക്തമായി കേൾക്കണം-" അശ്വതിയുടെ ചേട്ടൻ വീണ്ടും കസേരയിൽ വന്നിരുന്നു.

എന്താണു പറയാനുണ്ടാവുക? ജീവിതം സുഖദുഃഖങ്ങളുടെ സാഗരമെന്നോ? വെളിച്ചത്തിന് ഇരുളെന്നപോലെ സുഖത്തിന് ദുഃഖം തുടർച്ചയാണെന്നോ? ഈ ചുരുങ്ങിയ ജീവിതത്തിനിടയ്ക്ക് താനതെല്ലാം മനസ്സിലാക്കിയിരുന്നു...

"ഞാൻ അവധിയെടുത്തു വന്നത് അതിനായിട്ടാണ്. അമ്മയോടും പറഞ്ഞു. അമ്മ അനുവാദം തന്നു."

എന്താണെന്നു തുറന്നു പറയൂ... മടിക്കുന്നതെന്തിന്... അതിന് മുൻപ് ആവുമെങ്കിൽ, ശാന്തതയുടെ ഭാവമാണെങ്കിൽകൂടി ആ കണ്ണുകൾകൊണ്ട് എന്നെ നോക്കാതിരിക്കൂ... അത് എന്നിലേക്ക് എന്റെ മനസ്സിലേക്ക് ആഴ്ന്നിറങ്ങുകയാണ്.... അതിന്റെ മുനയിലെ കൊളുത്ത് എന്നെ എവിടേക്കോ വലിച്ചുകൊണ്ടു പോകുന്നു... എവിടേക്കാണെന്നറിഞ്ഞുകൂടാ...

"പാർവ്വതിക്കു പൂർണ്ണസമ്മതമാണെങ്കിൽ മാത്രം മതി--"

ഒന്നു നിർത്തിയിട്ടു തുടർന്നു:-

"-എന്നോടൊപ്പം ജീവിക്കാൻ ഇഷ്ടമാണോ?"

ഒരു യുഗത്തിലെ ഋതുക്കളുടെ ഉന്മാദം ഒരു നിമിഷത്തിൽ ഒന്നിച്ചതുപോലെ... അതാ ഈ തീരത്തേക്ക് അലയടിച്ചുകൊണ്ടിരുന്ന ഒരേ ഒരു തിര!... ചുംബനങ്ങളുടെ സീൽക്കാരങ്ങൾ കേൾക്കുന്നുണ്ടോ?... അതു തന്നെ ആവാഹിച്ച് ഇല്ലാതെയാക്കുവാൻ ശ്രമിക്കുകയാണ്.... താൻ തളർന്നുപോകുന്നു... അടിപ്പെട്ടുപോകുന്നു....

ഹ്രസ്വമായ പ്രയാണമാണെന്നോ?... ഈ തീരം തനിക്കിഷ്ടപ്പെട്ട താണ്.... ഇവിടെ താൻ സുരക്ഷിതയാണ്....

"ഈ കാര്യത്തിൽ അന്തിമമായ തീരുമാനമെടുക്കേണ്ട ഒരേ ഒരാൾ പാർവ്വതി മാത്രമാണ്. എന്തായാലും തുറന്നു പറയൂ..."

മുഖത്തു ലജ്ജയുടെ പരിവേഷം പകർന്ന് ശരീരത്തിലെ ഓരോ അണുവും തുടിച്ചപ്പോൾ...., ഹർഷോന്മാദം എന്ന തുടികൊട്ടലിൽ ഹൃദ യവും മനസ്സും വിറ കൊണ്ടപ്പോൾ.... തന്റെ തീരം എന്ന സ്വപ്നം കൈ യടക്കി എന്ന് ആഹ്ലാദിച്ചപ്പോൾ അശ്വതി എന്ന പ്രിയപ്പെട്ട കൂട്ടുകാരി വാതില്ക്കൽ തന്റെ കണ്ണുകളിലേക്ക് നോക്കി നില്ക്കുന്നത് കണ്ടു.

ഓടി അവളുടെ അടുത്തെത്തി. വാതിൽപ്പാളിയുടെ മറവിലേക്ക് അവളെ പിടിച്ചു വലിച്ചുനിർത്തി കെട്ടിപ്പിടിച്ചുകൊണ്ടു ചെവിയിൽ പറഞ്ഞു:- "എനിക്കിഷ്ടമാണ്... നിന്റെ ആങ്ങളയുടെ ഭാര്യയാകാൻ ഇഷ് ടമാണ്."

ശ്വാസംമുട്ടിപ്പോയ അവളെ പിടിയിൽനിന്നു മോചിതയാക്കിയപ്പോൾ ചിരിച്ചുകൊണ്ടു നില്ക്കുന്ന അമ്മയെ കണ്ടു...

എല്ലാം കുഞ്ഞമ്മാവനോട് തുറന്നുപറഞ്ഞു. താൻ കൈയടക്കിയ സാമ്രാജ്യത്തിന്റെ കെട്ടുറപ്പ് മനസ്സിൽ കണ്ടുകൊണ്ട് കുഞ്ഞമ്മാവൻ സന്തോഷത്തോടെ പറഞ്ഞു:

"മോൾടെ ഭാഗ്യമാണ്. അന്യജാതിയാണെന്നൊന്നും ഓർക്കണ്ട. എവിടെ ചെന്നാലും ഈശ്വരനെ ഓർത്തു കഴിയണം. പിന്നെ ഇടയ്ക്കിടെ കുഞ്ഞമ്മാവനെ വന്നു കാണാൻ മറക്കരുത്."

കാപ്പി കുടിച്ചുകൊണ്ടിരുന്നപ്പോൾ കുഞ്ഞമ്മാവൻ പറഞ്ഞു:-

"പാർവ്വതി എല്ലാം പറഞ്ഞു. എനിക്ക് അതിൽ സന്തോഷമേയുള്ളൂ."

അപ്പോൾ അതേ നോട്ടം! എന്തിന് വീണ്ടും ശിക്ഷിക്കുന്നു, സമ്മതി ക്കുന്നു... ആ കണ്ണുകളുടെ വീക്ഷണമേഖലയ്ക്കുള്ളിൽ താൻ ബന്ധിത യാണ്. എങ്കിലും ഇങ്ങനെ നോക്കണോ?...

"ഞങ്ങൾ വന്നത് അച്ഛന്റെയും അമ്മയുടെയും ആശീർവാദം വാങ്ങാ നാണ്-"

കുഞ്ഞമ്മാവൻ വളരെ സന്തോഷവാനായിരുന്നു.

അച്ഛന്റെ കുടീരത്തിന് മുൻപിൽനിന്ന് അനുഗ്രഹം ചോദിച്ചപ്പോൾ കണ്ണീരടക്കാൻ കഴിഞ്ഞില്ല. ഒരിക്കലും ഓർക്കാൻ കഴിഞ്ഞിട്ടില്ലാത്ത അമ്മ യോടും പിന്നെ ചേച്ചിയോടും അനുഗ്രഹം ചോദിച്ചു.

തിരികെ പോരുമ്പോൾ വീടിനെ നോക്കി. കാർഷെഡ് ഒഴിഞ്ഞുകിട ക്കുകയാണ്. കുഞ്ഞമ്മ മുറ്റത്തേക്ക് ഇറങ്ങിവന്നു...

അവർക്കു വലിയ മാറ്റങ്ങളൊന്നുമില്ല. അല്പം ക്ഷീണിച്ചിട്ടുണ്ടെന്നു മാത്രം. കുഞ്ഞമ്മയോടു നിശ്ശബ്ദമായി പറഞ്ഞു:-

ഞാൻ കണ്ടെത്തിയ തീരം... എന്റെ രക്ഷപ്പെടലിൽ നിശ്ചയമായും നിങ്ങൾ സന്തോഷിക്കുമല്ലോ? അവരുടെ കണ്ണുകൾ നിറഞ്ഞു. അപ്പോൾ ചോദിച്ചു:-

"ചേച്ചിയുടെ കുട്ടി."

"കോൺവെന്റിൽത്തന്നെ. അവൾക്കിവിടെ വന്നുനില്ക്കാൻ ഇഷ്ടമില്ല..."

തന്റെ പിൻഗാമി ആയിരിക്കാം. കുഞ്ഞമ്മയോടു യാത്ര പറഞ്ഞു:-

"പോയ്വരട്ടെ."

അപ്പോഴേക്കു ഗോപി ഓടിക്കിതച്ചുവന്നു.

"ഇതു ഗോപി. കുഞ്ഞമ്മാവന്റെ മകൻ," രണ്ടുപേരേയും പരിചയപ്പെടുത്തി.

"എന്നാലും ചേച്ചി വരുന്നെന്ന് ഒന്നറിയിച്ചില്ലല്ലോ?" ഗോപി പരിഭവിച്ചു.

അവന്റെ കണ്ണുകളിൽ നോക്കി ചിരിച്ചതേയുള്ളൂ.

വീടിന്റെ പടിയിറങ്ങിയപ്പോൾ ഇനിയൊരിക്കലും ഇവിടേക്ക് വരേണ്ടിവരികയില്ലെന്നു തോന്നി- തിരിഞ്ഞ് വീടിനെ നോക്കിയപ്പോൾ... അതിന്റെ ഇടനാഴികൾ, മുറികൾ.... മുറ്റം... വായു എല്ലാറ്റിനോടും വിട.

നിത്യദുഃഖത്തിന്റെ പാനപാത്രം മാത്രം കുടിക്കാൻ തന്ന എന്റെ വീടിനോട് എന്നെന്നേക്കുമായി യാത്ര...

കാറിന്റെ പിൻസീറ്റിൽ അശ്വതിയോടൊപ്പം ഇരുന്നു. കാർ മുൻപോട്ടു നീങ്ങിയപ്പോൾ ചിരിച്ചുകൊണ്ടു നില്ക്കുന്ന കുഞ്ഞമ്മാവനെ കണ്ടു, ചിരിക്കാൻ ശ്രമിക്കുന്ന ഗോപിയേയും.

വളവു തിരിയുന്നതുവരെ തിരിഞ്ഞുനോക്കി. ദൂരെ വീടിന്റെ എടുപ്പു കാണാം. നിറഞ്ഞ കണ്ണുകളുടെ നോട്ടപ്പാടിൽ ഓളംവെട്ടുന്ന വീടിന്റെ എടുപ്പ് മാഞ്ഞുമാഞ്ഞ് ഇല്ലാതെ ആയപ്പോൾ കണ്ണുകൾ പിൻവലിച്ചു. ഇപ്പോൾ-

തുളുമ്പിനില്ക്കുന്ന രണ്ടു കണ്ണുകൾ കാറിന്റെ ഗ്ലാസിലൂടെ തന്നെ ഉഴിയുന്നു. ഒന്നുകൂടെ നോക്കി. കണ്ണുകൾ ശിവന്റേതാണ്... പക്ഷേ, തുളുമ്പുന്നത് തന്റെ കണ്ണുകളും... ആ വീക്ഷണമേഖലയ്ക്കുള്ളിലെ തീരത്തിൽ ബന്ധിതയായി മയങ്ങിക്കിടക്കുന്ന തന്റെ മനസ്സ് ആശ്വാസം കൊള്ളുകയായിരുന്നു- ഏറെ നാളത്തെ അലച്ചിലിനുശേഷം....

www.ingramcontent.com/pod-product-compliance
Lightning Source LLC
LaVergne TN
LVHW100835051026
849519LV00006B/2310
* 9 7 8 9 3 9 3 4 6 8 5 9 8 *